D9900443

Marathi Theptar

Vinayak Laxman Bhawe

Printed by Dhondo Kashinath Phadake, at the
Arunodaya Press, Station Road, Thana and
Published by Vinayak Laxman Bhawe,
at the Marathi Dafter Office,
at Thana.

मराठी दफ्तर

मराठी दफ्तर या नांवाची संस्था ठाणें येथें थोडे दिवसांपासून सुरू केली आहे. हल्लीं अनेक इतिहास-संशोधकांच्या परिश्रमानें महत्त्वाचे असे पुष्कळ ऐतिहासिक कागद उपलब्ध झाले आहेत व आणखीहि नवे नवे कागद नित्यशः सांपडत आहेत. कागद-पत्रांचें संशोधन करणें हें थोड्या परिश्रमानें कोणाहि एका व्यक्तीस साधतां येण्यासारखें आहे; परंतु हे कागदपत्र छापून प्रसिद्ध करणें हें काम एखाद्या संस्थेनेंच अवश्य हातीं घेतलें पाहिजे. तरी हे असे उपलब्ध झालेले लेख निवडून छापून प्रसिद्ध करणें, हा या संस्थेचा हेतू आहे. या संस्थेचे मार्फत शके १७४० पूर्वीचे ऐतिहासिक कागद-पत्र छापून प्रसिद्ध केले जातील. ऐतिहासिक कागदपत्र म्हणजे राजकीय उलाढालींसंबंधींचा, लढायांचा, तहनाम्यांचा वगैरे ज्यांत मजकूर आहे असे कागदपत्र, असा अर्थ समजावयाचा. सामाजिक, साहित्यसंबंधीं, तसेंच काव्य, कला, ज्योतिष, वैद्यक, वगैरे मजकुराचा यांत प्राधान्येंकरून समावेश करावयाचा नाहीं.

हे लेख छापतांनां अस्सल लेख जसे असतील तसेच छापावयाचे आहेत, त्यांत बेरीज, वजाबाकी, किंवा दुरुस्ती बिलकूल करावयाची नाहीं.

मजकुराला प्रस्तावना लिहिणें ती मजकुराच्या एक पंचविसांशापेक्षां जास्त असणार नाहीं. साधल्यास यापेक्षांहि ती पुष्कळ कमी असेल. मजकुरावर टीपा देणें त्या पृष्ठाखालीं अथवा शेवटीं दोन्हीं ठिकाणीं सरासरीनें दर पृष्ठाला १ ओळ यापेक्षां जास्त असणार नाहीं. या संस्थेचे सभासद व वर्गणीदार असे दोन भेद केले आहेत.

एक हजारांपेक्षां कमी नाहींत इतके रुपये किंवा इतके रुपयांचे सरकाराला मंजूर आहेत असे रोखे, देणारांस सभासद समजलें जाईल. त्यांस प्रसिद्ध होणाऱ्या ग्रंथांची एकएक प्रत पाठविली जाईल.

रोकड दिलेल्या पैशांचे आतां निघणारे वॉर लोनचे रोखे किंवा सरकारी किंवा सरकाराला मान्य असे इतर रोखे विकत घेतले जातील. व केव्हांही ही संस्था बुडाल्यास पैसे किंवा त्या ऐवजीं घेतलेले रोखे ज्यांचे त्यांस परत दिले जातील. रोख्यांचें येणारें व्याज संस्थेकडे खर्च केलें जाईल.

दर वर्षी निदान ५०० पेक्षां कमी नाहीं इतक्या पृष्ठांचा मजकूर या संस्थे-कडून प्रसिद्ध केला जाईल. लागोपाठ तीन वर्षे पुस्तक प्रसिद्ध न केलें किंवा एकंदरीनें ५ पांच वर्षांचा खळ पडल्यास ही संस्था बुडाली असें समजलें जाईल व सभासदांनीं अगर त्यांच्या वारसांनीं पैसे योग्य तऱ्हेनें मागितल्यास त्यांस ते परत दिले जातील.

दहा रुपयांपेक्षां कमी नाहीं इतकी रक्कम दरसाल देणारांस या संस्थेचे वर्गणीदार समजलें जाईल. वर्गणीची पोंच संस्थेचे पुस्तकांवर दिली जाईल व ज्या सालची वर्गणी आगाऊ आली असेल त्या सालीं प्रसिद्ध होणारे ग्रंथ त्यांस नजर केले जातील. या शिवाय वर्गणीदारांस कोणत्याहि प्रकारचा हक्क नाहीं. त्यांची रक्कम केव्हांहि परत दिली जाणार नाहीं.

हल्लीं आमचेजवळ ऐतिहासिक महत्त्वांचे असे कांहीं लेख आहेत. व शिवाय अनेक संशोधकांनीं या कामीं या संस्थेस मदत देणेचें कबूल केलें आहे. भारत-इतिहास-संशोधक-मंडळाचें या संस्थेस पूर्ण सहाय्य आहे व त्या संस्थेचा केवळ आत्मा असे तिचे चिटणीस श्रीमंत सरदार तात्यासाहेब मेहेंदळे यांनीं ऐतिहासिक लेखद्वारां व द्रव्यद्वारांहि या संस्थेस सर्व प्रकारें मदत करणेचें कबूल केलें आहे. तसेंच ज्या ज्या गृहस्थांचे संग्रहीं महत्वाचे असे ऐतिहासिक लेख असतील, किंवा ज्यांस यापुढेंही असे लेख उपलब्ध होतील त्यांनीं ते आमचेकडे अवश्य पाठवावे अशी आह्मीं विनंती करतों. या संस्थेची आवश्यकता व उपयुक्तता जाणून पुढील गृहस्थांनीं या संस्थेस (वरील नियमांनुसार) खालीलप्रमाणें देणगी देणेचें ठरविलें आहेः—

	रुपये
श्रीमंत सरदार आबासाहेब मुजुमदार	१,०००
रा. रा. सदाशिव महादेव दिवेकर	६००
रा. रा. विनायक हरी डोंगरे	१,०००
रा. रा. नारायण गोविंद चाफेकर	५००
रा. रा. विनायक लक्ष्मण भावे	१०,०००

या वर लिहिलेल्या गृहस्थांशिवाय इतर कांहीं गृहस्थांनीं सालीना ठराविक रक्कम देणेचें कबूल केलें आहे. तसेंच आणखी पुष्कळ ऐपतदार लोक या संस्थेस येऊन मिळतील व अनेक प्रकारें या अत्यंत उपयुक्त व जरूर अशा कार्यास हातभार लावतील अशी या संस्थेस पूर्ण खात्री आहे. असें सहाय्य करून या संस्थेकरवीं ही लहानशी सेवा-चाकरी सर्वांनीं बजावून घ्यावी असें महाराष्ट्राजवळ आमचें मागणें आहे.

यासंबंधानें कोणताही पत्रव्यवहार करणें तो संस्थेचे चिटणीस याजपाशीं करावा.

मराठी-दफ्तर-कार्यालय,
ठाणें, मिति चैत्र शुद्ध १ शके १८३९.

विनायक लक्ष्मण भावे.
चिटणीस, मराठी दफ्तर संस्था, ठाणें.

प्रस्तावना.

१. चार स्नेही मंडळीच्या सल्यानें व इतिहास संशोधकांच्या मदतीनें **ठाणें** येथें जुने महत्वाचे ऐतिहासिक लेख छापून प्रसिद्ध करण्याचें थोडे दिवसांपूर्वी योजिलें, व **"मराठी दफ्तर"** ही संस्था स्थापन करून कामास सुरवातही केली. या कामीं आपआपल्या परी अनेक गृहस्थांनीं सहाय्य करण्याचें कबूल केल्यामुळें व त्यांपैकीं कांहींनीं बिलकूल विलंब न लावतां मोठ्या हौशीनें मदत दिल्यामुळें इतक्या अल्प अवकाशांत दफ्तरांतला हा पहिला रुमाल महाराष्ट्रास सादर करतां आला.

२. या पहिल्या रुमालांत एकच लेखांक आला आहे. हा लेखांक अत्यंत महत्वाचा आहे हें कोणाचेंही लक्षांत येईल. मराठी दफ्तराचे सुरवातीस ह्मणजे पहिल्याच रुमालांत श्री छत्रपती शिवाजी महाराज यांचें कुलवृत्त निवेदन करण्याची संधी सांपडावी हा एक उत्तम शुभ शकूनच समजला पाहिजे. आधीं हें श्री शिवाजी महाराजांचें कुलवृत्त, आणि तशांत हें त्यांच्याच वंशजाकडून ह्मणजे श्रीमंत सातारकर भोंसले यांच्या वंशजांच्या संग्रहांतून मिळालेलें यामुळें विशेषच आदरणीय आहे. आणि ह्मणूनच आह्मीं त्यास या दफ्तरांत अग्रभागीं योजलें आहे.

३. हें 'कुलवृत्त' किंवा ही 'बखर' लिहिणारांनीं अनेक दाखले पाहून व त्यांनां कळलेली जुनी माहिती जमेस धरून आपल्या मतीनें त्यांनीं हें नीट सजवून लिहिलेलें दिसतें. या बखरीचा सजवणार कोणी एकच इसम नसून या कामीं अनेक गृहस्थांनीं वेळोवेळीं परिश्रम करून ही बखर निर्माण केली आहे, असें ही वरवर चाळली असतांही सहज ध्यानांत येईल. बखरींत शकवार माहिती दिली आहे हें तर विशेषच आहे; पण या शिवाय इतर अनेक कारणांनीं ही बखर फार महत्वाची आहे.

४. या बखरीची अस्सल प्रत सातारा येथें आहे. त्या अस्सलवरून नकललेली एक प्रत आह्मांस इतिहास संशोधक रा. रा. पांडुरंग नरसिंह पटवर्धन यांजकडून मिळाली. यासंबंधें माहिती कळवितांनां रा. रा. पटवर्धन लिहितात कीं, "साताराचे "शेवटचे छत्रपती श्री शहाजी ऊर्फ आप्पासाहेब महाराज यांनीं आपले निधनसमयीं "शेडगांवकर भोंसल्यांपैकीं आंबूजी राजे यांचे पुत्र दत्तक घेऊन त्यांचें नांव श्री. "व्यंकाजी महाराज असें ठेविलें. या आंबूजी राजांचे द्वितीय चि. श्री. बापुसाहेब भोंसले "शेडगांवकर हल्लीं वस्ती सातारा यांचे संग्रहांतील प्रस्तुतची बखर, शेट डोसाभाई माणि- "कजी वकील सातारा यांचे मार्फतीनें मिळाली. सदरहू बखर जुन्नरी कागदावर मध्यम "ढोबळ, कुणबाऊ वळणानें मोडींत लिहिली असून ती जमाखर्ची हिशेबाच्या अरुंद व

"लांबट वहीप्रममाणें कातड्याचे पुठ्यानें शिवून बांधिलेली आहे. माथ्यावर "**संभाजीराजे भोंसले शेडगांवकर**' अशीं अक्षरें आहेत. या बखरीचीं "एकंदर ३१३ पृष्ठें आहेत. बखरींत तीन वेगवेगळीं वळणें आहेत. प्रथमभाग श्री "शिवाजी महाराजांचे अखेरीपर्यंत येऊन, त्या पुढील भाग दुसऱ्या वळणांत लिहिलेला "आहे. व या पुढील शेवटपर्यंतचा भाग तिसऱ्या वळणानें लिहिलेला आहे. श्री शिव-"चरित्रात्मक भाग शकावलीचे स्वरूपांत असला तरी या भागांत बरीच खुलासेवार "हकीगत आलेली आहे. पुढील दोन्ही भाग शकावलीचे स्वरूपानें लिहिले आहेत." या बखरीच्या मूळ प्रतींत दरएक पृष्ठावर अदमासें तीस ओळी आहेत. बखरीच्या पहिल्या १७९ पृष्ठांचें हस्ताक्षर एक वळणाचें आहे. पुढें पृष्ठ २५९ पर्यंत निराळे वळणाचें हस्ताक्षर आहे. व २५९ व्या पृष्ठापासून पुढें अखेरपर्यंतचें हस्ताक्षर आणखी निराळ्या वळणाचें आहे. लेखकांचीं नांवें कळण्यास साधन कांहींएक नाहीं.

५. या 'मराठी दफ्तरांतून' जे कागद प्रसिद्ध करावयाचे त्या संबंधीं असा एक नियम ठरविला आहे कीं, ते कागद ह्मणजे त्यांतील मजकूर कोणत्याही तऱ्हेचा फेरबदल किंवा दुरुस्ती हीं न करतां आह्मांस मिळालेला मजकूर अस्सल बरहुकुम छापावयाचा व तो छापींत असतां किंवा छापून झाल्यावर कांहीं चौकस व सन्मान्य गृहस्थांकडून मुळाशीं ताडवून पाहवून, तपासवून किंवा निमताना घेववून त्यासंबंधें त्या त्या गृहस्थांचा दाखला सादर करावयाचा. ही अशी नवी शिस्त पाडल्यानें मजकुराच्या अस्सलपणा-बद्दल खात्री पटेल. व शंका घेण्यास जागा राहणार नाहीं. तसेंच शक्य असल्यास आह्मांस प्राप्त झालेला कागद कांहीं मुदतपर्यंत वाटेल त्याला पाहून घेतां यावा अशी तजवीज ठेवावयाची. या नियमानुसार या सोबत प्रत तपासल्याचे दाखले जोडले आहेत. यांत सरकारी रजिष्टर खात्यांत अस्सल बरहुकूम नकला तपासण्याचा ज्यांनां नेहमींचा सराव आहे अशा गृहस्थांचा दाखला विशेषच महत्वाचा आहे. तसेंच या ग्रंथाची आह्मांस मिळालेली प्रत कोणासही पाहतां व तपासतां यावी ह्मणून ही प्रत येथील **मराठी ग्रंथसंग्रहालयांत** दोन महिनेपर्यंत ठेवली जात आहे. ग्रंथसंग्रहा-लयाचे चिटणीस ती कोणासही त्या मुदतींत तेथें दाखवितील.

६. प्रत छापतांनां नकललेल्या प्रतींतली भाषा, व शद्बांचीं रूपें आणि वाक्यें हीं जशींच्या तशींच कायम ठेवलीं आहेत. कारण असें केल्यानें त्या काळीं साधारणपणें भाषा कशी लिहिली जात असे, व शद्बांचे कोणते उच्चार बोलणारांच्या तोंडीं असत हेंही कळण्यास मार्ग होतो. किंबहुना मराठी भाषेचें मराठ्यांच्या प्रचारांत जिवंत रूप कसें होतें हेंही पाहण्यास सांपडतें. मृत व नियमांनीं जखडलेल्या संस्कृत भाषेच्या अनुरोधानें किंवा संमतीनें जिवंत मराठी शद्बांचीं रूपें ठरवतांनां व त्यांचें खोटें 'शुद्धलेखन' बनवतांनां केवढी घालमेल होते हें आपण नेहमीं पाहतों. तरी संस्कृ-ताच्या चष्म्यांतून मराठीकडे न पाहतां मराठी भाषेचें शुद्ध व साधें स्वरूप स्वच्छपणें

पाहण्यास सांपडावें हा असें करण्यांत एक हेतू आहे. या योगें मराठ्यांच्या कृतींच्या इतिहासाबरोबर मराठी भाषेचा इतिहासही सहजासहजीं नोंदला जातो.

७. या पुढें छापलेल्या बखरींत कांहीं ढोबळ चुका व कांहीं मोडींतून नकल करणाराचेही लहानसहान दोष आहेत. त्यांची छाननी इतिहासज्ञ इतरत्र करतील. आह्मांस जें सांपडलें तें जसेंच्या तसेंच कोणतीही मखलाशी न करतां पुढें ठेवणें इतकेंच आमचें कर्तव्य आहे. ह्मणजे सांपडलेला मजकूर फक्त मोडी वळण टाकून अक्षरांचे बालबोध वळणांत ऊर्फ देवनगरी लिपींत आह्मीं वाचकांपुढें ठेवीत आहों. आणि अनेक दृष्टींनीं हेंच करणें अवश्य व योग्य आहे.

८. आतां शेवटीं आणखी एका लहानशा बाबीचा येथें उल्लेख करण्याची परवानगी घेतों. आणि ती बाब ही कीं, श्री शिवाजी महाराजांच्या आजपर्यंतच्या छापून प्रसिद्ध होऊन गेलेल्या सर्व बखरींत ९६ शहाण्णव कलमी बखर ही फार वरिष्ठ दर्जाची बखर आहे. ही ९६ कलमी बखरही प्रथम येथेंच अरुणोदय वर्तमान-पत्रद्वारें इ. स. १९०३ मध्यें आह्मीं प्रसिद्ध केली होती. व हल्लींही त्याच अरुणोदय छापखान्यांत पुन्हा त्या पुण्यश्लोक महात्म्याची ही दुसरी बखर छापून प्रसिद्ध करण्याचें पुण्य या शहरास जोडतां आलें, ही केवळ त्या सत्पुरुषाचीच कृपा होय.

ठाणें,
चैत्र शु. १ शके १८३९.

विनायक लक्ष्मण भावे.

छापील प्रत अस्सल बरहुकूम असल्याचे दाखले.

१

श्रीमंत बापुसाहेब अंबुजी भोंसले शेडगांवकर यांचे संग्रहीं असलेल्या व माझे स्नेही इतिहास संशोधक रा. रा. **पांडुरंग नरसिंह पटवर्धन** यांनीं संपादिलेल्या सातारकर भोंसल्यांच्या बखरीची छापील प्रत पाहिली. ती मूळाबरहुकूम अक्षरशः छापण्यांत आली आहे. हा दाखला देण्यांत येत आहे.

ता. २२ माहे फेब्रुआरी १९१७ इसवी.

(सही) **डोसाभाई माणिकजी वकील.**

२

रा. रा. विनायक लक्ष्मण भावे यांनीं श्री सातारकर महाराज भोंसले यांची छापलेली बखर मी सदहु बखरीच्या बालबोध हस्तलिखित मूळ प्रतीशीं ताडून व तपासून पाहिली. छापील प्रत अस्सल बरहुकूम छापली आहे अशी माझी खात्री झाली आहे. ही बखर मराठी दफ्तरांत **रुमाल १ पहिला** ह्मणून प्रसिद्ध केली जात आहे.

तारीख १७ एप्रिल १९१७.

(सही) **गोविंद बळवंत प्रधान.**

बी. ए., एलएल. बी., वकील, ठाणें

३

मराठी दफ्तर रुमाल पहिला, यांत छापिलेली श्रीमंत महाराज भोंसले यांची बखर मी वाचून मूळ अस्सल प्रतिशीं ताडून पाहिली ही छापील प्रत अस्सल बरहुकूम नकल आहे असें छापील व अस्सल या दोन्ही प्रती ताडून व तपासून पाहून मी लिहितों. मूळ प्रतींत असलेलीं अशुद्धें व चुका हीं छापील प्रतींत जशींच्या तशींच ठेविलीं आहेत.

सातारा,
१० मार्च सन १९१७

(सही) **गणेश दामोदर साठे,**
सब रजिष्टर, सातारा.

॥ श्री ॥

श्री भवानी शंकर प्रसंन्न.

सिसोदे महाराणा याची वौंशावळ मारवाड देशाचे ठाई उदेपुरानजीक चितोडे शहर आहे तेथे एकलिंग महाराज शंभु-माहादेव व श्री जगदंबा देवी आहे तेच कुळ-स्वामि तेथील संवस्थानी सिसोदे महाराणे आहेत. त्यांतील एक पुरुष सजणसिन्हजी महा-राणे याजपासुन संततिचा विस्तारः—

१ सजणसिन्हजी महराणा, १ दिलीपसिन्हजी महाराणा, १ सिन्हाजी महाराणा भोसाजी महाराणा यासच तद्देसी महाराणा असे ह्मणत होते व ते उदेपुराहुन आल्या-पासुन महाराज असे ह्मणू लागले व तद्देशी राणाजी व यादेशी राजा जी असे ह्मणो लागले. व चितोड शहरानजीक भोशी किल्ला आहे त्या किल्याचे नजीक भोसावत गांव ह्मणोन आहे. त्या गांवी आल्यापासुन भोसले असे उपनाव चालु लागले परंतु पूर्वीचे उपनाव सिसोदे असे आहे. १ देवराजजी महाराज १ इंद्रसेनजी महाराज १ शुभकृष्णजी महाराज १ स्वरुपसिन्हजी महाराज १ भुमिंद्रजी महाराज १ यादजी महाराज १ धापजी महाराज १ बऱ्हाटजी महाराज १ खेलकर्णजी महाराज १४ माल-कर्णजी महाराज.

येकंदर पुरुष चौदा त्यापैकी खेलकर्णजी महाराज व मालकर्णजी महाराज असे दोघे बंधु हे दक्षणदेशी आले ते आमेदशा पातशाहा दौलताबादकर यास येऊन भेटले. त्यानी त्यांचा मोठा सन्मान करुन नंतर दर असामीस प्रथक प्रथक पंधरा पंधराशे स्वाराच्या सरदाऱ्या मणसब देऊन हे पादशाही उमराव ह्मणवीत होते. त्या उभयता बंधुच्या नावे सरंजाम चाकरीबद्दल चाकण चौऱ्यासी परगणा व पुरंधेरचे खाली परगणा व सुपे माहाल असे तीन माहाल तैनातीबद्दल त्याजकडे लाऊन दिले त्याप्रमाणे ते उभयता बंधू चाकरी करीत होते. ते आमेदशा पादशाहाचे स्वारीबराबर हमेशा फिरत असता कोणे एके दिवशीं खेलकर्णजी महाराज हे लढाईत ठार जाहाले व मालकर्णजी महाराज या उभयता बंधूनी त्या लढाईत मोठी

किर्ती केली त्या दिवसापासुन खेलोजी व मालोजी हिच नावे चालू लागली पुढे काही दिवसानी आमेदशा पादशाहाचे स्वारीबरोबर फिरत असता कोणे एके दिवशी भीमा नदी चाकणचौऱ्याशी परगण्यात चासकमाण ह्मणोन गाव आहे तेथे डोहात जळक्रिडा करावयास गेले होते त्या डोहात गयफ जाहाले ते समई त्याचे पुत्र बाबाजी राजे हे लाहान होते तेव्हां मालकर्णजी माहाराज याचे वकिल व कारकुन होते. त्यास आमेदशा पादशाहा याणी बोलाऊन आणून त्यांची दैलत आस्ताव्यस्त होईल ह्मणोन बंदोबस्त वकिल व कारकुन याजकडुन करवून दौलत सरकार जमेस करवून ठेविली नंतर बाबाजी राजे व त्याची मातोश्री याणी काही दौलत आसबाब राहिली होती ती घेउन तेथुन निघून दैलताबादेपासुन पाच कोसावर वेरुळ घुस्मेश्वर आहे तेथे जाउन राहिली आणि गडीमाणसे ठेउन सेतेभाते करवित होती नंतर बाबाजी राजे भोसले हे थोर जहाल्यावर वेरुळ येथे राहून कांहीं दिवसानी त्याची मातोश्रीनी बाबाजी राजे भोसले यांचे लग्न केले नंतर बाबाजी राजे कर्ते थोर जहाले नंतर पुढे काही दिवसानी वेरुळ घुस्मेश्वर येथून आपले मातोश्रीचा निरोप घेउन निघोन भीमातीरीं मैजे देउळगाव तर्फ पाटस परगणे पुरंधर येथे जाउन देउळगावाची पाटीलकी व मैजे खानवटे व कसबे जींती भीमातीरी आशा तीन गावच्या पाटीलक्या खरेदी घेउन आपल्याकडे वहिवाट चालती करुन गुमस्ते ठेउन नंतर तेथुन निघून येरुळ येथे परत आले आणि मातोश्रीस हे वर्तमान पाटीलक्या घेतल्याचे निवेदेन करुन तेथे राहीले मग पुढे राजे यांची स्त्री गरोदर जाहली तीचे पोटी पुत्र प्रथम जाहाला शके १४७४ परीधावीनाम संवतसरे फसली सन ९६२ या साली मालोजी राजे असे त्यास नांव ठेविले. येरुळ मुक्कामीं याचा जन्म जाहाला पुढे दुसरे पुत्र विठोजी राजे यांचा जन्म येरुळ मुक्कामीं जाहाला तेथे काही दिवस राहुन उभयता बंधू सेतेभाते गडीमानसे यांजकडून करवित होते तेथील सेताभाताचे बंदोबस्तास गडी मानसे ठेउन येरुळाहून निघून मातोश्री व उभयता बंधू व बाबाजी राजे भोसले असे देउळ गावी येउन राहिले. पुढें काही दिवसानी बाबाजी राजे भोसले यांस देवआज्ञा जाहली. आणि उभयता बंधू सतरा अठरा वर्षेपर्यंत तितक्याच स्वास्तात निर्वाह करुन होते. उभयता बंधू यांचे कुळस्वामी श्री शंभू माहादेव व श्री जगदंबा देवी त्याचे ठाई उभयताची नीष्ठा फार अत्यंत होती. पूर्वी श्री शिवाचे स्थळी वस्ती अथवा तळे नवते देवाचे देवालय हेमाडपंती मात्र होते ते देउळ पर्वतावर आरण्यांत झाडीत होते. त्या पर्वताचे नाव कुतोहाळपर्वत तेथे श्री शंभूचे दर्शनास लोक सडे येत होते पूर्वी यात्रा भरत न्हवती तेथे उभयता बंधू श्री शीवाचे दर्शणास प्रती वर्षी चैत्र मासी येत होते. तो कोणे येके दिवशी श्री शंभूचे दर्शनास उभयता बंधू आले दर्शन घेउन एका वृक्षा खाली छायेस बसले तो कोणे एक भक्ताने दोन रोटया व यक वाटींत वरान्न त्यात तूप घालून उभयता पुढे आणून ठेविले तो उभयता बंधूनी दोन भाग रोटयाचे करुन एक भाग तांब्यावर

ठेउन एक भाग त्यातलि एक ग्रास मोडून त्या ग्रासाने वाटीतील तुप वरण एकठाई करून श्री शंभू सदासिवा तूज प्रित्यर्थ ह्मणून मुखात ग्रास घालावा तो ईश्वराचे चरित्र तेसमई काय जाहले ते आकस्मात एक गोसावी जटाधारी विभूती भूषण सर्वांगास लाविलेली असा समीप येउन उभा राहीला. तो ह्मणो लागला जे बाबू कुच आहे आसा शद्ब करिताच मालोजी राजे यानी आपली आर्धी रूटी व वरान्न व तुप लाउन गोसावी यास समर्पण केली. तो गोसावी संतोश होउन आसीर वचन देता जाहला की अरे बाबू ही ज्यगा शंभूकी होय इस जगेमे तलाव खणून जबलग इस तलावकू पाणी तबलग शंभूने तुमकू राज्य दियेगा. असे आशीर वचन देउन तो गोसावी गुप्त झाला तो विठोजी राजे मालोजी राजे यास पुसो लागले जे दाजी कोणाशी बोलता तेव्हा ते ह्मणो लागले जे एक गोसावी जठाधारी आला होता तो तुह्मी पाहिला कींवा नाही त्यास आर्धी रोटी वरान्न व तुप लाउन त्यास दिली त्याने आशीरवाद दिल्हा आणि तो गोसावी दिसेनासा झाला मग उभयता बंधूनी आपल्या चित्तात परम आश्चीर्य माणून भोजन करुन क्षनमात्र निद्रा केली तो मालोजीराजे यास चटपट लागली निद्रा लगेनासी झाली उठून बसते जहाले तो श्री शंभूकडे मुख करुन स्मरण करुन बोलते झाले जे श्री शंभू सदाशीवा आमच्या वडीलाची दौलत प्राप्त जाहाली ह्मणजे निच्छायतमक तुझ्या स्थळी तळे खणून बांधू असे बोलोन तांब्यातील तीन कुडते उदक सोडून याप्रमाणे संकल्प केला मग धाकटे बंधूस उठवून श्री शंभूचा निरोप घेउन निघते जाहाले आपले ग्रामास येउन पोहचले मातोश्रीस नमस्कार करुन श्रीच्या स्थळीचा चमस्कार त्यास सांगीतला नंतर मनात आनले की हारकोणापासी चाकरी करुन कालक्षेप करावा आसा विचार करुन उभयता बंधू मातोश्रीचा निरोप घेउन निघाले. आणि फलटण ग्रामी वणगपाळ बारा वजीराचा काळ आसे नामाभीधान ज्यास तो पादशाई मुल्लुख मारुन पुंड पाळेमारी करित होता तेथे राजे उभयता बंधू जाउन त्याची भेट घेउन त्यास जोहार करुन त्याचे समिप बसते जाहाले. तो श्री शंभूचे कृपेसामर्थे करुन त्यास असे भासले की हे कोणी उमराव आहेत यास बरव्या प्रकारे सन्मान करुन त्यास मजकुर पुसते जाहले कि तुह्मी कोणकोणाचे काय निमीत्य या स्थळी आगमन केले असे पुसताच राजे उभयताबंधूनी उत्तर केले जे आह्मी बाबाजी राजे भोसले याचे पुत्र आमचे उभयताचीं नांवें वडील मालोजी राजे व धाकटे विठोजी राजे भोसले आह्मी रोजगारानिमीत्य उभयता बंधू आलो आहो तुह्मापासी सिपाईगीरीचा चाह्मा आहे ह्मणोन आह्मी ऐकिले नंतर दोघे बंधूस दोन घोडे चांगले खासे त्यास बक्षीस देउन तैनात बाराबाराशे होन्न दर असामीस तैनात करुन उभयता बंधुस चाकरीस ठेविले पोशाख वस्त्रे दिल्ही तो इश्वराचे कौतुक ते समई कसे जाहले व नंगपाळ नींबाळकर कोलापुर प्रांती स्वारीस बारा हाजार स्वारा समागमे फौज वगैरे घेउन निघता जाहाला तेव्हा उभयता राजे समागमे घेतले तो जाउन रंकाळे तळे

या समीप येउन डेरे दीले तो तळ्याचे उदक उत्तम पाहुन निंबाळकर यास क्रीडा करण्याची इच्छा जाहाली तळ्यात कनाथा देउन वैश्यासह समवेत जलक्रीडा करण्यास लागले व संपुर्ण लोक आपले घोडे तळ्यात धूवावयास लागले व राजे उभयता बंधूनी आपले घोडे धूवावयास गड्याचे हाती देउन पाठविले ते घोडे गड्यानी धुवोन आणुन उन्हात उभे केले होते ते समई ईश्वराचे कौतुक आपुर्व जाहाले जे विजयापुरचे पादशाकडील फौज पादशाहा यानी रवाना करुन दील्ही ती फौज या फौजेवर चालून आली तो दोन हात्तीवर दोन नीशाने मोकळी सोडून डंका नौबती वाजवीत आले तो एकाएकीच या फौजेत गडबड झाली संपुर्ण सैन्य तयार जहाले इतकी या मध्ये राजे उभयता बंधूनी हर हर मुखी शब्द उच्चार करुन जलदीने उपलानी घोड्यावर स्वार होऊन हातात एक फिरंगा व भाले घेउन सर्व फौजेचे पुढे जाउन दोघानी सन्मुख जाउन समरंगणी मीसळले तो दोन हात्तीवर नीशाने मोकळी होती त्या हात्तीस भाले राजे यानी लाउन फौजेचा मोहरा माघारा फीरविला तेव्हा त्याचे भोळा चक्रवती शंभू उभयता बंधूचे हृदयकमळी प्रवेश करुन कैसी ख्याती करवीली मग उभयता बंधूनी पादशाहाचे फौजेत प्रवेश केला आणि आपले अंतःकरणी मनात आणिले कीं आमची आजपर्यंत शंभर वर्षे संपुर्ण जाहाली आता आह्मी माघारे काय फीरावे ह्मणोन हाती भाले घेउन व फीरंगा आडासनी घेउन हात्ती संन्मुख येउन भाले नीशानाचे हात्तीस लाविले तो श्री शंभूचे वरप्रदाने करुन हात्ती माघारे फीरविले तो सर्व संपुर्ण सैन्य फौज मागाहून येते जाहाले परम घोर युद्ध जाहाले त्या युद्धांत हे राजे उभयता बंधूनी हाती फीरंगा घेउन जसे इश्वराचे सुदर्शन फीरते याप्रमानें चक्राकार फीरु लागले त्या पादशाचे फौजेचा पराभव करुन काही घोडे पाडाव करुन आणिले आणि मोठे युद्ध करुन आपले फौजे समवेत यशस्वी होउन डंके नौबती वाजवित आपले लष्करात येउन पोचले तो या राजे उभयता बंधूस रणमद चढला तेनेकरुन हातातील फीरंगा सुटेनाश्या जाहल्या मग आपल्या लष्करातील मोठमोठे सरदार यानी बलत्कारे करुन त्यांच्या हातातील फीरंगा सोडउन घेउन ठेविल्या मग समस्त सरदार फौजेत होते, त्यास असे भासले जे हे परमयोध्ये झुंजार व सामर्थ्यवान प्रतापी धन्य याची मातापीता ज्याचे उदरीं अशी रत्नें निर्माण जाहली अशीं स्तुती परस्परा करु लागले किर्ती चहूकडे प्रगट जाहली संपुर्ण सर्वांमुखी करुन निजामशाहा पादशाहा दौलताबादकर यास हे वर्तमान समजले तेथें मालकर्णजी महाराज याचे वकील व कारकून पूर्वीचे होते त्यानी पादशाहास अर्ज केला कीं ज्यानी एवढी कीर्ती केली तें पुरातन आपले पदरचें सरदार पादशाही उमराव त्यास आपण बोलाऊन आणोन चाकरी त्याजपासून ध्यावी असा वकील व कारकून याणी निज्यामशाहा पादशाहा यास अर्ज केल्यावरुन त्यांचा अर्ज मान्य करुन पादशाहास बुध्दी निर्माण जाहाली जे असे किर्तीवान पुरुष पुरातन आपले पदरचे निरंतर आपले संनिध असावे ह्मणोन वकीलास व कारकुनास व लुखजी जाधवराव वजीर यासी पाद-

शाहाची आज्ञा जाली जे राजे उभयता बांधूस पत्र पाठउन घेउन यावे असा हुकूम होताच ततक्षणी वकिल व कारकुन परम हर्षयुक्त होउन तेच क्षणी वकिलास व कार-कुनास वजीरानी पादशाहाचे हूकूमाप्रमाणे पत्रे लीहून पाठविली तो इकडे उभयता बंधू याणी वनगोजी नाईक निंबाळकर यांचा निरोप घेउन उभयता बंधू मातोश्रीस भेटावयास मौजे देउळगाव येथे आले आणि युध्घातील सर्व वर्तमान ईश्वरइछेने जाहाले ते मातो-श्रीस नीवेदन केले आणि घरी राहिले पुढे कोणेयेक दिवशीं आकस्मात दोघे जासूद वकीलानी पत्रे देउन पाठविले ते मौजे देउळगाव भीमातीरी पुसत पुसत गावामधे आले ते गावचे लोकास पुसो लागले जे बाबाजी राजे भोसले याचा वाडा कोठे आहे तो येका गृहस्थाने वाडा दाखविला हे उभयता बंधूनी भोजन करुन बसले होते तो त्याजपुढें जासूदानी पत्रे देउन जोहार करुन उभे राहिले ती पत्रे वाचुन पाहिली तो वकिलाची नावची पत्रे होती की तुह्मा उभयता बंधूची किर्ती पादशाहा यानी ऐकीली आणि आपणास भेटावयास बोलाविले ते वेळी आह्मी समीप होतो या प्रकारे आह्मी साहीत्यास चुकलो नाही तुमचे वडीलांचे आन्न भक्षीले आहे आणि पुढेही तुमचे आन्नाची वाट पाहात आहो तुमचे दैव उदयास आले ह्मणोन पाद-शाहाचे मुखी ईश्वर उभा राहून आज्ञा केली जे पुरातन आपले पदरचे उमराव त्यास हूजूर आणावे आणि त्याची वडीलांची दौलत देउन समीप ठेवावे अशी आज्ञा जाहाली ह्मणोन तुह्माकडे मुजरद जासूदाबरोबर पत्रे लीहून पाठविली आहेत तरी आपण आधी घोड्यावर स्वार होउन नंतर पत्रातील मजकुर वाचावा याप्रमाणे पत्रे पाहून उभयता हार्शयुक्त होउन मातोश्रीस पत्रे वाचून दाखविली तो मातोश्रींचे मुखातुन उत्तर आले जे तुमचे श्री शंभूने महत्कार्य केले त्यास तुह्मी विसरु नका त्याचे दर्शन घेउन मग स्वार होउन जावे. आशी मातोश्रीची आज्ञा होताच उभयता बंधूनी मनात विचार केला की आपले सरदार यास हे वर्तमान सांगुन त्याचा नीरोप घेउन मग श्री शंभूचे दर्शन घेउन दौलताबादेस उभयता निघोन जावू असा निछ्य केला मग दोन जासुदास पत्राची उत्तरे देउन त्या जासुदास वस्त्रभूषणे देउन रवाना करुन दील्हे त्यास सांगितले की आह्मी मागाउन निघोन येतो असे सांगोन आपण तयार होवून घोड्यावर स्वार होउन उभयता बंधू गावातून बाहेर निघतेसमई उत्तम शकुन तीन, जाहले प्रथम शकुन एक सवाष्ण बायको मस्तकी घागर उदकाची भरोन घेवून कडेवर लहान मूल घेउन सनमुख येतीा जाहली दुसरा शकुन एक अंत्येज मासाची पाटी भरून घेउन सनमुख येत होताा तिसरा शकुन एक कोशावर मृग वामभागी चालला या प्रमाणे शकुन तीन जाहाले आणि आनंद युत्क होउन श्री शंभूचे स्थळास जाउन श्री शंभूचे दर्शन श्री चरणावर मस्तक ठेउन श्रीची आज्ञा घेउन उभयता बंधूनी घोन फलटण मुकामीं आपले सरदाराची भेट घेउन सर्व वर्तमान सांगोन पत्रे दाखविले पत्रे सभासद लोकानी व सरदार याणी पाहुन परम आश्चीर्य मानून करुन समाधान होउन बऱ्या प्रकारें

सन्मान करुन बारा बाराशे होन दर आसामीस देउन निरोप देते समई उत्तम दोन घोडे बक्षीस देउन आणि वस्त्रे भुषणे देउन या सिवाय सातसे होन समागमे खर्चास देउन मग निरोप देते जाले मग उभयता बंधू समस्त लोकास आणि सरदारास जोहार करुन आपले ग्रामास येउन पोहचले आणि मातोश्रीस नमस्कार करुन श्री शंभूचे द्रव्य तळ्याचे संकल्प करून मातोश्रीपासी चौवीसशे होन ठेउन सातसे होन आपण बरोबर खर्चास घेउन पादशाहाचे भेटीस जाते जाह्ले पुढे आधी वकिलास व कारकुनास सांगुन पाठविलें कीं आह्मी उभयता बंधू हुकुम प्रमाणे आलो आहे आसे वकीलानी व कारकुनानी वजीरास मजकूर समजविला तेव्हा लुखजी जाधवराव वजीर व वकिल पादशाहास आर्ज केला कीं बाबाजी राजे भोसले यांचे पुत्र मालोजी राजे ब विठोजी राजे भोसले हे उभयता बंधू भेटीस आले आहेत ह्मणोन अर्ज केला तो पादशाहाणी परम प्रीती करुन आपला वजीर जाधवराव फौजेसुध्धा सामोरा पाठवून बहूत राजे यांचा सन्मान करुन सभास्थानास नेउन बसविले नंतर पादशाहा याणी वस्त्र आलंकार भूषणें देउन बहुत प्रकारे समाधान राजे याचे करुन वजीरास व वकिलास आज्ञा केली की याचे वडीलार्जीत दौलत आपले जमेस आहे ती या उभयता राजे भोसले यांचे स्वाधीन करुन द्यावी अशी आज्ञा होताच ततक्षणी मागील कागद पत्र पाहुन उभयता बंधूचे नावे प्रथक प्रथक पंधरा पंधराशे स्वारांच्या सरदाऱ्या व मनसब द्यावी आणि तैनाती बद्दल जुनेर परगणा त्यातच शिवनेरी कील्यासुद्धा पादशाहा यानी संनदा पत्रे करुन दिल्या आणि सिरपाव देउन नीरोप देते जाहले तो उभयता बंधूस वजीरानी पादशाहाचे हुकुमाप्रमाणें देउन उभयता बंधू उभे राहून निजामशाहा पादशाहास जोहार करुन कचेरीतुन जाते समई समस्तास सभासीत लोकास श्री शंभूचे वरप्रदाने करुन सर्वत्र लोकास असे भासले जे परम तेजस्वी प्रतापवंत व पराक्रमी पुरुष याप्रकारे भासु लागले मग सवेच वकिलाचे घरास जाउन त्यानी त्याचे बरवे प्रकारे समाधान करुन तुह्मी पुर्वीची कामें वकिलाची वकिलास व कारकून यांची कारकुनास सांगोन पंधरा पंधराशे स्वारा समागमें घेउन डेरे दांडे वेग वेगळाले देउन परंतु राजे उभयता बंधु येक विचारे करुन मर्यादशील प्रमाणे वागु लागले आणि पंधरा पंधराशे स्वाराची तैनाती बद्दल जुन्हेर परगणा लाउन दिल्हा त्यातच सिवनेरी किला होता तोही राजे याजकडे वहिवाटीस दिल्हा याप्रमाणे चाकरी करीत होते पुढे काही दिवसानी निजामशाहा पादशाहा याची आज्ञा घेउन आपले मातोश्रीस भेटावयास मालोजी राजे व विठोजी राजे हे उभयता बंधू तेथोन निघोन परत देउळ गावास आले आणि मातोश्रीस भेटून नमस्कार करुन त्यास पादशाहाचे सभेतील जाहालेले सर्व वर्तमान निवेदन केले तेव्हा मातोश्रीनी त्यास सांगीतले की हे श्री शंभूने तुमचे महत्कार्य केले त्यास विसरु नका असे त्याणी सांगीतले जे नंतर उभयता बंधूनी भोजन करुन आपले गावी राहिले नंतर वणगोजी नाइक निंबाळकर फलटणकर हे लुखजी जाधवराव देउळगांव सिंद-

खेडकर हे त्याचे आत्प विषई हे पादशाहा याजपाशी वजीर होते त्याचे समक्ष पादशाहा याची मेहरबानी होवून मालोजी राजे व विठोजी राजे भोसले याचे वडीलार्जीत जी दौलत होती ती त्यांची त्यास देउन गावाकडे रजा घेउन गेले आहेत या मजकुराचे पत्र जाधवराव याणी वणगोजी नाइक निंबाळकर यास लिहून पाठविले त्याजवरुन हा मजकुर सर्व कलल्या नंतर वणगोजी नाइक फलटणकर यानी आपल्याकडील उपाध्ये व मोठे दोन गृहस्त काही बरोबर फौज देउन मालोजी राजे याजकडे पाठविले मोठ्या समारंभाने मालोजी राजे व बंधू व मातोश्री यास फलटणास घेउन गेले आणि आपली कन्या तिचे नाव दिपाबाई ही मालोजी राजे यास देउन कन्यादान मोठ्या समारंभाने करुन दिल्ले नंतर मातोश्री समवेत आलंकार वस्त्रे भूषणे देउन काही घोडे व हात्ती व पालखी वगैरे आपण देउन त्याची रवानगी करुन दिल्ही मग पुढे उभयता बंधू मातोश्री सुध्धा आपले गावास आले मग धाकटे बंधू विठोजी राजे लंग्न केले नंतर मातोश्री व उभयता बंधूच्या स्त्रीया समवेत श्रीचे स्थळास दर्शनास सुमुहुर्ताने श्री दर्शनास नेल्यानंतर श्री शीवाकारणे बरव्या प्रकारे पुज्या सामोग्री मातोश्रीपासी देउन षोडशोपच्येरे पुज्या करवीली तो मातोश्रीनी शीवाची प्रार्थना केली जे श्री महादेवा मुले तुझी आहेत तुजवाचून या मुलास पालग्रहण करणार तु समर्थ आहेस सर्व प्रकारे शेवा चाकरी घेणार आणि वेलविस्तार वाढविणार तुझा तू समर्थ आहेस याप्रमाणे श्रीशंभूची प्रार्थना करुन सर्वांनी श्रीस साष्टांग नमस्कार करून श्री शंभूची आज्ञा घेऊन परमानंदे करून आपले गावास पोहचले तेथून निघोन मातोश्री व बायका समवेत दौलताबादेस जाऊन पादशाहाची भेट घेऊन आपले चाकरीवर उभयता राजे हजर जाहले नंतर मातोश्रा व स्त्रिया वेरुळ येथे नेऊन ठेविले आणि उभयता बंधू मालोजी राजे व विठोजी राजे भोसले हे आपले चाकरीवर हजर राहीले नंतर तेथे थोडके दिवस राहून श्रीशंभूचे कृपे आवलोकनेकरून राजे याचे दैव उदयास आले तेव्हा शके १५१६ ज्ययनाम संवत्छरे फसली सन १००४ या साली निजामशाहा पादशाहा याचा निरोप घेऊन मालोजी राजे व विठोजी राजे हे उभयता बंधु येरुळ घुस्मेश्वर दौलताबादेपासून पाच कोशावर आहे तेथे गेले आणि ते तेथे राहिले राजे याणी गडीमाणसे सेताचे कामावर ठेऊन सेतेभाते करवीत होते आणि कुटुंबसुध्धा ते तेथे राहात होते तेव्हा श्री शंभू घुस्मेस्वर व श्री जगदंबा देवी या उभयतानी स्वप्नात दृष्टांत दिल्हा की तुह्मास आश्वीन शुध्ध ८ मंगळवार रोजी रात्रीस तुह्मास शेतात द्रव्यलाभ होईल ह्मणोन श्री शंभू व श्री देवी असे सांगीतले त्याप्रमाणे द्रव्यलाभ उभयता बंधूस जाहाला ते द्रव्य शेसापा नाईक श्रीगोंदेकर याचे घरी नेऊन ठेविले नंतर मालोजी राजे व विठोजी राजे हे उभयता वेरुळाहून निघोन दौलताबादेस आले आणि पादशाहाची भेट घेऊन आपले चाकरीवर राहिले तेव्हा मालोजी राजे भोसले याची स्त्रीचे नाव दीपाबाई साहेब ही वणगोजी नाईक निंबाळकर फलटणकर याची कन्या या बाईनी पूर्वी खुदस्ते बुनियाद सरकार सुभा आहामंद नगरच्या महजीदीत शहासरीफ ह्मणोन पीर आहेत त्या

पिराजवळ अवलीया फकीर होता तेथे बाईची स्वारी जाऊन त्या पिरास नवस केला नंतर त्या अवलिया फकिराने बाईच्या गळ्यांत नाड्याचा धागा बांधिला त्या पिरास बाईनि नवस केला की मजला पुत्र जाहाले ह्मणजे तुमची नावे ठेवीन असा नवस अवलिया फकिर याचे हातून केला होता पुढे बाईस दोन पुत्र जाहाले त्या पुत्राची नावे शाहासरीफ अशी ठेवली प्रथम पुत्र शाहाजी राजे जाहाले त्याचा जन्म शके १५१६ ज्ययनाम संवतसरे फसली सन १००४ या साली वेरुळ घुष्मेश्वर मुकामी जन्म जाहाला पुढे एक वर्षाने धाकटे पुत्र शरीफजी राजे याचा जन्म शके १५१७ मनमत नाम संवतसरे फसली सन १००५ या साली वेरुळ घुष्मेश्वर येथें जन्म जाहाला तेव्हा शहाशरीफ पिरास नवसाबदल मालोजी राजे भोसले याणी सुलतान बुराण निज्याम पादशाहा यास आर्ज करुन त्याजपासून एक गाव आपले नावे ईनाम करून घेवून तो गाव शहाशरीफ पीरास नवसाबदल ईनाम आपण करून दिल्हा तो गाव अहमदनगरानजीक आहे तो आजपावेतो त्या पीराकडे चालत आहे मालोजी राजे भोसले याचे धाकटे बंधु विठोजी राजे भोसले यास कांहीं दिवसानी आठ पुत्र जाहाले त्याच्या वौशाचा विस्तार गंगातिरी कसबे वावी व मुंगी व बनशेखरी (बनशेखरी अगर दरी) व मंजुर व कोराळे व भाबुरे चे कळस वगैरे गांवी याच्या वौशाचा विस्तार आहे शके १५२१ विकारीनाम संवतसरे फसली सन १००९ या साली मालोजी राजे यास श्री शंभुचे स्थलीचे स्मरण जहाले नंतर भोजन करुन निज्यामशाहा पादशाहा याची आज्ञा घेऊन धाकटे बंधुचे डेऱ्यास जाऊन त्याची भेट घेऊन त्यास सांगितले की तुह्मी सरदारीचे काम सांभाळावे आणि श्री शंभुचे प्रतापे महिमा विचित्र आहे त्याचे सामर्थ्यें करून एकढा लोकीक आणि पादशाहानें सन्मान करुन हे पद आपणास प्राप्त जाहाले असता मला श्री सदाशीवाचे स्थळीं मी जाऊन तळे खाणुन बांधीन आसा संकल्प केला आहे तो सिधीस नेणार श्री शंभु समर्थ आहे परंतु श्री शंभुचे चरणी तत्पर असावे असे बोलोन घोड्यावर स्वार होऊन आपले ग्रामास येऊन मातोश्रीस नमस्कार करुन पादशहाचे सभेतील जाहालेले वर्तमान निवेदन करुन श्रीच्या स्थळास तळे खणावयास मातोश्रीची आज्ञा घेऊन निघते जाहाले श्री सदाशीवाची स्वहस्ते पूजा आर्च्यो करून श्री शंभु महादेव याचे वैभव आणि सामर्थ्य तुला आहे आता सर्व आभिमान आणि लज्या सर्व रक्षण करणार तुह्मा तु समर्थ आहेस दहा मजुर मनुष्य तसा मी आकरावा मजूर मी वरकड कांहीं जाणत नाही याप्रमाणे श्री सदाशीवाची प्रार्थना करुन श्री चरणावर मस्तक ठेऊन तळ्याचे द्रव्यावर पुर्वी संकल्प केल्याप्रमाणे त्या द्रव्यावर मुठभर आंगारा व बिल्वपत्रे व तीर्थ टाकून त्या द्रव्यावर असा संकल्प करुन तळ्याचे जाग्यावर जाते जाहाले मग उतम मुहुर्त पाहुन सके १५२१ विकारी नाम संवतसरे या साली पाहुन तळ्याचे जागयावर तीर्थ आंगारा टाकून मनुष्याकडुन प्रारंभ करविला तो आकसमात सातशे गोसावियाची झुंड येती जहाली तो मालोजीराजे यास परम आनंद जाहला तो गोसावी याच्या आखाड्यांत जाउन ईश्वर

गिरी महंत यास नमोनारायण कर्ते जाले आणी विनंती केली की स्वामी शंभुचे चितात असे आहे की आपण आतीत समवेत आज श्रीचे स्थळास राहून भंडारा करावा ह्मणोन आदर करून विनती केली मग महंतानी उतर दिले जे हे आरण्य आहे येथे सिदापाणी कसा अनकूल होईल असे ह्मणताच उतर ऐकुन मालोजीराजे भोसले यानी पुन्हा विनंती केली की आजचा दिवस आपण कृपा करावी ह्मणजे श्रीचे परवताखालीं शंकरापटणगाव एक ह्मगजे नातेपुते आहे तेथे मनुष्य पाठऊन सर्व सिदारामग्री आज प्रहर रात्रीस आणवीतो उदईक सोमवार आहे श्रीचा भंडारा करुन श्री सदाशीवास भुक्ती समर्पण करून सग स्वामीनी जावे असे बोलोन साष्टांग नमस्कार महंतास घालोन तो ईश्वरगिरी महंत परम चितात आनंद होऊन श्री शंभुचा परम निजभक्त असे जाणोन उतर दिल्हे जे सर्व सामुग्री आमचे समागमेच आहे जे आपण द्रव्य आकार होईल तो दिल्हा ह्मणजे आह्मास पावेल श्री शभुचे तळ्याचे काम टाकून मनुष्ये पाठवावी हे उत्तम आह्मास दिसत नाही श्री शंभू तुमचे न्हदयात प्रवेश करुन आपले स्थळी उदक पाहिजे ह्मणोन इतके कृत्य आरंभीले असे भासते येणे करुन तुमचे उर्जीत परम कल्याण उत्तम राज्यपदवी वौषपरंपरेने देणार असे दिसोन येते. परंतु श्री शंभुचे ठाई परमनिष्टा आनन्य भावे करुन सदोदित असावे जैशी तुमची भक्ती वाढेल तसी तुमची संतती वाढेल असे त्या महंताचे मुखातून उत्तर येताच मालोजीराजे चीतात परम आनंद मानुन साक्षात सदासिवाचे उत्तर जाणोन आनंदयुक्त होउन आपले कारकुनास बोलाउन सामुग्रीचा हिसेब करुन द्रव्य महंताचे चरणावर समर्पण करते जाहाले संपूर्ण अतीथ व इश्वरगिरी महंत सर्वास हे वर्तमान भांडारा करुन सर्वांनी आशीर्वाद देउन नाशीक त्रींबकेस्वरास गेले त्याचे पुण्यसामर्थे करुन तळ्यास पाणी दीसो लागले मग मालोजीराजे ते पाणी पाहुन परमानंद जाहाले तळ्याचे कामावर कारकुन व कामगार ठेवून आपण श्री शंभूची आज्ञा घेउन मातोश्रीस देउळगावी येउन भेटले आणि श्रींच्या तळ्याचे वर्तमान पाणी लागलेलें सांगुन मातोश्रीची आज्ञा घेउन देउळ गांवाहुन निघोन दौलताबादेस विठोजी राजे भोसले यास भेटून श्री शंभूचे तळ्याचे प्राणी लागल्याचे वर्तमान सागीतले आणि पुढे चिरेबंदी ताल बांधावयाचा वीचार केला नंतर शके १५२२ शार्वरीनाम संवतसरे फसली सन १०१० या साली मालोजी राजे भोसले यानी गावा लगत पुरव आंगची प्रथम ताल बांधिली नंतर दौलताबादेस निघोन गेले पुढे काही दिवसानी निजामशाहा पातशाहाचे कचेरीस मालोजी राजे व विठोजी राजे हे उभयता बंधू व मालोजी राजे याचे वडील पुत्र शहाजी राजे असे कचेरीस बसले होते शाहाजी राजे याचे वय लहान वर्षे ९ होती व स्वरुपही चांगले होते ते लुखजी जाधव-राव वजीर हे कच्येरीत आले होते ते समई त्याची कन्या जीजावाई समागमे आली होती तीने शाहाजी राजे कचेरीस बसले होते त्याजकडे पाहुन विनोदाने आंगावर गुलाल रंगपंचमीचे दिवशी टाकू लागली तो जाधवराव वजीर याचे कन्येचे आंगावर शहाजीराजे यानींही विनोदाने गुलाल टाकू लागले हा बिनोद उभयताचा पाहुन जाध-

वैरांव खुष जाहाले तेव्हा कचेरीस आमीर उमराव निजामशाहा पादशाहाचे कचेरीस बसले होते ते ह्मणो लागले कीं हा जोडा फार योग्य आहे तेव्हा जाधवराव वजीर त्या कचेरीत बोलले की ही आमची कन्या शाहाजीराजे यास आह्मी दील्ही मग कचेरीतील आमीर उमराव जाधवराव यास ह्मणो लागले कीं हे वचन थोराचे सीध्धीस जावे मग जाधवराव यानी मुलगी शाहाजीराजे यास दिली ह्मणोन स्वमुखे बोलले नंतर कचेरी बरखास जाहली आस्तमानी जाधवराव वजीर आपले माहालात गेले तो त्याचे कुटूंबानी विचारीले की आपण मुली विसी कचेरीस मजकुर काय बोलला आमची मुलगी शाहाजी राजे यास द्यावयाची सोय नाहीं त्याची व आमची बराबरी नाही सबब मुलगी द्यावयाची नाही अशी जाधवराव याची स्त्री बोलली हे वर्तमान ऐकोन जाधवराव मनात चकीत जाहाले आणि हे वर्तमान राजे यास समजले नंतर उभयता राजे याचा मुल शहाजी राजे यास मुलगी देऊन जाधवराव वजीर बेबदल जाहले नंतर मालोजी राजे व विठोजी राजे भोसले यानी दोन डुकरे मारुन त्यांच्या गळ्यात दोन चिठ्या जाधवराव याचे नावाच्या बांधोन पादशाहाचे महजिदीत नेउन गव्याहाती ती डुकरे टाकवीली नंतर दुसरे दिवशी महजीदीतील मुजावर यानी पादशाहास खबर दिली की आलामीयाचा मकाण यात बुरी जनावरे मारुन आणून टाकीली व त्याचे गळ्यातील चिठ्या पादशाहास आर्ज करुन चिठ्या दाखवील्या आणि त्या चिठ्या पाहुन पादशाहास मोठा राग येउन वजीर जाधवराव यास बोलावून आणून व उभयता राजे बंधू यास बोलावून हा मजकुर पुसला त्याजवरुन राजे यानी सागीतले की जाधवराव वजीर यानी मुलगी देउन ते बेबदलपणा करीतात ह्मणोन आम्ही दावा केला त्यास जाधवराव यासी पादशाहानी पुसीले कीं तुम्ही मुलीविसी माार कचेरीस काल काय बोलला हे सांगावे तेव्हा वजीर ह्मणो लागले की आम्ही विनोदाने राजे याचे मुलास मुलगी दिली असे बोललो परंतु त्याची व आमची बरोबरी नाही आम्ही बावन्न चावडीचे देशमुख वतंनदार व पादशाहाचे वजीर म्हणवीतो तेव्हा आमची व त्याची बरोबरी नाही व त्याजला वतन व दौलतहि नाही. तेव्हा पादशाहा यास राजे याचा आभीमान येऊन प्रांत इंदापुर चौऱ्यार्शी गावची देशमुखीची वृतीपत्रे करुन राजे याचे नावे करुन दिली आणि वजीर यास विचारीले की आता तुमची व राजे याची बरोबरी आहे कींवा नाही तेव्हा जाधवराव वजीर मनात चकीत जाहाले नंतर मुलगी द्यावयाचा करार पादशाहाचे समक्ष केला मग रंगाचे आमंत्रण जाधवराव वजीर यानी आपले घरी उभयता राजे यास सागोन पाठविले नंतर परत उभयत्ता राजे यानी कारकुन व जासुद याजबरोबर सांगोन पाठविले की, लग्नसमई तुमचा व आमचा रंग जो होणे तो होईल नंतर दौलताबादेस निजामशाहा पादशाहा यानी मोठ्या समारंभाने शाहाजीराजे व जाधवराव याची कन्या जीजाबाई या उभयताचे लग्न मार्गशीर्ष शुद्ध ५ शके १५२७ विस्वावसु नाम सवतसरे फसली सन १०१५ या साली केले पुढे येक वर्षानी मालोजी राजे याचे धाकटे पुत्र शरीफजी राजे याचे लग्न शके १५२८ पराभव नाम सवंतसरे फसली

सन १०१६ या साली मालोजीराजे यानी मोठे समारंभाने व उदंड द्रव्य खर्च करुन दौलताबादेस लग्न केले नंतर काही दिवसानी शाहार्जाराजे हे मुर्तुज्या निज्याम पादशाहा याजपाशी विस्वासाने वागु लागले व शरीफजीराजे हे पंधरा पंधराशे स्वाराची मनसब सरदारीचे काम करू लागले हे उभयता दोघे बंधु येक वीचारे होते नंतर शाहाजीराजे याची स्त्री जिजाऊ आईसाहेब ही लुखजी जाधवराव वजीर देउळगाव सींदखेडकर याची कन्या याचे पोटी प्रथमपुत्र वेरुळ मुकामी संभाजी राजे भोसले याचा जन्म जाहला. हे आपले उमेदवारीत आल्यानंतर त्याचे लग्न केले. त्याचे स्त्रीचे नाव मकाऊ आंइ साहेब पुढे काहि दिवसानी पादशाहा याजकडुन कर्नाटक प्रांती कनकगिरीचे स्वारीस शहार्जा राजे त्याचे समागमे वडिल पुत्र संभाजी राजे गेले होते तेथे लढाईत संभाजी राजे यास गोळा लागुन ठार जाहाले शके १५३६ आनद नाम संवतसरे फसली सन १०२४ या साली तेंव्हां शहार्जाराजे हे आपले जागी मनात विस्मीत जाहाले आणि श्रीशंभुस प्रार्थना करुन तुझे कृपेने राज्यलक्षमी देऊन यश कीर्ती देता जाहालास परंतु पुत्र संततीं नाहीं याच कारणाने श्रीशंभुची प्रार्थना करुन श्रीशंभुचे ठांई परम उतम पदार्थ जितके द्रष्टीस पडतील तीतके श्रीशंभुस आधी आर्पण करुन नंतर आपण घेत होते असे शहाजी राजे हे परम निजभक्त पुण्यश्लोकी होते त्याचे उदरी संतती जाहाली परंतु आलपायुषी होऊन लढाईत मृत्य पावले नंतर कोणे एके दिवशी राज्यपत्नी रजस्वला होती तीं पंचम दिवशी राजमंदिरी शयनार्थ गेली तो राजा मंचकारूढ शयन संपादिले असतां काहिं ज्यागृत काहि निद्रिस्त तो चितात असा हेत जाहाला की आपल्या पासुन संतती होते परंतु आलपायुषी जाहाली ह्मणोन व्रथा श्रम कशास करावे ह्मणोन मुखावर वस्त्र घेऊन क्षणमात्र निद्रा करिते जाले तेसमई राजपत्नीसमीप उभी असता तेसमई श्रीशंभु भोळा चक्रवर्ती यानी काय कौतुक दाखविले तं साक्षांत भगवान षड्गुण संपन्न जटाधारी गोसावी याचे रूप धरून शरीरास (संपूर्ण) विभुती भूषण करुन हाती आमृत फळ घेऊन राजे याचा हात उशाकडेस होता तेथे गोसावी येऊन राजे. याचे हातात आमृत फळ ठेऊन बोलले जे हे आमृत फळ उभयता स्त्री पुरुष मिळुन भक्षावे ह्मणजे मीच साक्षांत सीवाचा आवतार घेईन ह्मणजे पुत्ररत्न होईल परंतु त्या पुत्राकडुन यवन लोकास नमन न करावे व बारा वर्षे पुत्राचे पालग्रहण तुह्मी करावे नंतर पुढे स्वतत्रपणे वेगळे त्यास ठेवणे असे करावे ह्मणोन श्रीशंभुची आज्ञा शहाजी राजे यास जाहाली असा शब्द त्रीवाचा बोलले तो गोसावी अद्रश जाहाला असा राज्यास शब्द श्रवण होताच तातकाळ जाग्रत होऊन हाताकडेस आवलोकन करिताच प्रत्यक्ष आमृत फळ पाहिले तो राजा चित्तात आश्चीर्य मानून तातकाळ मंच्यकावरील शस्त्र घेऊन ते आमृत फळ चिरोन पत्नीसहवर्तमान ते फळ भक्षुन उभयतानी शयन संपादिले तोच तातकाल गर्भ राहीला नंतर शके १५४२ रौद्रनाम संवतसरे फसली सन १०३१ (०?) यासाली मालोजी राजे यास देवआज्ञा जाहाली मुक्काम येरुळ धुस्वर येथे त्याचे उत्तर कार्य धाकटे पुत्र शरीफजी राजे याचे हातुन केले व शाहाजो

यानी दानधर्म उदंड द्रव्यखर्च केले पुढे शके १५४५ रुधि रोदगारीनाम संवतसरे फसली सन १०३३ या साली विठोजी राजे भोसले यास कसबे वावी गंगानीर येथे देवआज्ञा जाहाली नंतर निजाम मुर्तुज्या पादशाहा याचे कारकीर्दीत मलीक भाई ह्मणोन देवडीवर सिपाई होता त्यास निजाम मुर्तुजा पादशाहा यानी त्याचे नाव मलकांबर असे ठेविले आणि त्यास वजीरीची वस्त्रे दिल्ही त्याने आपले आकलेच्या जोराने त्या पादशाहाचे राज्यात बहुत इनसाफ केले व त्या पादशाचे मुलखातील जमीनीची मोजणी वगैरे करून धारे बांधीले त्याणे गावगंनाचे सीवेच्या हदहदोदी व चावराचे मर्यादेचे बांध पेडावळे व बिघे त्या दिवसापासुन आद्यापी त्या मुलखात मलकांबरी धारे चालले आहेत शके १५४७ क्रोधीनाम संवतसरे फसली सन १०३५ या साली निजाम मुर्तुजा पादशाहा हे मृत्य पावले त्यानी राज्य केले वर्षे ३२ निजाम मुर्तुजा पादशाहा याचे पुत्र लहान होते तेसमई शहाजी राजे निजाम मुर्तीजा पादशाहा याचे पुत्रास आपण त्यास मांडीवर घेउन तक्तावर बसु लागले तेव्हा पादशाहा जादीची व त्याचे पुत्राची शहाजी राजे याजवर कमाल मेहरबानी दिवसेदिवस फारच जाहली व पादशाहाजादीचे मर्जीने फारच वागु लागले व फौजेचे वगैरे काम पाहु लागले तेव्हा पादशाहाजादिचे व त्यांचे पुत्राचे हुकुमावरुन लुखजी जाधवराव वजीर याजवर हुकुम करु लागले तेव्हां उभयताचे वाकडे येऊन दिवसेदिवस द्वेष वाढु लागला काही दिवस वजीरीचे काम आपण जातीने शहाजी राजे करु लागले ते समई लुखजी जाधवराव वजीर याणी मनांत आणिले की आह्मी पादशहाचे वजीर असता शहाजीराजे पादशहाचे पुत्रास मांडिवर घेऊन तक्तावर बसतात आणि आह्मास पादशहाचे मुलास खुरनुसा करावा लागतो यामुळे आमचा अपमान होतो ही गोष्ट जाधवराव वजीर याणी आपले मनांत आणुन हे काही चांगले जाले नाही ह्मणोन इराद्याने शहाजीराजे याजबरोबर वागु लागले तेव्हां शहाजीराजे व लुखजी जाधवराव वजीर याची दौलताबादेस लढाई जाहाली नंतर तेथुन फौजसुद्धा शहाजीराजे निघुन माहुली किल्ला वसई नजीक आहे तेथे पादशहाजादी व त्यांचे पुत्र शहाजीराजे यानी माहुली किल्यावर नेऊन दोघासी ठेविले नंतर आपली स्त्री जीजाऊ आईसाहेबही समागमे होती ती गरोदर होती सबब त्याजला सिवनेरी किल्यावर नेऊन ठेविली नंतर शहाजीराजे याचे वडील पुत्र संभाजीराजे यांची स्त्री मकाऊ आईसाहेबही कसबे जिंती नजीक पळसदेव भीमातीरी येथे पाटीलकीचे वतनावर शहाजीराजे यानी पोहचऊन दिल्ही होती त्याचे पोटी संतती नाही मग कामगार दादो बाबाजी कोंडदेव हे पुरंधर प्रगण्यावर ठेविले व बाजी मोहिते हंबीरराव (आमीरराव) याचे पुत्र संभाजी मोहिते आमीरराव यास सुपे महालचे कामावर ठेविले त्या उभयतास परगणे व महालचा बंदो-बस्त आपण सांगोन विज्यापुरास फौजसुद्धा निघुन चालले तो फलटण देशी निरानदी नजीक जावली सिद्धाची आहे त्या दोहिच्या मध्यभागी जाधवराव वजीर व राजे याची मोठी लढाई तुंबळ जाहली जाधवराव यास कुमक वणगोजी नाईक पवार

निंबाळकर जावली मुकामी आले आणि दुसरी लढाई जाधवराव वजीर व राजे यांची जाहाली नंतर शहाजीराजे हे कोथळा पर्वत चढोन शीखरावर फौजेसुद्धा राज घाटाने चढोन गेले त्या दिवसापासुन राज घाट असें अद्याप ह्मणत आहेत श्री शंभु महादेव याचे दर्शन करुन रात्रीस लष्करांत आपले डेऱ्यांत निजले होते तेथे श्री शंभु महादेव स्वपनांत येऊन गोसावी याचे स्वरुप धारण करुन प्रसाद नारळ व आपले भगवे वस्त्रे प्रसादीक दिल्हे नंतर श्री शंभुचे भगवे वस्त्र प्रसादिक ते आह्मास वंद्य हे जाणुन शहाजीराजे याणी तेच क्षणी आपले लष्करची डाल भगवी व हत्तीवरील निशाण व घोड्यावरील डंका निशाण भगवे त्या दिवसापासुन तीच चाल आजपावेतो चालत आहे परंतु पूर्वांचे मुळ ठिकाणी उदेपुरास निशाण पाच रंगाचे तिकडे आहे हे सुर्यवंशी राणाजी ह्मणोन तेच निशाण पुर्वांचे आहे शहाजीराजे यानी श्री शभुचे ठिकाणी तळ्याचे चिरेबंदी ताल बांधावयाचे काम सुरु केले नंतर तेथुन कूचदरकुच करुन विजापुरास लढाई करीत करीत गेले शके १५४८ क्षयनाम सवतसरे फसली सन १०३६ या साली तेथे जाऊन सुलतान महमदशहा पादशहा याची व शहाजी राजे या उभताचे भेटीचा समारंभ जाहाला त्यास हे वर्तमान राजे यानी पादशहास मजकुर जाहिर केला नंतर पादशहा याणी राजे यास फौज मदतीस दिल्हा आणी शहाजी राजे आपली फौज व पादशाहाकडील फौज घेऊन लुखजी माधवराव वजीर याजवर चालून गेले आणि त्यांची व राजे यांची मोठी लढाई तुंबळ जाहाली फार रणखुंदल जाले तिकडील लोक जाधवराव याचे फौजेतील फार पडले आणी त्याचे फौजेतील घोडी व उंट नफर वगैरे ५०० पाडाव केले व जातीने शहाजी राजे हे फौजेत जाऊन लढाई केली त्या लढाईत राजे यास जखमा लागल्या आणि फौजेचा मोड करुन जाधवराव माघारे फिरोन गेले मग शहाजी राजे हे जखमानी चुर होऊन फार घायाळ जाहाले आणी तेथुन आपली फौज घेऊन विज्यापुरास जाऊन राहिले मग सुलतानमहमद पादशाहा विजापुरकर यानी मोठी बडदास्त शहाजी राजे याची केली आणि जातीनें पादशाहा येऊन तबीब याचे हातुन जखमाची तजवीज टेवली आणि मोठी मेहरबानगी करु लागले काही जखमा शेजेस आल्या नंतर काही दिवसानी जखमा बऱ्या जाल्या नंतर पुन्हा शहाजी राजे हे बळ धरून दौलताबादेस फिरुन फौजसुद्धा तयारी करून निघाले तो तिकडील वर्तमान काय जहाले जाधवराव माघारे फिरोन माहुली किल्यावर बादशाहाजादी व तिचा पुत्र या उभताची भेट घेतली आणि त्याजला तेथुन घेऊन जाधवराव याणी बरोबर परत माघारे दौलताबादेस कूच दरकुच करून दाखल जाहाले आणी राज्यकारभार करु लागले मग जाधवराव व बाराभाई मिळोन प्रमुख होऊन निजामशाही बुडवावयाची मसलत केली निज्यामशाईत मोठी बाराभाईची धांदल जाहली आणि त्यानी दिल्लीवाले औरंगजब पादशाहा याची फौज कुमकेस आणुन राज्य निजामशाईचे दिल्लीवाले पादशाहा याचे स्वाधीन केले मग शाहाजी राजे याचे कनीष्ट बंधू सरीफजी राजे दौलताबा-

देस होते त्यानी पत्र आपले नावाचे जाहालेले मजकुराचे शाहाजी राजे यास लिहून पाठविले कीं आपण इकडे येण्याची तयारी केलीत परंतु आपण इकडे दौलताबादेस येऊ नये मग हा मजकुर शाहाजी राजे यानी सुलतान महमद पादशाहा यास जाहीर केला नंतर पादशाहा यानी सांगितले की आपण दौलदाबादेस जाऊ नये ह्मणोन सांगितले नंतर सुलतान ह्महमद पादशाहा याची शाहाजी राजे याजवर कमाल मेहेरबानगी दिवसा दिवस करु लागले आणि शाहाजी राजे यास आपणापासी ठेऊन घेतले आणि पादशाहा यानी राजे याजवर मेहेरबानगी करुन शके १५४९ प्रभव नाम संवतसरे फसली सन १०३७ या साली वजीरीची वस्त्रे देउन जड जवाहीर व हत्ती घोडे असे देऊन बाराशे स्वार जीलीबीस चालू लागले नंतर चंदीचंदावर परगणा बारा लक्ष होनाचा जाहागीर सरमजाम व जातीचे तैनाती बद्दल दिल्हा त्या दीवसापासून विजारपुास वजीरी करू लागले मग तिकडे दौलताबादेस शहाजी राजे याचे धाकटे बंधू सरीफजी राजे हे निजामशाईतुन निघोन मोंगलाईत दिंल्लीवाले औरंगजब पादशाहा याचे फौजेत मोठे तोलदारीने (तालेदारीने ?) निजामशाईतून पंधराशे स्वारानीसी जाउन दिल्लीवाले याजकडेस चाकरीस राहीले हे पादशाई उमराव ह्मणवीत होते मग दिल्लीवाले पादशाहा याजकडून जातीचे तैनातीबदल चाकण चौऱ्यासी परगणा राजे याजकडे दिल्लीवाले सरकारातून लाऊन दिल्हा त्यातच चाकणच्या किल्यासुध्धा सरीफजी राजे याजकडेस दिल्हा ते तेथे दौलताबादेस राहीले सरीफजी राजे यास पुत्र त्रींबकजी राजे यास पुत्र बावाजी राजे यास पुत्र व्यंकोजी राजे याचे स्त्रीचे नाव कमळजाबाई यांचे पोटी पुत्र साहा जाहाले वडील पुत्र संभाजी राजे दुसरे माणकोजी खानवटेकर तीसरे शाहाजीराजे चौथे सरीफजीराजे पाचवे तुकोजीराजे साहावे बावाजीराजे शेडगाव व कोटारे देउळगावकर याच्या वंशाचा (व) साहाजणाचा विस्तार भीमातीरी वगैरे गावी आहे व शाहाजीराजे याचे वडील पुत्र संभाजीराजे याची स्त्रीचे नाव मकाउ आईसाहेब ही कसबे जींतीनजीक पळसदेव भीमातीरी येथे पाटीलकीचे वतनावर शाहाराजे यानी येशजी रवाना करून दिल्ही होती त्याचे पोटी औरस पुत्र नाही सबब परसोजीराजे भांबेरेकर याचे पुत्र उमाजीराजे हे वेडसर होते तेच बाई यानी दत्तक घेतले त्यास पुत्र तीन जाहाले करबेजींती भीमातीरी येथे त्याचे वंशाचा विस्तार आहे व सिवनेरी किल्यावर शाहाजीराजे याची वडील स्त्री जिजाउ आईसाहेब ही किल्यावर होती ती प्रसुत जाहाली शके १५४९ प्रभवनामसंवतसरे फसली सन १०३७ मीती वैशाख शुध्ध ३ रोज शनवार रोहीणी नक्षत्र कर्कलग्न या दिवशीं जन्म जाहला त्याचे पूर्वी श्रीशंभू ज्यटाधारी गोसावी याचे रुपे येऊन सांगीतल्याप्रमाणे नाव शीवाजीराजे असे ठेविले तेव्हा याचा जन्म सातवे महिन्यात जाहला हा शिवाचा आवतार ह्मणोन तें फार दिवस उदरी राहीले नाहीत त्यास ज्ञाते पुरुष याणी असे समजावे की हा प्रत्यक्ष शीवाचा अवतार ह्मणोन सर्वांचा उद्धार करण्याकरीता हा राजा पुण्यपरायण धार्मिक याची देवा ब्राह्मणाचे ठिकाणी निष्टा फार व शीवभक्त मोठा ह्मांनी यास सीवाचे वर प्रदाने व श्री देवीचा साक्षात्कार होता त्याजवर राज्य करण्यास

निर्माण जाहले व तिकडे शहाजी राजे विज्यापुरचे सुलतान महमदशाहा पादशा याज-पासी वजीरी करीत होते त्याजकडून फौज घेउन मुरार जगदेवराव यास समागमे घेऊन मलकांबर यास युध्ध करुन त्याचा पराभव केला आणि फिरोन शाहानी राजे वजीर आपले प्रांती येऊन संपुर्ण श्री शंभूचे तळ्याची ताल चिरेबंदी बांधोन श्रीचा दरवाजा बांधोन तळयाचे तालीचे काम पुरे करून उद्यापन केले नंतर श्री सदासिवाच्या कृपेने आणखी इच्छा जाहली की यास्थळी वस्ती चागली करावी ह्मणोन आपले पुर्वीचे आश्रीत ब्राह्मण चंदी चंदावराकडील तैलंग व गंगातीरीचे ब्राह्मण आणुन त्यास घरे बांधून वर्षासने करुन सातजण ब्राह्मण कुटुंबसुध्धा त्याची स्थापना करून श्री शंभूची पुजाआर्चा नैवेद्य आभीशेक चालवावे ह्मणोन घाडगे झुंजारराव जाहागीरदार कर्यात मलवडी याजपासुन जांभुळणी (भ?) गाव ह्मणोन होता तो गाव घाडगे याजकडून घेऊन श्री शंभूचे खर्चास नेमून दिल्हा पुर्वी पादशाई आमल होता त्यावेळेस हैबतवाडी ह्मणत होते पुढे हैबतपुर गाव ह्मणो लागले नंतर सिंगणराजा याचे हातचे देवालय हेमाडपंती होते त्यावेळेस त्या नावावर शहाजीराजे यानी हैबतपुर मोडून सींगणापुर असे त्या गावचे नाव ठेविले तेच नाव चालत आहे सिंगणापुर येथील पाटीलकीपूर्वी पाद-शाही अमलात सिंगाडे याची होती ती सींगाडे याजपासुन ती पाटीलकी आपण खेरदी साडेतीनसे होन सींगाडे यास देऊन घेतली आणि चौघुलकीचे वतन सींगाडे यास करुन दिल्हे आणि तो गाव सींगणापुर श्रीशंभूचे खर्चाकडे नेमून दिल्हा आणि तळ्याजवळ श्रीशंभूस बेल पाहीजे व फूले पाहिजेत ह्मणोन नानाप्रकारची झाडे लाऊन श्रीशंभूचे नेमणुकेस बाग दिल्हा या योगाने राज्यास संतती संपतीची वृद्धी होती जाहाली याजवर राघो कंबाजी ठाणेदार निसबत घाडगे झुंजारराव यांचे वेळेस श्रीचे शीखराखाली यात्रा भरावयास लागली तेव्हा शाहाजीराजे वजीर यानी कौल दिल्हा कारकीर्दीत मलजी बाजी घाडगे व बाबाजी झुंजारराव घाडगे बुधकर याचा हुंडा यात्रेवर बसला कानुकायदे आठरा खुंब जागे जागे चौथरे नेमुन दिल्हे असा कौल राजे यानी दिल्हा आणि शहाजीराजे तेथुन कुच करुन मजल दरमजल करुन विजापुरास दाखल जाहले ते शके १५५२ प्रमोध नाम संवतसरे फसली सन १०४० यासाली सुलतान महमद पादशाहा याची भेट घेउन आपले वाड्यात राहीले व पहिले नेमणुकी प्रमाणे वजीरीचे काम करु लागले पुढे थोडक्या दिवसानी शहाजीराजे माहाराज वजीर यानी दुसरी स्त्रीचे नाव तुकाबाई साहेब ही बाजी मोहिते आमीरराव याची कन्या हे विज्यापुरचे पादशाहापासी चाकरीस होते ते आपले कन्येस समागमे घेउन शाहाजीराजे माहाराज याजबरोबर चंदीचंदावरास जाऊन तेथे शके १५६० बहुधान्य नाम संवतसरे फसली सन १०४८ यासाली शहाजीराजे माहाराज व तुकाबाई साहेब याचे लग्न चंदीचंदावरास जाहाले त्या तुकाबाईसाहेब याचे पोटी पुत्र व्यंकोजीराजे जाहाले त्याचे वौशाचा विस्तार चंदीचंदावराकडे राज्य करीत आहेत तो इकडे सिवाजीराजे आपले वयात

सतरा आठरा वर्षांचे जाहले मग शके १५६६ तारणनाम संवतसरे फसली सन १०५४ या सालापासुन सिवाजीराजे बंडावा करु लागले त्यानी मोठे मोठे कारकुन व परभू वगैरे ज्ञातीचे पुरुष धारीष्टाचे व मावळे लोक पाइचे सरदार व शिपाई मोठे शुर धारकरी विसवासुक इतबारी असे मनुष्य जमाकरुन पादशाई किल्ले शयाद्रींचे बळकाऊन मुलुख काबीज करीत चालले व चार पादशाईचे खजीने मारु लागले त्यास शिवाजीराजे हे पादशाईस काळ जाहाले. तेव्हा त्याचे वडील शाहाजीराजे महाराज वजीर त्याचे वेळचे दादो कोंडदेव कारकून ब्राह्मण हा शिवाजीराजे याजला बाळपणी सिक्षाधारी विद्याभ्यास करणारा तो फार शाहाणा व मोठा शुर होता व शामराव निळकंट ब्राह्मण व मोरो त्रिमळ पिंगळे ब्राह्मण व येसाजी कंक व तानाजी मालुसराव व बाजी पासलकर हे पाईचे सरदार मोठे शुर धारकरी व मावळे लोक सीपाई असी भरवशाची मनुष्ये जमा करुन राज्य काबीज करु लागले आणि आपला आमल बसवीला आणि विजापुराकडे शके १५६९ सर्वजीतनाम संवतसंरे फसली सन १०५७ या साली शाहाजीराजे महाराज वजीर याचे राज्य बेंगरुळ सरदेशी चंदी चंदावराकडे होते त्यास मुलतान महमदशा पादशहा याणी माहालदार याजबरोबर पत्र लीहुन रवाना केले की तुह्मी पादशाई चाकर असता तुमचे पुत्र सिवाजीराजे हे पुरंधर किल्याकडे तुमचे संमत्ताने आहेत ह्मणोन पादशाहासी बेबदल होऊन त्यानी च्यारी किल्ले पादशाहाशी रुजु होते ते घेतले व देशमुलुख काबीज केला व येक दोन राज्ये पादशाहाशी रुजु होते तेही मारिले तरी आता आपण पुत्रास ताकीद करुन कैदवार ठेवणे नाहीतर पादशाहाचा तुह्मास हाक होईल असे पादशहा यानी या मजकुराचे पत्र लीहुन पाठविले त्याजवरुन शाहाजी राजे महाराज वजीर यानी उत्तर दिल्हे जे सिवाजी आपला पुत्र परंतु आह्मापासुन तो वेगळा आहे तो आसचे हुकूमात नाही आम्ही तो पादशाई चाकरी येकनीष्टपणे पादशाहासी रुजु आहो शिवाजी आपला पुत्र परंतु पादशाहानी त्याजला हाक करणे सुखरुप करावा जे मानेल ते करावे आपण दरम्यान काहिऐक बोलत नाही असे उत्तर शहाजीराजे महाराज यानी प्रतीउतर सुलतान महमद पादशाहास या मजकुराचे पत्र लीहुन पाटविले हा मजकुर पादशाहा यानी मनांत आणुन पादशाहाचे मनांत बादी आली तेव्हां दुसऱ्याने पुन्हा पत्र लीहुन पाठविले की तुमचे भेटीचे कारण आहे तरी पत्र दाखल होताच जरुर जरुर विजापुरास निघुन येणे असे पत्र जासुदापासी देऊन जासुद जोडी रवाना केली आणि मागाहून सांडणीस्वार बोलाऊं पाटविला की तुम्ही विजापुरास निघुन यावे मग शहाजीराजे महाराज हे चंदीचंदावराहुन कुच करुन फौजसुद्धा मजल दर मजल विजापुरास दाखल जाहाले आणि सुलतान महमद पादशाहा याची भेट घेतली तेव्हा पादशाहा यानी राजे यावर बदनजर होऊन हुकुम केला की तुमचा पुत्र शिवाजीराजे पुंडावे करुन पादशाही मुलखाचा खराबा करुन फौज मारली ह्मणोन त्याचा बंदोबस्त करून आपले पुत्रास तुह्मी सागुन पाठवावे की देश स्वस्त वसे असे करावे आणि देशांत

धामधुम न होई ती गोष्ट जाहाली पाहिजे ह्मणोन शहाजी राजे यास पादशहानी सांगीतले त्याजवरून शहाजी राजे यानी पादशहास अर्ज केला की माझे हुकुमाने तो ऐकणार नाही ह्मणोन उत्तर दिल्ह्यानंतर पादशाहा यानी सांगीतले की तुमचे पुत्र शिवाजी राजे यास पत्र लीहुन आमचे भेटीस आणावे नंतर शहाजी राजे यानी उत्तर दिल्हे जे तो माझ्याने येणार नाहीं असे बोलल्यावरून सुल्तान महमद पादशाहा याची नाखुशी होऊन शहाजी राजे हे आह्मापाशी राहुन आपले पुत्रास संमत देऊन बंडावा करविला असे मनांत आणुन पादशाहा याची शहाजी राजे याजवर फारच मर्जी गेली आणि मोठा घुसा येऊन मग पादशहा यानी शहाजी राजे यास आपले दृष्टी सन्मुख कचेरीत देवळीत तीन दिवस चिनून ठेविले नंतर सभासद लोकानी व सवाई जयसिंग उमराव हा पादशाहचे पदरी होता त्याणे पादशहास अर्ज केला जे राजे यास तीन, दिवस बीन आपराधी देवळीत चिणोन ठेविले त्यास अन्न उदक नाही त्यास पादशहाची बद किर्तीं आहे त्यास तुह्मी शहाजी राजे यास बाहेर काढावे जर ते मेलेले असल्यास हे दोषी खरे आहेत व ते जिवंत निघाल्यास त्याजकडे दोष काहि नाही असे नेमोत्तर ठरऊन पादशहानी सेवकास हुकुम केला की शहाजी राजे महाराज यास देवळीतुन बाहेर काडावे नंतर शेवक लोकानी भीत फोड्डुन पाहतात तो जैसा तपस्वी ध्यानस्त आसन घालोन हातात स्मरणी माळ घेऊन श्री शिवाचा पंच आक्षरी मंत्राचा ज्यप उच्यार करीत बसले आहेत परम तेजस्वी देखीले मग सर्वत्र लोकास व सुलतान महमद पादशहास मोठी आश्चीर्य वाटले ज्यास ईश्वर रक्षण करिता त्याचा नाश कोठुन होईल मग पादशहा याचे अंतःकरणापासून मर्जी खुश होऊन शहाजी राजे महाराज याजकडेस हा गुन्हा नाही हे जाणुन पादशाहा यानी शाहाजी राजे याचा मोठा सन्मान करुन सभास्थानासन्निध नेऊन बसविले मग उतम वस्त्रे आळंकार भूषणे देऊन बहुत प्रकारे राजे याचे समाधान करुन निरोप देते जाहाले आणि शहाजी राजे यानी निरोपा समई पादशहास अर्ज केला की इतक्या उपरातीक माझा जोहार बारा गांवा वरून ह्मणजे आठे चाळीस कोशावरून पाठवीत जाईन तेव्हां एवढे देणे पादशाहानी मजवर मेहेर बानगी करून द्यावे ह्मणोन शाहाजी राजे बोलल्यावरून पादशहा याचे मनांत पश्चाताप होऊन राजे याचा अर्ज मान्य करून त्याजला एक मोत्याची कंठी सवालक्षाची व मोत्याचा तुरा सवालक्षाचा व उत्तम वस्त्रे आळंकार व एक हात्ती व दोन घोडे बक्षीस देऊन पादशाहा याची मोठी कमाल मेहेरबानगी होऊन पुर्वी बारा लक्ष होणाची जाहागीर चाकरीबदल सरमजाम चंदीचंदावर परगाणा दिल्हा होता तो बाद घाळून नवीन नुतन आठरा लक्ष होणाची झुटीसानक शाहाजी राजे माहाराज वजीर याचे नावे ईनाम करुन वौश परमपरेने दिल्ही तिजवर तह्लाख घाल्लुन ती चंदीचंदावरचे दरवाजावर दगड कोरून ती आक्षरे लीहीली आहेत याप्रमाणे राजे यास पादशहा याणी देहेनगी देऊन निरोप दिल्हा नंतर सुलतान महमद पादशहा यास राजे यानी जोहार करून तेथुन निघोन्न चालेलें तो कचेरीत पहातात तो मल्हारभट देऊळ गावकर कुलकर्णी ग्राम जोशी

हा शहाजी राजे माहाराज याचे पदरी होता तो जेथे राजे देवळीत चिणोन ठेविले होते तेथे तीन दिवस आनुष्ठानास हातात जिभ धरून निग्रह करुन बसला होता तो राजे याचा बंधमुक्त जाहला तर मी आपला प्राण ठेविन नाहीतर प्राण त्याग करीन असे श्रीशंभुस संकट घालुन निग्रह करुन बसला होता तो राजे यास समजले मग भटजी याजपासी जाऊन पायावर डोई ठेऊन बोलले की तु आमचा साक्षात शंभु आह्मास पावला असे मल्हारभट याचे समाधान करुन राजे व भटजी आपले वाड्यांत गेले त्या दिवसा पासुन संभु भट असे नाव ठेविले पुर्वी त्याचे नाव मल्हारभट त्याचे पुत्र मुद्गुलभट देऊळ गावकर तेव्हा शाहाजी राजे यानी मनात आणले की आपणाजवळ दोन आळंकार आहेत ते श्री शंभुस योग्य आहेत आपल्यास काय करावयाचे आहेत ह्मणोन श्रीशंभूस आर्पण करुन कारकुन व जासुद याजबरोबर श्रीशंभूस रवाना करुन दिल्हे आनन्यभावे करून निष्ठा श्रीसदाशिवाचेठाई परम भक्ती होती वौशपरंमपरा ईश्वर कृपा करुन संतती व संपत्ती संपुर्ण पदार्थ किमपि नून्य नसता आनंदाने होते मग विज्यापुराहुन निघोन चंदीचंदा-वराकडे फौजसुध्धा निघोन गेले आणि तेथे जाऊन राहीले मग शके १५७० सर्वधरी नाम सवतसरे फसली सन १०५८ या साली शाहाजीराजे महाराज वजीर कर्णाटक प्रांती बेगरुळ सरदेशी चंदीचंदावर येथे शाहाजीराजे महाराज याचे पहिले दौलतीमध्ये पुर्णधर परगणा होता त्यास तेथे तो दादो बाबाजी कोंडदेव ह्मणोन कारकुन शहाणा फार चौकशीनें ठेविला होता तो महाराजाचे भेटीस बेंगरूळ सरदेश चंदीचंदावरास आला तेथे त्याचे बरोबर त्याचे वोलखीने कारकुन शामजी निळकंठ व बालकृष्णपंत व नारोपंत दीक्षित व सोनोपंत व रघुनाथ बलाळ असे च्यार आसाम्या व दादो बाबाजी कोंडदेव याणी यजमान शाहाजी महाराज यास न पुसता बरोबर घेउन या च्यार आसाम्यास पुरंदर किल्याचे आमलात त्या वेलेस पुनवडी ह्मणोन लाहान खेडे होते तेथे पुनवडीस दाखल जाहले येताच सिवाजीराजे पुनवडीस होते तेथे जाउन भेट घेतली आणि शिवाजीराजे याचे स्वारीबरोबर गेले आणि बारा मावळे काबीज केली आणि मावळची देशमुखी बदल जे तेथे गुमस्ते बेबदल होते त्यास दस्त करुन मारीले त्याउपरी पुढे काही दिवसानी दादो कोंडदेव यास देवआज्ञा जाहली मग शिवाजीराजे आपण जातीनेच राजकारभार करु लागले मग सुपे महाल देखील कोट तेथे संभाजी मोहिते आमीरराव ह्मणोन सावत्र आईचे बंधू राजे याचे मामा ते शाहाजी राजे महाराज यानी मोकाशाच्या आमलावर पूर्वी ठेविले होते त्याचे भेटीस सीमग्याचे सनाचे पोस्त मागावयाचे निमित्य करुन शिवाजी राजे गेले तेच मामास कैद करुन ठेविले आणि तीनशे घोड्याची पागा व हत्ती दोन व द्रव्य उदंड व वस्त भाव कापड हस्तगत केले सुपे कोट व देश साधीला माणकोजी चोर मराठा ह्मणोन हशम लष्करचा सर नौबत केला व नेतोजी पालकर स्वारांचा आधिकारी सर नौबद केला व शामराव निळकंठ पेशवे केले व बालकृष्णपंत मजंमदार केले व सोनोपंत डबीर केले व रघुनाथ

बलाळ सबनीस केले असे कारभारी करुन बहुत सावधपणे चौकशीने वर्तणुक करीत चालले पुढे जुनर शहर मारीले घोडी २०० पाडाव केली तीन लक्ष होनाची मत्ता व या खेरीज कापड जड जवाहर हस्तगत करुन पुनवडीस सिवाजीराजे दाखल जाहले त्याजवर नगर शहर मारले मोठी सीमा केली तुंबळ युद्ध जाहले तसेच सातसे घोडी व हत्ती पाडाव केले द्रव्य उदंड सापडले ते वेळेस पागा बाराशे व दोन हजार सीळेदार असे तीन हजारपर्यंत जमाव जाहला माणकोजी चोर मराठा सर नौबत होता मग कील्ले कोंडाणा आदलशाईत होता तो भेद करुन ठाणे आपले ठेविले सवेच पुरंदरगड अदल-शाई तेथे निळकंठ ह्मणोन ब्राह्मण गडास बहुत सावध होता तो मृत्य पावला त्याचे पुत्र दोघे ते येकामेकांत भांडू लागले त्याचा निवाडा करावयास उभयता भावात सख्य करून द्यावे ह्मणोन सिवाजीराजे पुरंधर गडावर लोकसुध्धा गेले आणि ते दोघे भाऊ कैद करून तोही गड आपण घेतला आणि आपले ठाणे घातले त्यावर कोकणात कल्याण भिवंडी मारिली वसई नजीक माहुली किल्ला आदलशाही होता तो घेतला. मावळे लोकाची संचणी करीत चालले मुसलदेव ह्मणोन डोंगर होता त्यास वसवीला राजगड नाव सिवाजीराजे यानी ठेविले त्या गडास माच्या च्यार बसविल्या व आष्ट प्रधान यास वाडे बांधून दिल्हे व सरकारी वाडा व माहाल व सरकारी राजपागा बांधून तरतुदीने राज्य काबीज करीत चालले तो सुलतान महमद पादशाहा यास ज्याहीर जाहले की सिवाजीराजे यानी शके १५७४ नंदन नाम संवतसरे फसली सन १०६२ साली बंडावा करून पादशाईतील मुलुख मारून व किले गड कोट याजवर आपली ठाणी बसविली असे पादशाहास विज्यापुरास कळले नंतर कुलवर्जीर आमीर उमराव बोलाऊन आणून मसलत केली आणि रणदुल्ला हान रहिमतपूरकर व बाजी घोरपडे दतवाडकर याजबरोबर पादशाहा याणी पांच हजार स्वार व तीन हजार पायदळ हशम समागमे देऊन सीवाजी राजे याजवर रवाना करुन दिल्हे ते विज्यापुराहुन कुच करुन मजल दरमजल वाईनजीक मुक्काम करुन उतरले हे वर्तमान शिवाजीराजे यास रायगड मुक्कामी समजले मग नेतोजी पालकर स्वाराचा आधीकारी सर नौबत हे वर्धनगड येथे छावणीत राजपागा दोन हजार २,००० व सीलेदार ३,००० घेऊन उतरले होते त्यास राजे यानी पत्र लीहुन पाठविले की तुह्मी राजपागा २,००० व शीलेदार ३,००० घेऊन वाईस दाखल होणे आणि खासी स्वारी आह्मी राजगडाहून पाच हजार मावळे लोक धारकरी घेउन आह्मी इकडून व तुह्मी तीकडून यावे मग त्या फौजेवर गर्दी करावी याप्रमाणे वाईन-जीक पुर्वीचे संकेताप्रमाणे दाखल जाहले लढाई मोठी जाहली फौजेचा मोड पादशाहाचे करुन फौज लुटून बरबात केली घोडी ५०० पाडाव केली व उंट नफर ३०० पाडाव केले व बैल वगैरे लोक नागवीले काही पळाले काही लोक ठार मेले काही जखमी जांहले व सर्व आपले लोकास शिवाजीराजे यानी लुट माफ केली तेव्हां रणदुल्ला खान व बाजी घोरपडे व कांहीं राहिलेले लोक हे विजापुरास माघारे पळोन गेले हे वर्तमान सुलतान महमद पादशहा यास ही खबर जाहिर जाहली मग रणदुलाखान व बाजी

घोरपडे या उभयतावर पादशहा याची नाखुषी जाहली हे दोघे नामो हरामखोर जाहले असे त्या उभयतास पादशाहा यानी ठरऊन पादशाहा यानी या दोघास हुकुम सांगितला की या दोघास दरबार मना केला मग इकडे शिवाजीराजे यानी मोरो त्रिमल पिंगळे ब्राह्मण यानी बहुत कष्ट महेनत केली त्याजवरुन शामजी निळकंट याची पेशवाई दुर करुन मोरो त्रिमल पिंगळे यास पेशवाई प्रधानपणची वस्त्रे दिल्ही व निळो सोनदेव यानीही कष्ट मेहेनत केली त्याजवरुन बालकृष्ण पंताची मुजुमदारी दुर करुन निळो सोनदेव यास मुजुमदारी सांगितली व आणाजी दतो यानी कष्ट मेहेनत केली त्याजवरुन त्यास सुरनिशी सांगितली व गंगाजी नागोजी ह्मणोन होता त्यास वाकनिशी सांगितली व प्रभाकर भट उपाध्ये होते त्याचे पुत्र बालकृष्ण भट व गोविंदभट यास उपाध्येपणा दिल्हा व हशम लष्करचा सरनौबत माणकोजी चोर मराठा सरनौबती करित होता तो मृत्य पावला नंतर त्याजकडील सरनोबतीचे काम दुर करुन येसाजीकंक यास हाशम लष्करचा सरनौबत केला व नेतोजी पालकर स्वाराचा आधीकारी सरनौबती करीत होते त्यावेळेस दोन २००० हजार राजपागा होती व तीन ३००० हजार जातिचे सिलेदार असे पाच ५००० हजार फौज व मावळे लोक पाच ५००० हजार एकुण १०००० याची संचणी जाहाली त्यास असे राजचौकशीने बदोबस्तोने करुन राहिले व शिवाजीराजे याची वडील स्त्रीयाचे नाव ईबाई ही विठोजी मोहिते अमीरराव नेवासकर याची कन्या व शिवाजी या उभयताचे लग्न रायगड येथे जाहले शके १५७५ विजयनामसवतसरे फसली सन १०६३ या साली जाहाले शिवाजीराजे हे रायगडी राहिले शके १५७५ विजयनामसवतसरे फसली सन १०६३ या साली कोकणांत चंदररावा मोरे जावलीस मोठे बंड होते तो जबरदस्त हशम व गडकोट बाधोन होता तेव्हां चंदररायाकडे रघुनाथ बलाळ सबनीस याजबरोबर शिवाजीराजे यानि खलबत करून त्यास सागीतले जे याचा विचार तुह्मी करुन चंदररायास मारित्यावाचुन राज्य साधत नाही त्यास तुम्हा खेरीज हे काम कोणास होणार नाही तरी तुम्ही तेथे जाऊन आम्हाकडील हे जिबी बकीली करणे असे सागुन त्याजबराबर निवडक धारकरी २५ असाम्या दिल्या ते तयार होऊन तेथोन निघोन जावली नजीक दाखल जाहले पुढे हेजिब यानी चंदररायास सांगोन पाठविले की शिवाजीराजे यानी आम्हांस हेजीबी देऊन तुम्हाकडे राजे यानी पाठविले असे कीतेक तऱ्हेने मतलबाने त्यास सांगोन पाठविले मग चंदरराव याणी बरे म्हणुन सांगोन पाठविले नंतर त्यानी यांस आपणाजवळ बोलाऊन आणुन उभयताच्या भेटी जाहल्या नंतर उभयताचे कीतेक प्रकारे बोलणीं जाहलीं हेजीब यास उतरावयास जागा दिल्ही ते तेथे लोक सुद्धा जाऊन राहिले नंतर दुसरे दिवशी पुन्हा मागती गेले चंदरराव व सुर्यराव व रघुनाथ बलाळ सबनीस हे हेजीब त्रीवर्ग एकांतांत जाऊन बसले तेसमयी कांहीं सिपाई लगत उभे होते तेवळेस रघुनाथ बलाळ सबनीस याणी हेजीब प्रथम चंदररायावर कट्यारिचा वार चालविला तेसमई सिपाई यास पुर्वी ईशारत होतीं त्या संकेताप्रमाणे

कांही शिपाई यानी सुर्यराव याजवर व चंदररायावर गरदी करुन उभयता बंधुस ठार मारिले तेव्हां रघुनाथ बलाळ पंचवीस लोकानिशी तेथुन निघोन परत माघारे मारामारी करीत चालीले तो पाठिमागे लाग ही आला त्यास मारामारी करून चालीले तेव्हा खाशे चंदरराव व सुर्यराव उभयता बधु खासे पडलीयावर पाठीमागे लोक कोठुन लागास येतील असे रघुनाथ बलाळ हेजीब व शिपाई यानी काम करुन शिवाजी राजे यांचे दर्शनास आले मग राजे याचे दर्शन घेऊन चंदररायाचे व सुर्यरायाचे जाहलेले वर्तमान कळविले मग शिवाजीराजे यानी सबनीस व शिपाई यास साबासकी देऊन नावाजीले आणि सर्वांस पोशाख व याखेरीज द्रव्य बक्षीस दिल्हे मग जावली येथे हणमंतराव ह्मणोण चंदररायाचा भाऊबंद ह्मणोन होता तेथे तो बळ धरून राहिला नंतर शिवाजी राजे यानी आपले मनांत आणिले की त्यास मारील्यावाचुन जावलीची शंका वारत नाही असे जाणोन पुन्हा संभाजी कावजी महालदार यास पाठवुन सोयरीकीचे नाते लावुन त्यास येकांती बोलीचाली करावयास जाऊन एकांती हणमतराव व संभाजी कावजी बसले ते वेळेस संभाजी कावजी याणें दग्यानें कटारीचा वार हणमतराव याजवर करून हाणमंतराव यास ठार मारिलें नंतर तेथुन निघुन संभाजी कावजी शिवाजी राजे याजपासी येऊन दाखल जाहला आणि जावली मुकामचे जालेले वर्तमान राजे यास कळविले नंतर त्यास पोशाख व द्रव्य बक्षीस दिल्हे नंतर शिवाजी राजे फौज सुद्धा जाऊन जावली काबीज केली तेव्हां चंदररावाचे घर भाऊ बारा होते त्यास चंदरराव याणी काहि हिसा न देता आपणच एकटा जबरीने जावलीचे राज्य करीत होता तेव्हा त्याचे बारा भाऊ यानी शिवाजी राजे याजपाशी आपला घरचा भेद सागोन राजाकडे मिळाले आणि घर फितुर करून चंदरराव याचे राज्य बुडविले त्या दिवसापासुन त्यास उपमा मिळाले की बाराभाई त्याणी बुडविली चंदरराई याप्रमाणें लोक ह्मणु लागले शिवाजी राजे मावळे लोकास कौल देऊन किर्त (दे) महामुरी करविली नंतर शिवतर खोऱ्यांत दादाजी महादेव ब्राह्मण पुंडवाळेगार होता त्यास शिवाजी राजे यानी कैद करून त्याचे बंड बुडविले व पुढे श्रींगारपुर नगरहि घेतले तेथे सुर्वेराव राज्य करीत होते ते तेथोन पळून देशांतरास गेले व त्याचे कारभारी सिर्के होते त्यास भेद करुन राज्य हस्तगत केते आणि सिर्के यास आपले ताब्यांत आणुन त्यास गाव मोकाशे देवुन जावली व श्रींगारपुरचे राज्य दोन्ही काबीज केली नंतर मावळे लोकाची संचणी १०००० पर्यंत करून राज्य हुशारिने बंदोबस्त करून किले रायगड येथे येऊन राहिले नंतर शके १५७५ विजय नाम संवतसरे फसली सन १०६३ या साली किले रायगड येथे शिवाजी राजे असतां त्याचे मनांत आले की श्री तुळजापुरची देवी कुळस्वामीन देवी लांब राहाते त्यास सालाबाद दर्शनास जावे लागते परंतु च्यार पादशाहाशी आपला दावा त्याच्या फौजा येतात एकादे वेळेस आपणास दगा होईल ह्मणोन तुळजापुरचे देवी प्रमाणें एक मुर्त करुन देवालय बाधुन स्थापना रायगड येथे करावी असे मनांत आणुन मंबाजी बिन गोमाजी सोनवणी नाईक पानसरे जुनरकर

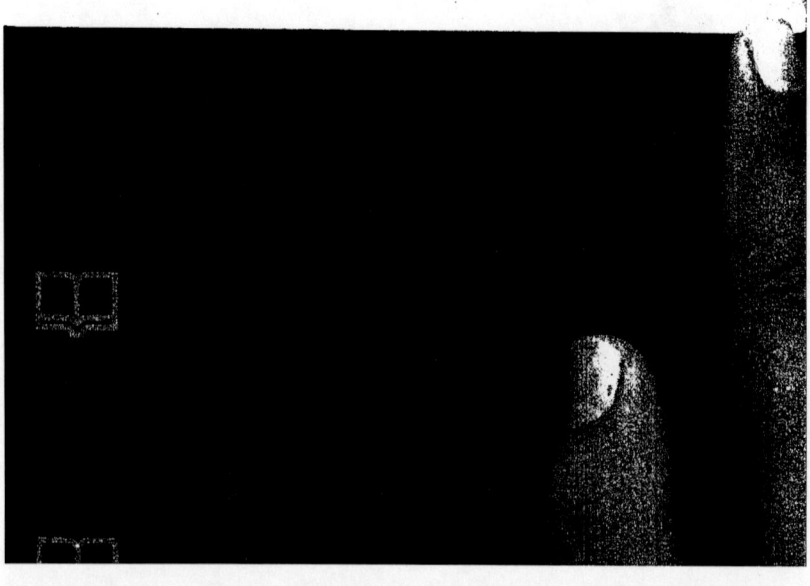

यास गंडिकेस पाठवून तो तेथे जाऊन त्या पर्वताचा राजा लीलासन याची भेट घेतली त्याचे राज्यांत त्रिशूळ गंडीकि व श्वेत गंडिकि व सरस्वतीचे संगमी शिळेचा शोध करुन शिळा उत्तम प्राप्त जाहाली ती शिळा गाड्यावर घालुन सोनवणी घेऊन येते समयी समागमे शिल्पीकार हुनरवंद कारागर त्या देशीचे आणोन त्याचे हातुन कीले रायगड येथे मुर्त शिवाजी राजे याणी तयार करऊन तेथे नवीन एक देवालय बांधोन देविची स्थापना करावी तो शिवाजी राजे यास स्वप्नांत येऊन देविने सांगितले की महाबळेश्वरचे पश्चमेस ढोरप्या ह्मणोन डोंगर आहे तेथे नवा किला बांधोन किल्यावर माझे देवालय बांधोन माझी स्थापना तेथे करावी या प्रमाणे देविनें स्वप्नांत सांगितल्यावरुन शिवाजी राजे खासा स्वारी रायगडाहुन निघोन पारघाटचे माथ्याने गुरे चरावयाचा डोंगर आहे तेथे नजीक येऊन गुरे राखणार मुले होती त्यास शिवाजी राजे यानी विचारले की गुरे चारावयाचा ढोरप्या डोंगर कोणता ह्मणोन त्यास विचारील्यानंतर गुरेराखी मुले यानी राजे यास डोंगरावर नेऊन महाबळेश्वरचे पश्चीम आंगचा डोंगर दाखविला त्या डोंगरावर राजे जाऊन पाहतात तो प्राचिन जाईचे जाळीखाली श्री केदारेश्वराचे लींग होते त्याचे दर्शन घेऊन प्रथम केदारेश्वराचे देवालय बांधावयास आरंभ केला नंतर तेथे नवीन किल्ला व श्री देविचे देवालय बांधण्याविसी शिवाजी राजे यानी मोरोपंडित पिंगळे मुख्य प्रधान यास हुकुम होऊन त्याचे मार्फतिने किल्याचे व देवाल्याचे काम असी दोन कामे तयार करून श्री देविची स्थापना करावयाचा मुहुर्त पाहुन मोठे मोठे शिष्ट ब्राह्मण व श्री रामदास स्वामी असे सहीत येऊन मुहुर्ताची सिद्धता ह्मणजे नेम केला श्री रामदास स्वामीनी देविची मुर्त पाहुन शिवाजी राजे यास स्वामीनी पुर्साले की देविची स्थापना कोणाचे हातुन करविता ते समई शिवाजी राजे याणी स्वामीस विनंती केली की स्थापना करण्यास मलाच सर्वत्र मडळीचे ह्मणणे आहे त्याजवरुन स्वामींची आज्ञा जाहली की हे देविचे मुर्तीचे ध्यान अती अपुर्व जाहाले आहे सिऊबा तुह्मी क्षत्रीय तुमच्या हातुन स्थापना जाहली असता ब्राह्मण लोक दर्शन घेण्यास योग्य नाहीत मग स्वामीची आज्ञा राजे यानी मान्य करून ते समई मोरोपंडित पिंगळे प्रधान याचे कुटुंब बरोबरच होते त्यास राजे याची आज्ञा होऊन त्यांचे हातुन सुमुहुर्ताने देविची स्थापना केली आणि पेशवे प्रधान यास मुजुमदारी व सवस्थानचा कारभाराचा आधिकार व किल्याचा सुभा मोरोपंत पंडित पिगळे प्रधान यास सागितला व पुजक व पुराणीक व सोनवनी हावलदार यास आधीकार आपले आपले कामाचा दिल्हा व श्री देविचें नावे गाव सरमजाम इनाम करुन देऊन चौघडे वगेरे कारखान्याचे राज्यनीती प्रमाणे चालु केले आणि ढोरप्या डोंगराचा किला बांधिल्यावर त्या किल्याचे नाव प्रतापगड असे ठेविले शके १५७५ विजयनाम सवतसरे फसली सन १०६३ या साली वाई नजीक गोळेवाडी होती तेथे गोळे बंड होते तेथे शिवाजी राजे खासा स्वारी फौजसुध्दा जाऊन गोळे यास दरोबस्त मारिले ते समई गोळे याची एक सुन येकटी बाई त्या दंग्यातून प्रतापगडाचे रडतोंडीचे घाटानें पळुन प्रतापगड

किल्याचे खाली चौकी होती तेथे सीपाई यानी त्या बाईस आटकाव करुन ठेविली आणि मोरोपंत प्रधान याचे निसबर्तीने एक ब्राह्मण सुभेदार प्रतापगडचे किल्यावर होता त्यास खबर दिल्ही नंतर सुभेदार यांणी त्या बाईस नेऊन नजर बंदीत ठेविली आणि ती बाई तारुण्य वयात स्वरुपवान चांगली होती तिजला सुभेदार यानी समागमे घेऊन सातारा मुकामी शिवाजी राजे याजपासी येऊन अर्ज केला का मी आपल्या योग्य एक जीन्नस आणिला आहे असे सीवाजी राजे याणी ऐकून घेउन सुभेदार यास सांगितले की क.य जीन्नस आणिला आहे तो ह्याच रंगमहालचे वाड्यांत कचेरीत आणावा मग सुभेदार बोलले की आज्ञेप्रमाणे जीन्नस आणिलेला हजर आहे असे बोलुन गोळे याची सुन कचेरीचे खाली सनमुख उभी करुन सुभेदार यानी त्या बाईची स्तुती फार करु लागले की बाईचे स्वरूप फार चांगले आहे ह्मणोन स्तुती केली मग राजे यानी त्या बाईस पाहुन बोलले की ही बाई फार चांगली व स्वरुपही चांगले आहे हे मजला पुर्वीच जर करिता समजले असते तरी मी ईच्या पोटी जन्म घेतला असता परंतु मी प्रारब्धाचा हीन ह्मणोन जिजाऊ आई साहेब याचे पोटी जन्म घेतला हे मी चुकलो असे बोलीले मग सुभेदार आपले मनांन लजीत होऊन उगाच राहिला नंतर शिवाजी राजे याणी सुमारे दोन हजार होन जामदार खान्यातुन आणुन सुभेदार ब्राह्मण याचे पदरी घालुन त्यास ताकीद केली की तु कुटुंबसुद्धा काशीस नीघोन जावे तुजला पुन्हा या देशी पाहिले असतां तुझे पारपत्य करीन असी निक्षून ताकीद करुन दोन शिपाई व एक जासुद त्याजबरोबर देऊन तो सुभेदार ब्राह्मण राज्या बाहेर घालवुन दिल्हा मग त्या बाईस लुगडी व चोळी नेसऊन मोहोराने ओटी भरवुन दोन शिपाई व एक जासुद बाई बरोबर देऊन जेथे गोळे होते तेथे बाईस पोचती केली आणि गोळे यास सांगुन पाठविले की या बाई कडे दोष कांहीं नाही बाई निरदोष आहे तरी बाईस आपल्यांत वागवावी असे सांगोन पाठविले असे शिवाजी राजे पुण्य प्रतापी व पुण्य पवीत्र होते असे पुण्य योगाने सर्व ठिकाणचे राज्य संपादन करीत चालीले मग तिकडे विजापुरचे बादशाहा याणी शिवाजी राजे याची किर्ती ऐकून मनांत विस्मीत जाहले की शिवाजी राजा मोठा शुर आहे याणे शयाद्रीचे किले बळक:ऊन पादशाई मुलुख खराब केला मग तिकडे शाहाजी राजे माहाराज वजीर हे चंदी चंदावराहुन निघोन विजापुरास दाखल जाहाले नंतर शके १५७६ जयनाम सवतसरे फसली सन १०६४ या साली कार्तीक व. ५ रोजी सुलतान महमद पादशाहा हे हक जाहाले नंतर शके मजकुरी कार्तीक व. ६ रोजी आली आदलशाहा धाकटे पुत्र सुलतान महंमद पादशाहा याचे पुत्र यास राज्याधीकार जाहाला त्या दिवसांपासुन ते पादशाई करु लागले व त्याची मातोश्री बडे साहेबीण सुलतान महमद पादशाहा याची स्त्री ही अली अदल शाहा वयाने लहान होते सबब मातुश्री व आपण कुल राज्य कारभार चालवीत होते तेव्हां शहाजी राजे माहाराज वजीर आली अदलशाहा पादशाहा याजपाशी वजीरी करीत होते तेव्हां शिवाजी राजे यानी सयाद्रीचे किल्ले बळ-काविले व विजापुरचे पादशाहा कडील किले घेतले देश मुलुख काबीज केला व एक दोन

"ाज्यें बुडविली हा शिबाजी राजा पुंड जाहला हे वर्तमान आलं अदलशाहा पादशाहा व त्याची मातोश्री बडे साहेबीण हा मजकूर त्यास जाहीर जाहाला मग फार दिलगीर होऊन पादशाहा तीन दिवस तक्तावर बसले नाहीत व चार पादशाहास मुख्य दिलीवाले पादशाहास ही खबर जाहिर जाहली आणि आली अदलशाहा पादशाहा व त्याची मातोश्री बडी साहेबीण याणी आपले मनांत विचार केला की शिवाजी राजा पुंड जाहला त्यास मारुन गरदीस मिळवावा व त्याचे पारपत्य कसे करावे ह्मणोन आली अदलशाहा पादशाहा व त्याची मातोश्री बडे साहेबीण याणी विजापुरी कचेरी केली आणि अमीर उमराव व वजीर मिळऊन मसलत केली शके १५७९ हेमलंबी नाम सवतसरे फसली सन १०६७ या साली कचेरीस कुल वजीर व आमीर उमराव कचेरीत हाजर होते त्या कचेरीत पैजेचे विडे मांडुन सर्वास विचारले तेंव्हा कोणी कबुल केले नाही इतक्यांत आफजल खान पठाण वजीर याचा बाप भटारी होता हा बडे साहेबीण इचा बंधु त्याणे भर कचेरीत कबुल केले आणि विडा पैजेचा उचलीला तो मोठ्या गर्वाने अफजल खान वजीर ह्मणो लागला की मी हुकुमा प्रमाणे शिवाजी राजे यास चढ्या घोड्या निशी दस्त करुन जिवंत धरुन पादशाहाचे भेटीस आणतो असे बोलल्यावर आली आदलशाहा पादशाहा व बडे साहेबीण हे आपले दिलांत खुश होऊन वजीर यास वस्त्रे आळंकार बक्षीस ईनायत ईजाफा दौलत देऊन बरोबर बारा हजार स्वार व नाम जादे मोठे लोक सरदार व हत्ती घोडे व सुतारनाला व पायदळचे लोक दहा हाजार बरोबर नेमणूक करुन दिल्ही मग तो तेथुन निघोन आपले मकाणास आले आणि आपले साठ बायकास एकएकीस बोलावुन आणुन त्यास सांगितले की शिवाजी राजे हातास आले तर आह्मी परत येऊ नाहीतर तिकडेस मृत्य असल्यास तिकडे मरुन जाऊ असे आपले साठ बायकास सांगोन तेथोन निघोन आपले गुरुचे दर्शनास गेले तो गुरुस आफजलखान वजीर याचे धडास सीर नाही असे दिसले धड मात्र आहे तेंव्हां गुरुनी पुसीले की तुला सीर नाही धड मात्र आहे असे दिसते यातील कारण काय मग वजीर याने कचेरीतील विड्याचा मजकुर गुरुस निवेदन केला मग गुरुचा निरोप घेउन आपले घरास आले आणि आपले साठ बायकास एकएकीस खोलीत बोलाऊन आणुन तरवारीने छ्याटुन बिजन केल्या प्रथम साठ बायकाची हत्या घेऊन त्यांचा वध करून गुरूस बोलऊन आणुन त्यास सांगितले की मी आता निघोण जातो माझे साठ बायकाच्या कबरा बांधा ह्मणोन गुरुस सांगितले त्या गुरुने साठ बायकाच्या कबरा बांधील्या त्या विजापुरी आहेत मग विजापुराहुन वजीर निघोन मोठ्या गर्वे करुन तोलदारीनें चिरंजीव सुद्धा फौज घेऊन तेथुन कुच करुन मजल दर मजल चालला तो दरोबस्त फौज एकंदर जमाव जाहला त्यास बहीर बुणगे वाणी बकाल व लमाण वगैरे यास उतरावयास जागा हम चौरस चार कोसाचा लष्कराचा तळ पडु लागला नंतर मजल दर मजल करून चालला तो श्री तुळजापुरास दाखल जाले तेथे लष्कर सुद्धा मुकाम करुन उतरले तो तुळजापुरची श्री भवानी जगदंबा देवी ही राज्याची कुळस्वामीन

दैवत तिजला फोडुन जात्यांत घालुन दलुन तिचे पीठ केले ती देवी फोडते समई तेथे आकाशवाणी जाहाली की अरे अफजलखाना तुझे एकविसावे दिवशी शीर कापविते व तुझे लष्करचा संव्हार करुन नव कोटी चंडीमुंडी तृप्त करविते असी अकाशवाणी ऐकताच सर्व लष्करचे लोकानी ऐकिले नंतर चौहूकडे पाहु लागले तो कांहीं दृष्टीस पडेनासे जाहले नंतर ईकडे शके १५७९ हेमलंबीनाम सवतसरे फसली सन १०६७ यासाली शिवाजी राजे हे सातार मुकामी होते ते समई अफजलखान पठाण वजीर हे विजापुरकर पादशाहा याजकडुन फौज बारा हजार स्वार व मोठमोठे नामांकीत सरदार सेक सयद मोगल पठाण एक जात मातबर लोक व पायदळचे लोक रोहिले आरब व करनाटकी लोक व तोफखाना व हत्तीवरील सुतर नाला व उंटावरील सुतर नाला व रेखले जंबुरे जेजाला वगैरे लढाऊ सामान व फौजेचा समुद्र घेऊन श्री तुळजापुरावर आपणावर चालुन आला ही खबर जासुद याणी शिवाजीराजे यास कळविली मग त्याजवरुन आपले बाप शहाजीराजे महाराज वजीर याचे धाकटे बंधु शरीफजीराजे भोसले याचे वंशापैकीं राजेश्री बाबाजीराजे भोसले हे भिमातीरी राहात होते त्यास गुप्तपणे खुणेचे पत्र देऊन एक कारकुन व दोन जासुदाबरोबर पाठविले आणि कारकुन याजपासी रोख दोन हजार रुपये नालमेखचे खर्चास पाठविले ते पत्र खुलास तुल इमसाल वलयक एन जकदत वतबुर (दुर ?) असार राजश्री बाबाजी भोसले मालुम दानत सुमा समान सन १०६७ तुह्मास हुजुरुन निशाण आलीशान सादर जाहला आहे तुह्मी आपलाखातर जमा राखुन जमीयत घेऊन आह्मापासी येणे जे जमीयत आणाल त्या शिपाई स्वारास दोन हजार रुपये खर्चास देवीले आहेत तेणे प्रमाणे खर्चास देऊन व तुमचे मनसबिची ही सरंजामी करून खातर जमा राखुन सातारा येथे येणे छ १३ माहे जिल्हेज मोर्तब सुद या मजकुराचे पत्र दाखल होताच तेथुन तयार होऊन समागमे पांच हजार ५००० स्वार घेऊन ते तेथून निघाले तो वाटेस येते वेळेस दिलीवाले पादशाहा याची फौज व दौलताबादकर पादशाहा याची फौज असमंतात भवत्या फीरत होत्या त्या यवन लोकांचे फौजेच्या अश्या दंग्यातुन स्वार सुद्धा मजल दर मजल करुन सातारा येथे दाखल जाहले नंतर सीवाजीराजे यास भेटले आणि एकांती त्याची व याची बोलणी जाहाली शिवाजीराजे यानी राजश्री बाबाजी भोसले यास सांगितेले कीं तुह्मी तुर्ते वर्धनगड येथे राज पागा ५००० पाच हजार व जातीचे सिलेदार ५००० पाच हजार तेथे छावणी करुन राहिले आहेत तेथे त्या स्वाराचे आधिकारी नेतोजी पालकर सर नौबत आहेत तेथे तुम्ही जाऊन मुकाम करुन लोक सुद्धा राहावे नंतर आमची सुचना उभयतास येईल असें राजे श्री बाबाजीराजे भोसले यास समक्ष सांगितले की तुम्ही महाबळेश्वरचे बाजुस घाट माथा धरून असावे या प्रमाणे त्याजला सांगोण नीरोप दिल्हा नंतर आपली खासा स्वारी लोक सुद्धा सातार्‍याहुन निघोन शिवाजी राजे रायगडास गेले आफज़लखान लष्कर सुद्धां तुळजापुराहुन

निघोन पंढरपुरास भीमातीरी येऊन उतरले तेथे आपण जातीने देवळांत जाऊन देवाचे नाख तोंड फोडुन तेथे गाईचा वध करुन देवास उपद्रव करून नंतर तेथून कूच करून मजल दर मजल तेरावे दिवशी वाई नजीक लष्कर सुद्धा येऊन उतरले नंतर आफजलखान वजीर याणे आपले मनांत विचार केला की सीवाजीराजे याजकडे हेजीब पाठवुन सला करावा कीवा विश्वासघात करावा अगर त्यास कैद करुन त्यास जिवंत धरुन पादशहाचे भेटीस न्यावे असे मनांत दुरबुद्धी आणुन आपला कारकुन दताजी भास्कर यास बोलावुन आणुन त्यास हेजीबी देऊन सांगितले की तुम्ही शिवाजीराजे याजकडे जावुन त्याची भेट घेऊन त्याजला असें सांगितले पाहिजे की तुमचे बाप शहाजी महाराज वजीर याचा व आमचा आति भाईचारा पुरातन चालत आहे याजकरितां तुम्ही आह्मास इतर नाही तेव्हा तुम्ही आह्मास येऊन भेटावे तुह्मास पादशहाने नावाजी करुन तुह्मास तळकोकणचे राज्य जहागीर देवितो वरकडहि कितेक नवीन राज्य देवितो तुमचे मनांत असेल त्याप्रमाणे सरमजाम करुन देवितो तुम्ही पादशहाची भेट घेणे आपण जे केले ते पादशहाकडुन माफ करवितो असा कित्येक लोभ दाखवून हरतऱ्हेच्या गोष्टी सांगोन सल्याने राज्यास भेटीस घेऊन येणे अगर आपण खुद्द भेटीस येतो ह्मणोन दताजी भास्कर हेजीब यास रवाना केले अश्या खबरी पुर्वी सीवाजीराजे यास कळल्या होत्या की विजापुराहुन आफजलखान वजीर आपणावर चालुन आला आहे तरी त्यास जावळीत झुंज द्यावे आपण रायगडाहुन प्रतापगडास जावे हा विचार केला तेव्हा सर्वत्रानी विचारीले जे यास झुंज देउ नये सला करावा त्यास सिवाजीराजे बोलले जे सला केली याने ही गोष्ट घडावयाची नाही मारता मारीता जे होईल ते करू सला करावयाचा नाही हा वीचार करुन राहीले तो रात्रीस स्वप्नामध्ये श्री भवानी तुळजापुरची येऊन मुर्तीमंत दर्शन दिल्हे आणि बोलीले जे तुजला आपण प्रसन्न जाहले मग शिवाजीराजे बोलिले सर्वस्वी तु माय. जगन्माता आहेस मग देवी बोलीली जे मी तुझे हातुन आफजूलखान वजीर यास मारविते आणि तुजला यश देते तु काही चींता करु नको ह्मणून अभय दील्हे नंतर राजे ज्याग्रत होउन मग मातोश्री जीजाऊ आईसाहेब यास बोलाउन आणून जालेले वर्तमान सांगितले व मातबर लोक सरकारकुन व मोरोपंत पेशवे पिंगळे प्रधान व आनाजी दत्तो व सोनोपंत व गंगाजी नागोजी व नेतोजी पालकर सरनौबत स्वारांचा आधीकारी व रघुनाथ बलाळ सबनिस व उपाध्ये बाबा व गोमाजी नाईक व कृष्णाजी नाईक व सुभानजी नाईक व पानसंबळ जामदार असे बोलाउन हे स्वप्न सर्वत्र मंडळीस सांगितले की श्री भवानी देवी प्रसन्न जाहली आता आफजलखान वजीर यास मारून गर्दीस मेळवितो असे राजे बोलल्यानंतर सर्वाचे मत्ते की हे कर्म कठीण सिध्धीस गेले तर उत्तम नाही तर कसे होईल ह्मणोन विचार पडोन सर्वत्रास चिंता प्राप्त जाहली राजे बोलीले जे तुह्मी शंका घेतली त्याने प्राणनाश होइल युध्ध केल्याने जय जाहल्यास उत्तम आगर प्राण गेल्यास उत्तम कीर्ती होईल येविसी श्लोक.

श्लोक—जितेन लभ्यते लक्ष्मीः मृत्योश्चापि सुरांगनाः ॥
क्षणविध्वंसिनी काया का चिंता मरणे रणे ॥ १ ॥

(चाणाक्यनीति.)

असे नितीमध्ये हा विचार सांगितला आहे जे संभाजीराजे पुत्र लाहान आहेत व मातोश्री जीजाऊ आईसाहेब यासी रायगडी ठेवितो आणि आफजल खान यास मारुन यश आले तर माझा मीच राज्य करिन येखादे समई आपण युध्धी प्राण वेचला तर मागे पुत्र संभाजी राजे आहेत यासी राज्य देउन त्याचे आज्ञेत तुह्मी वर्तावे असी निरवा निरव करुन सर्वत्रास व आष्टप्रधानास सांगोन व पेशवे याजला सांगोन आणि मातोश्रीच्या पायावर डोई ठेउन रायगडाहुन निघोन येतेसमई मातोश्रीनी आशीरवाद दिल्हा जे सिऊबा विजयी होसील असे बोलुन अशीरवाद दिल्हा नंतर राजे रायगडाहुन निघोन प्रतापगडास आले नंतर नेतोजी पालकर सरनौबत व राजश्री बाबाजी राजे भोसले शेडगावकर यास पुर्वीचे संकेताप्रमाणे पत्र जासुदाबरोबर पाठविले की तुह्मी लष्कर घेऊन वर घाटी येणे आह्मी आफजलखान यास जावलीस बोलावेतो आणि त्यास सला करून भेटतो त्यास विश्वास लावुन जावलीस आणवितो तेव्हा तुह्मी उभयता घाटमाथा येऊन मार्ग धरणे असे त्यास पत्र पाठविले त्याजबरोबर रघुनाथ बलाळ सबनीस यासी नेमीले व मोरोपंत पेशवे प्रधान याजबरोबर त्रिंबक भास्कर व शामराजपंत पद्मनाभी ह्मणोन सरदार होता त्याजबरोबर फौज देऊन तेही कोकणातुन यावे असे निधा (दा) न करुन शिवाजी राजे यानी हिंमत धरुन राहिले इतकियात राजश्री दत्ताजी भासकर हेजीब आफजल खानाकडुन प्रतापगडास आला त्यास राजे यानी गडावर घेतले नंतर गडावर भेट जाली ते समई आफजल खान याणी किती एक तऱ्हेच्या मतलबी गोष्टी सांगितल्या होत्या त्या विदीत केल्या लौकीकार्थ बोलणी ते बोलले व राजे ही बोलले की जसे महाराज तसेच खान आह्मास वडील त्याची भेट आलबता घेऊ असे बोलुन दताजी पंत हेजीब यास उतरावयास जागा दिल्ही आणी हेजीब यास निरोप दिल्हा ते दिवशी रात्रो दताजी पंतास राजे याणी बोलावुन आणिले आणी एकांती बसोन आणशपत दत्ताजी पंतास घालून वर्तमान विच्यारिले की यथार्थ खानाचे मनोगत काय आहे ते सांगणे आह्मी तुह्मी वेगळे नाही तुह्मास सर्व राज्याचा कारभार देतो व द्रव्यही देतो आम्हास सर्व वर्तमान सांगणे असा घरोबा दाखवुन वर्तमान विच्यारिले तेव्हां दताजीपंत हेजीब याणी सांगितले की खानाचे मनोगत असे आहे की तुम्हास भेटीस आणोन कैद करुन विजापुरास घेऊन जावे असा बेत मनोगत आहे जरी तुम्हामध्ये हिमत असेल तरी आफजलखानास नाना प्रकारे बोध करोन येथे मी जावलीस आणितो मग तुम्ही भेटीस येऊन हिंमत धरुन एकांती एकांगी करुन कार्य संपादणे व लष्करही बुडविणे सर्व राज्य आपले करणे असा विचार आहे असे सांगितले ही मसलत राजे याचे मनास मसलत आली

तेव्हा दताजी पंतास ते समई पाच नग व वस्त्रे व नक्त १००० होन बक्षीस दिल्हे आणि शिवाजी राजे याणी हेजीब यास सांगितले की खानास सागणे जे राजे बहुत भितात वाईस यावयास धीर धरवत नाही खान वडील आहेत मेहेरबानी करुन जावलीस येऊन भेटतील तरी आपण भेटीस येऊन आपल्यास हाती धरोन धीर भरवसा देऊन पादशाच्या मुलाखतीस घेऊन जाऊन उर्जीत करतील तरी थोरपणा आहे असे सागोन खानाकडे पंतास रवाना केले ते वाईस जाऊन खानास भेटले आणि राजाकडील सर्व करिणा जाहीर केला राजे याजकडील द्रव्य लोभाने राजे याची माया धरोन खानापासी रदबदली केली की राजे भेटीस येथे येण्यास शंका धरितात तुम्ही तेथे जाऊन भेट घेणे त्याचा दिल दिलासा करोन बरोबर घेऊन विजापुरास जावे असे सांगितले त्या नंतर लष्करसुद्धा खानानी कुच करुन ताई घाटाने रडतोंडीचे घाटे उतरोन गेले आणि जावलीस प्रतापगडानजीक खानानी डेरे देऊन राहिले. आसपास फौज १०००० दहा बारा हजार स्वार व तोफखाना व पायदळचे लोक सिद्दी आरब व रोहिले व मुतरनाला हातीवरच्या व उंटावरील व बाणाचे उंट व बंदुकी व जेजाला वगैरे लोक जाग जागा पाणी पाहुन लष्कर उतरिले दताजी पंतास शिवाजीराजे याजकडेस प्रताप गडावर पाठविले आणि हेजीब यास सागीतले की राजे यास भेटीस यावे ह्मणोन सांगावे त्याजवरुन हेजीब दताजीपंत हे गडावर जाऊन राजे यास भेटले आणि लौकीकार्थ बोलणी जाहली आणि एकांती बसोन राजे यास सांगीतले की, आपल्या संकेताप्रमाणें खानास घेऊन आलो त्यांची व आपली भेट एकांती खाश्या खाश्याची करवितो तुह्मी हरीफी करून कार्यभाग करणे तो करावा ह्मणोन हेजीब यानी सांगीतले भेटीस एक दिवस आड करुन तीसरे दिवशी भेटा असे ठरविले राजे गडावरुन उतरोन पुढे यावे व खानानी गोटातुन पुढें यावे याप्रमाणे ठरवुन राजे याची आज्ञा घेऊन गडाखाली जावलीस आपले लष्करांत दाखल जाहले आणी खानापाशी मजकुर सांगितला तो खानानी मान्य केला मग दुसरे दिवशी गडाखाली राजे याणी सात कचेऱ्या केल्या व बीछायती व आसमानगिऱ्या व बडे कनाथा व कुल सदरा जरीच्या केल्या लोडे व तीवाशा व मोत्याच्या झालरी लाविल्या चित्रविचीत्र लोडे व गाद्या पडगाद्या टाकिल्या सात सदरा सिद्ध केल्या आणि घाटतोंडी लष्कर नेतोजी पालकर सर नौबत स्वारांचा आधीकारी पुर्वीचे संकेताप्रमाणे आलेला होता त्यास सांगोन पाठविले की तुह्मी सावदगीरीने तयार असावे आह्मी उदईक आफजल खानाच्या भेटीस जातो आणि फते करितो गडावर जाऊन आह्मी तोफेची ईशारत आवाज करवितो ती इशारत ऐकुन तुह्मी घाटाखाली उतरोन खानाच्या लष्करांत चालोन येऊन मारामारी करणे तसेच आपले घरभाऊ राजेश्री बाबाजीराजे भोसले सेडगावकर यासही सांगितले की तुह्मी आपले पांच ५,००० हजार स्वार घेऊन घाट उतरोन खानाचे गोटावर चालून जावे आणी मारामारी करणे व तसेच कोकणातुन राजेश्री मोरोपंत पेशवे प्रधान आणविले त्यासही गडावरील तोफेची ईशारत सांगितली

आणि आपण निवडक निवडक लोक गडावरून उतरोन जागा जागा झाडीत बसविले खासे राजे याणी स्नान करुन भोजन केले नंतर डोईस जिरे टोप व आंगांत लोखंडी बखतर त्याचे आंत बारीक जरी दुडी (?) आंगांत घातली आणि कंबरबस्ता करून हातात एक बिचवा व एक वागनख डावे हातात चढविले आणि बरोबर जिऊ माहाल्या ह्मणोन मोठा मर्दाना पायचा सराईत त्याजवळ एक पटा व एक फिरंग व ढाल त्या प्रमाणेच संभाजी फावजी महालदार याजपासी पटा व फिरंग व ढाल दिल्हीं असी दोन मनुष्ये आपणा बरोबर घेतली आणी वरकड मंडळी धारकरी लोक शूर आसपास उभे केले आणी जागजागाहीं ठेविले नंतर राजे यांची स्वारी गडाखाली भेटीस जावयाकरितां उतरले व गोटातुन खानही सिद्ध होऊन चालीले व बराबर लष्कर हजार दिड हजार बंदुकी मुस्तेद होऊन चालीले तो इतकियात दताजीपंत यानी खानास अर्ज केला की आपण इतका जमाव घेऊन गेलीयाने राजा दहशत खाऊन माघारे जातील आपलीं भेट होणार नाही शिवाजी राजा म्हणजे काय त्यास ईतके सामान काय निमीत्य राजे दोन माणसासहीत तिकडून येतील व तुम्ही दोघे माणसानिसी चलावे उभयता भेटल्यानंतर बसावे मग आपण जी तजवीज करणे ती करावी असे दताजीपंत हेजीब यानी सांगीतल्यावर आवघा जमाव लष्करचा बाणाचे टप्यावर दुर उभे करुन खानानी पालखी बरावर दोघे हुद्देकरी पुढे चालविले सईद बडा पटाईत म्हणोन लष्करांत होता तो समागमे घेतला व दताजीपंतही बरोबर होते असे सदरेस पहिले कचेरीस गेले आणी सदरेस बसोन खान मनांत जळाला की शिवाजी ह्मणजे काय शहाजीचा पुत्र त्यासी ऊश्या मोती जरी झालरी व अस्मानगिऱ्या जरी बिछाने व सदरा ह्मणजे काय असे पादशहाचे कचेरीचेही सामान नाहीं या रीतीने सामान याणे कोठुन मेळविले असे बोलताच दताजीपंत हेजीब खानास बोलला जे हे सामान पादशाई माल पादशाईचे घरास जाईल. त्याची इतकी तजवीज काय असे बोलोन सदरेस खानास बसविले राजे यास सिताफीनें जलदीने आणावे म्हणोन जासुद हलकारे रवाना केले तो राजे प्रतापगडचे खाली पायथ्यास उभे होते तेव्हां राजे हलु हलु येत होते त्याणी समाचार घेता बरोबर सैद बडा पटाईत मोठा धारकरी पाईसर आहे असे देखोन राजे उभे राहिले नंतर दताजीपंत यास बोलावु पाठविले तोही राजे याजपासी आला त्यास म्हणो लागले जसे शाहाजी माहाराज वजीर तसेच आह्मास खान त्याजपाशी सैद बडा पटाईत आहे तो दूर ठेवावा त्याजवरुन दताजीपंत याणी खानापासी अर्ज करोन सैद बडा पटाईत यास डेऱ्यातुन बाहेर काढुन दूर टेविला मग दोघे हुदेकरी घेऊन खान कचेरीत दुसरे बसले तेव्हां ईकडून जीऊ माहल्या व संभाजी कावजी दोघे हुदेकरी बरोबर घेऊन राजे खानाचे भेटीस गेले तो खान सातवे कचेरीस बसले होते तेथे राजेही गेले नंतर आफजलखान वजीर राजे यास सामोरे जाऊन भेटीसमई राजे याची मुंडी आपले काखेत आवळुन धरीली व खानाचे हातात जमदाड होती तीचे मेण टाकून राजे याचे कुसीत डावे

आंगास जमदाड चालविली तो राजे याचे आंगात चीलखत होते त्याजवर जमदाड. खरखरली आंगास लागली नाही हे जाणोन राजे याणी खानाचे डावे कुसीपासोन आपले डावे हातात वागनखे चढविली होती त्याचा हात चालविला खानाचे आंगात झगा मात्र घातला होता शिवाजी राजे याणी वागनखाचा वार करिताच खानाचा पोटाळा चर्बीसुद्धा बाहेर पडला व दुसरा हात बिचव्याचा चालविला असे दोन वार चालविले आणि शिवाजीराजे याणी आपली मुंडी आसडुन घेऊन चौथऱ्याखाली उभे राहिले तो इतकियांत खानानें जलदी करोन आपला पोटाळा शालजोडीनें लपेटोन कंबर बांधुन शिवाजीराजे याजवर डोचकीत तरवारीचा वार केला तो वार करिताच राजे याचे डोईस जीरेटोप होता तो गहुभर तुटला तो इतकियात खान याणी गलबला केला की मारीले मारीले दगा जाहला जलदीने धावा असे बोलीले मग भोई याणी जलदीने पालखी आणुन खानास पालखीत घालुन उचलोन चालीले तो इतकियात संभाजी कावजी हुद्दे-करी याणे भोयाच्या पायाच्या पटयाने ढोण सिरा तोडुन पालखी भुईस पाडली आणी खानाचे डोचके कापुन हाती घेऊन राजीयाजवळ आला इतकियात सैद बडा पटाईत याणे पाहून धावला तो राजाजवळ आला पटयाचे हात राजावर चालविला राजे याणी जिऊ माहाल्या जवळील हुद्यातील फिरंग व बीचव्याची कातर करोन सैद बडा पटाईत याचे चार वार चुकविले पाचव्या वाराने राजास मारावे इतकियात जीऊ माहाल्या याणे सैद बडा याच्या खांद्यावर वार टाकिला तो पटयाचा हात उतरला त्याणे पुरा जाहला आणी खानाचा वध करुन शीर कापुन घेऊन शिवाजी राजे याणी आफजलखान वजीर यास येक आंगी करुन मारीले खान वजीर याचे बळ पाहता हा मोठा बलीष्ट होता त्यास नित्य पक्के चार शेराचा आंन्नाचा आहार होता व त्याचे शरीर फार विक्राळ होते तो रावणासारखा बळीष्ट दुरबुद्धी जैसा कलयुगीचा दुर्योधन होता त्यास एकटे भीमाने जसे कीचक मारीले त्याप्रमाणे पराक्रमे करुन शिवाजी राजे याणी आफजलखान वजीर यास मारिले हे मनुष्यकृत्य नव्हे हा सीवाजी राजा शिवाचा आवतारी पुरुष याजवर सिवाची व देवीची कृपा व साक्षांत्कार व श्री रामदास स्वामीची कृपा व मातोश्री जीजाऊ आई साहेब याचा आशीरवाद ह्मणोन त्याचे हातोन अश्या रितीचे अघटीत कर्म करविले आणी त्यास यश आले मग शिवाजी राजे याणी आफजल खानाचे शिर घेऊन प्रताप गडावर चढोन गेले नंतर पुरविचे संकेताप्रमाणे तोफेचे ईसारतीचा ठराव होता त्याप्रमाणें तोफेचे आवाज केले त्याप्रमाणे इसारत होताच रडतोंडीचे घाटाने नेतोजी पालकर सर नौबत स्वाराचा अधीकारी व रघुनाथ बलाळ सबनीस हे १०,००० दहा हजार स्वार घेऊन घाट उतरोन खानाचे गोटावर चाल्लुन आले तसेच तोफेचे इसारती प्रमाणें राजेश्री बाबाजी राजे भोसले हे ५,००० पाच हजार स्वाराचे सरदार हे स्वार घेऊन घाट उत-रोन खानाच्या गोटावर चाल्लुन गेले व कोकणातुन राजश्री मोरो त्रिमलपंत पिंगळे पेशवे प्रधान हे तोफेचें इसारतीप्रमाणे मावळे लोक हशम ७,००० सात हजार घेऊन खानाचे

गोटावर चाल्लुन गेले व तसेच राजश्री शामराव पद्मनाभी मोठा मातंबर सरदार हा

कोकणातुन तोफेचे इशारतीप्रमाणे हशम लोक ७,००० घेऊन खानाचे गोटावर चालुन आले व राजश्री त्रींबक भास्कर हा मोठा सरदार तोफेचे इशारतीप्रमाणे महाडचे रस्त्याने हशम लोक ५,००० झाडीतुन घेउन खानाचे गोटावर चालुन आले व तसेच निवडक मोठे धारकरी सिपाई प्रतापगडाखाली झाडीतुन लोक जागजागा बसविले होते ते ३००० तीन हजार लोक तोफेचे इशारतीप्रमाणे खानाचे गोटावर चालुन आले तो शिवाजीराजे यानी आफजलखानास मारुन शीर कापुन राजे प्रतापगडावर चढोन गेले ही खबर खान वजीर याचे कुल लष्करास व खानाचे बारा हजार स्वार याणी धास्त खाऊन सर्वांचे औसाण खता जाहले फार लोक घाबरे जाहले अशी त्याची लक्ष्करात मोठी गलबल जाहली इतकीयात त्याणी जलदी करुन आफजलखान वजीर याजकडील लोकानी तोफखाणा सुरु केला व हत्तीवरील सुतारनाल व उंटावरील सुतारनाला व जंबुरे रेखले व बाण व जेजाला व बंदुखी वगैरे यांची यकंदर रंजक सरबसी येकदाच उठविली त्याणी मोठे निदान करुन मोठ्या नीखराने भांडण केले मोठे युद्ध घनचक्र जाहले फारच क्षेत रणतुंबळ जाहले जसे महाविर भारती कौरववपांडव कुरुक्षेत्री भांडले रक्ताचा चिखल जाहला शिवाजीराजे याजकडील येकंदर लोक चौतरफा पाय उतारा होऊन येकदाच मुखे "हरहर" शब्द उचार करून सन्नमुख होउन मारामारी करीत चालीले तेव्हां शिवाजीराजे याजकडील लोकानी मोठी लढाईची शर्थ केली युध्ध मोठे दोन प्रहरपर्यंत तुंबळ धुरंधर जाहले शिवाजी राजे याजकडील येकंदर लोक त्या लढाईत गणतीस लागले ते १७३४ सतराशे चौतीस ठार पडले व या खेरीज लोक जखमी जाहले ते ४२७ त्यांत मोठे मातबर सरदार तोलदार ठार पडले ते बाबाजी राजे भोसले शेडगावकर व शामराव पद्मनाभी व त्रीबकराव भास्कर असे तीन मोठे सरदार तोलदार हे लढाईत ठार पडले व अफजलखान याजकडील मोठमोठे तोलदार सरदार शेख, सयद, मोगल पठाण येक जात मुसलमान व रोहीले शिद्दी व हपसी आरब व मराठे हिंदु सरदार व ब्राह्मण सरदार व कारकुन व कायत व शेगर धनगर व हाटकर धनगर व बानगर धनगर सरदार व हशम पायदळचे लोक आडहात्यारी पटाईत व बाणदार व विटेकरी व करणाटकी लोक बंदुखी दुराठीवाले ? कुराटीवाले व तिरंदाज व पठाण व गोलंदाज भालदार हत्तीवरील महात व सांडणीस्वार व भाट जासुद मशालची वगैरे आठरा कारखान्याचे लोक व चारण लमाण वगैरे मिळुन यकंकर लष्कर खानाचे दरोबस्त शिवाजीराजे याजकडील लोकानी प्रतापगडाखाली लुटोन बरबाद केली व हट बाजार बाहिर बुणगे वगैरे सर्व लोक नागविले व त्या जाग्यावर मोठे रणखंदल जाहाले नंतर शिवाजी राजे याणी आपल्याकडील माणसास सांगीतले कीं आफजलखानाकडील मुडदे पडलेले दफणावून टाकावे नंतर राजे याजकडील माणसानी हुकूमाप्रमाणे मेलेले माणसास मुठमाती दिल्ही आणि मोठे सरदार लोकाच्या कबरा बांधिल्या आफजलखान वजीर याजकडील हत्ती घोडे उंट नफर तोफखाना व मालमता रोख व कापड व फरासखाना वगैरे व बैल व गुरेढोरे व म्हशी व हरजिन्नस जमेस आला तो:—

७० तोफा सुमारी	९५ हात्ती नग
१०८७ घोडी रास	१२०० उंट नफर
१८०० बैल सर	२२५ म्हशी सर
१०००० कापड दाहा हजार रुपयाचे	१४००० रुपये फरासखान्याच्या राहुट्या डेरे चवदा हजार रुपयाच्या

११०००० खजिना नख्त रुपये व होन्न मिळोन

येणे प्रमाणे पाडाव केले या खेरीज जवाहीर मोती मुगाणा सोने नाणे चांदीचे दागीने घेतले व खानाकडील जखमी जालेले लोक सरदार यास शिवाजी राजे यानी आपले फौजेत आणिले व ज्याणी त्या लढाईत तोंडी तृण धरले व शरण आले त्यास व बायकास व भट ब्राह्मणास व मुले व अनाथ प्राणी त्यासी सनाथ करोन सोडिले असा शिवाजी राजे याणी मोठा दिनावर उपकार करुन मंडळीस जिवदान दिल्हे राजे पुण्य श्लोकी शरणांगतास मारित नाहीत याजकरितां त्या लोकास अनाथ ह्मणोन सोडुन दिल्हे व आफजलखानाचा लेक फाजल वा आफजलखान हा आपले पाई चिंध्या बाधोन झाडीत पळोन गेला असे किती एक लोक पळुन गेले यदर्थी श्लोक

भुताचे जसे वेश जाणा स्मशानीं । तसे ची र आफजल खानी ॥
नसे अन्न पाणि क्षुधाक्रांत रानी । वजीरासी केली शिवे मेहेरवानी ॥ १ ॥

असी फते करोन यशवंत जाहले मग राजे प्रतापगडाखाली उतरोन कुल आपले लष्करचे लोक भांडते शिपाई होते त्याचे समाधान करोन जे लढाईत लोक मेले त्याचे वतन त्याचे लेकास दिल्हे व ज्यास पुत्र नाही त्याचे बायकोकडे निमे वतन चालविले व जखमी लोक जाहलेले त्यास रोक शेपनास पाऊणशे जखमा पाहुन होन्न दिले व घोडी दिली व हातात कडी व तोडे व मोत्याच्या माळा व कंठ माळा व मोत्याचे तुरे व शिरपेच व पडदाळी व गळा मोहनमाळा व कुडक्याचे जोड व करदोटे साधे व जडावाचे असे आळंकार वस्त्रे जरिचे पोशाख मंदील आपार देणे दिधले आणि लोकास नावाजीले सर्वत्राचा दिलदिलासा करुन शिवाजी राजे प्रतापगडावर गेले नंतर आफजल खान याचे शीर बुरजांत पुरून टाकविले त्या दिवसापासुन बुरजाचे नाव आबदुल्या बुरुज ठेविले त्याचे धड कचेरी लगत दफणाऊन कबर बांधविली व सैद बडा पटाईत यास दफणाऊन टाकिला व शिवाजी राजे यानी आफजलखान वजीर यास मारिला ही कीर्ती सर्वत्र जगामुखी आहे व खानाकडील मोठे मोठे उमराव व सरदार पाडाव जालेले त्याच्या जखमा तबीबाकडून दुरुस्त करुन त्यांस वस्त्रें आळंकार व अपार द्रव्य देऊन त्यास खुशाली करुन निरोप देऊन विजापुरास रवाना केले मग रायगडास मातोश्री जीजाऊ आईसाहेब यास सर्व फते जाल्याची खबर लीहुन पाठविली मग त्यानी हे वर्तमान ऐकोन साखरा वाटोन किल्यावरील नगारे व करणे व भांडी याचे आवाज केले

मोठी खुशाली केली मातोश्रीनी दानधर्म बहुत केला सर्वत्रास जागोजागी संतोशाच्या खबरी लीहल्या सर्वांनी आपल्या ठिकाणी खुशाली गाजविली येणे प्रमाणे राजाकडील वर्तमान जाहाले मग विजापुरास चोथे दिवशी जासुद हलकारे याणी पादशहास जालेली खबर जाहिर केली आफजलखान बुडविला खासा खान मारोन शिर कापुन शिवाजी राजे याणी नेले व लष्कर लुटोन फना केले असी खबर माल्लुम होताच आलीआद शाहा पादशाहा तक्तावरुन उतरोन दिलगील होऊन माहालांत जाऊन पलंगावर निजले ते मनांत बहुत खेद करु लागले तसीच पादशाहाची आई बडे साहेबीण ईजला खबर कळताच पलंगावर बसर्ली होती तेथेच बोलिले जे खुदा सुभानआल्ला असे ह्मणु लागली आणि बोलिली जे खुदाने आदलशाई पादशाई शिवाजी राजे यास दिधली ही आज पादशाही बुडाली असो कितीयेक नानाप्रकारे आलाफ करु लागली पादशाहा जादी व पादशाहानी तीन दिवस आन्नपाणी घेतले नाही व कुल लष्कर व कुल शहर विजापुर दिलगील जाहाले आणि बोलू लागले की उद्या शिवाजी राजे येऊन शहर मारील व कोट घेईल व खुदाने पादशाही मुसलमानाची बुडऊन मराठे हिंदुची पादशाई होईल असे सर्व लोक बोलु लागले मग ईकडे पुर्वी मुळा पासोन वर्तमान जाहाले तेव्हां शाहाजी माहाराज हे निजामशाईतुन फौज सुद्धा दौलता बादेहुन निघोन विजापूरचे पादशाहाचे भेटीस गेले तेसमई शहाजी राजे याज-पासी कारकुन ब्राह्मण बहुत होते आणी आपल्यास जातीने लीहीण्याचा अभ्यास फारसा नव्हता त्यांत सर्व कारकुनांत दोन पुरुष आपले पारखीस उतरले त्यामध्ये विश्वासुक फार चौकस शहाणे दोघेजण होते त्या पैकीं दादोबाबाजी कोंडदेव यास आपली स्त्री सौभाग्यवती जीजाबाई याज कडील सर्व बंदोबस्त सांगितला व पूर्वी दादो कोंडदेव हा वसुलाचे कामावर फार निपुण होता त्याचे हातुन लागण फार चांगली होत असे उत्पन्नही अधीक येत होते तेव्हा शाहाजी राजे यानी दादो कोंडदेव यास आपले पहिले दौलतीमध्ये वहीवाटीस पुरधर प्रगणा व पुणवडी नजीक बारा मावळे तळघाट जमीनीचे वसुलाचे काम व सुपे महालचे वसुलाचे काम व सुपेकोट सुद्धा त्यास काम दोन महालचे वगैरे सांगोन मुखत्यार करोन तेथे ठेविले नंतर शाहाजीराजे तेथुन कुच करोन फौजसुद्धा निघोन समागमे नारोपंत हाणमंते दुसरे कारकुन यास बरो-बर घेऊन सर्व कारभार लष्करचा व खासगीचा सांगितला नंतर कांही दिवसांनी नारो-पंत हाणमंते यास चंदी चंदावरचे जहागिरीचे कामाचा बंदोबस्त सांगितला नंतर ईकड दादो कोंडदेव याजकडे काम सांगीतल्या दिवसा पासोन तो मुलुख निजामशाई मुलखालगत होता परंतु दादोकोंडदेव याने मलकांबरी रिती प्रमाणे महालची वही-वाढ चालविली कितीयेक प्रतीवर्षी पाहानी करुन शेताचे उत्पन्ना अन्वये वसुल घेत-असे व त्या सेतकरणारा पासोन कधीं जिन्नस घेतला तरत्याचा पैका त्यास देतअसे हि निजामशाई पेक्षां रीत चांगली हे रयतेस फार चांगले वाटुन त्यास ते सुखकारक पडत होते व मावळांत लोक रहाणार होते ते केवळ दरीद्री परंतु शरीरेकरुन सउद्द

बळकट होते त्यानी आता सेताची वगैरे मेहनत करुन उदर निर्वाह्या पुरते उत्पन्न होत होते मग दादो कोंडदेव यानी त्या मुलखाची व मावळे लोकाची अवस्था पाहिली की हे लोक झाडीत राहातात आणि ज्यास वस्त्रे व पात्रे नाहीत व ते लोक झाडीत राहणारे म्हणोन त्याणी शरीराचे सवरक्षण जाहले पाहिजे त्या साठी सर्वांनी घरो-घर शस्त्रे मात्र बाळगीली होती आणि ते फार सावधपणे हुशार होते तेव्हां दादो-कोंडेदव याणी त्या लोकांचे पोषणा करितां कितीएक वर्षे त्या लोका पासोन वसुल घेतला नाही आणी या खेरीज दुसरे माहालचा वसुल जमा करावयाचे कामावर ते मावळेलोक चाकरीस ठेवले त्या योगे करुन ते लोक सहजच पोसले गेले या प्रमाणे दादो कोंडदेव याणी रीती चालविली तेव्हां शिवाजीराजे यास बालपणी दादो कोंडदेव हा शिवाजीराजे यास विद्याअभ्यास करणारा सीक्षाधारी होता त्याणे विद्याअभ्यासांत तयार केले परंतु ते राजे धनुर्विद्येत व सिपाई गीरीत नीपुण होते व घोड्यावर बस-ण्याचे कामांत बहुत निपुण होते त्या प्रमाणे दुसरे लोकास घोड्यावर बसावयास येत नव्हते याप्रमाणे शिवाजीराजे यामध्ये गुण होते व त्यास भारती कथाही माहीतहोत्या व भारती कथेवर त्याची अती प्रीती होती आणि त्यास मुसलमान लोक याच्या यवनी धर्मांचा मोठा त्रास करीत होते व धैर्यवान मोठे शुर होते त्यावेळेस शिवाजी-राजे याचे वय सतरा आठरा वर्षांचे होते ते समई मावळे लोकाची अती मैत्री होती ते येसाजी कंक व तानाजी मालुसरे व बाजी पासलकर वगैरे आणखी लोकावर फार प्रीती ठेवीत होते त्यावेळेस त्यानी मावळे लोक शुर शिपाई पायचे सरदार मोठे मोठे शूर धारकरी व मोठे मोठे ब्राह्मण मातबर तोलदार सरदार व कारकुन व परभु व कायत वगैरे नाना जातीचे पुरुष मोठ्या धारीष्टाचे शूर धारकरी व विश्वासुक ईत-बारी भरवशाची मनुष्ये याचा जमाव केला त्याची नावे बि ता।

१ दादो कोंडदेव
१ मोरो त्रिमल पिंगळे
१ बाळकृष्णपंत
१ उपाध्ये बावा
१ रघुनाथ बलाळ
१ येसाजी कंक
१ बाजी पासलकर
१ कृष्णाजी नाईक
१ पानसंबळ जामदारखाना
न्यायाचे कामगार

९

१ शामराजपंत
१ संक्राजी नीलकंठ
२ नारोपंत [१] दीक्षीत [१] बावा
१ सोनोपंत
१ नेतोजी पालकर
१ तानाजी मालुसरे
१ गोमाजीनाईक हुजरे
१ सुभानजी नाईक
१ बहीरजीनाईक जासुद

१०

१९

येणे प्रमाणे उमराव आसामी मोठे तोलदार वगैरे नाना जातीचे लोक शिवाजीराजे यानी जमाव करुण त्यास चाकरीस ठेविले हे वर्तमान आणखी लोक प्रांतातील मोठे मोठे मातवर सरदार याणी ऐकून सिवाजीराजे याचे भेटीस येऊ लागले त्याजवर राजे फार लोभ करू लागले त्या योगाने राजे याची किर्ती वाढत चालली मावळेलोक मोटे मानबर व शिपाई व सरदार याजवर मोटी शिवाजीराजे याची कृपा व लीन पणाचे योगाने पाहाडी किल्यावरील चोरवाटा व रस्ते सर्व मावळे लोकानी राजे यास माहीती करून दिल्या तेव्हा दादोकोंडदेव बोलूलागले कीं सर्व मावळेलोक जमाकरुन पादशाहा याजपासी दावा माडला आहा त्या योगाने आपले सर्व कुळ बुडेल असा हीत उपदेश राजेयास दादोकोंडदेव करू लागले तें राजेयाणी मान्य केल्याप्रमाणे दाखवून आपले मनातील जो विचार करावयाचा तो उद्योग करित असत नंतर शिवाजीराजे याणी मुसलदेव म्हणोन उंचडोंगर नामांकीत होता त्याजवर आपण आती मेहनतीने मोठी त्वरा करोन किल्ला बांधावयास काम चालविले किला निमे तयार जाहला हे वर्तमान विजापुरचे बादशाहायास ज्याहिर जाले त्याजवरून पादशाहा यानी शहार्जा महाराज वजीर यास विचारले कीं तुमचे पुत्र शिवाजीराजे याणी तुमचे आज्ञेवाचुन किल्ला बांधावयास आरंभ केला नसेल; मग वजीर याणी उत्तर पादशाहास दिल्हे की याची माहिती आम्हास माहीती मुळीच नाही माझे पुत्राने कांहींतरी सरकारचे हित पाहिल्यावाचुन केले नसेल असे वाटते त्याजवरून पादशाहा याणी शिवाजीराजे यास किल्ला न बाधावयाचे मनाई पत्र पाठविले ते काहीं मानीले नाही आणि किल्याचे काम चालविले तो खानिता खानिता प्रालब्ध योनाने मोठे हंडे मोहरा भरिलेले पाच सापडले त्यातील कांहीं द्रव्य खर्च करून किल्ला तयार केला आणि लढाईचे सामान तोफा शस्त्रें व दारुगोळा तयार करुन किल्याचे नांव रायगड असे ठेविले किल्याच्या भोवत्या चार माच्या वसविल्या व दुसरा किल्ला कोंडाणा होता तो भेद करुन घेतला आणि त्याचेंनांव सिंव्हगड असे ठेविले व किल्ला तट सावरुन बांधावयास लागले तो बांधिता समई खाणावयास लागले तो तेथे पहिले काळचे विपुल द्रव्य सांपडले ते द्रव्य सापडल्यावर मावळे लोक पाईचे सरदार व शीपाई १०००० चाकरीस ठेविले व पहिलेलोक ५००० एकूण १५००० लोकाची हशम याची संचणी जाली तेव्हां शिवाजीराजे याचे मनात आले कीं आपण स्वसत्तापणे वागावे असे मनात येऊन त्याप्रमाणे स्वसत्तेने वागु लागले आणि पादशाई किल्ले व मुलुख काबिज करित चालले व च्यार पादशाईचे खजीने मारुण बंडावा करु लागले व शयाद्रीचे किल्ले पादशाहायाचे होते ते बळकाउन घेऊन मुलुख काबीज केला तेव्हा दादो कोंडदेव असे मनात समजले कीं शिवाजीराजे हे आपले मनांतील अर्थ सिध्धीस नेतील माझे ऐकणार नाहीं असे त्याचे मनात येऊन त्यास अतीचिंता लागली आणि

त्यास दुखणे लागले आणि मरणसमई शिवाजीराजे यास दादो कोंडदेव यानी बोलावून राजे यास सांगीतले कीं मी आपले धन्याचे हीताविषई मी आपल्यास वारंवार निषेधीत होतो परंतु आतां माझी आपल्यास येक विनंती आहे कीं आपण स्वतंत्रपणे वागावे परंतु गाई व ब्राम्हण व प्रजा यांचे प्रतीपाळण करून मुसलमान लोकापासुन हिंदुलोकांची देवस्थाने रक्षावी इतकी माझी प्रार्थना आहे आणि आपले सर्व कुटुंबाची मुले माणसे शिवाजीराजे यांचे स्वाधीन करून नंतर दादो कोंडदेव यानी प्राण सोडीला नंतर शिवाजीराजे याणी दादो कोंडदेव याणी अंतकाळ समई सांगीतल्याप्रमाणे आपले मनात ठेऊन त्याप्रमाणे सर्वत्राचे संरक्षण करु लागले आपण जातीने कारभार सिंव्हगड किल्यानजीक सिवापुर गावाचे नांव ठेऊन नवीन वसाहत केली त्याठिकाणी वाडाही बांधीला आणि कारभार करु लागले प्रथम शिवाजीराजे यानी बारा मावळे काबीज केले व देशमुखी बद्दल आपला आंमल बसाविला व संभाजी मोहिते सापत्न मामा यास कैद करुन दौलत हस्तगत केली नंतर सुपे कोठ घेतला व सुपे परगणा साधीला व जुन्नर शेहर मारीले व आमदानगर शहर मारीले व कल्याण भींवडी मारीली व चंदर राई बुडविली आणि जावली काबीज केली व शिवथर खोऱ्यांत दादाजी महादेव याचे बंड होते ते बुडविले व प्रतापगड किल्ला बांधीला आणि तेथे श्री भवानीची स्थापना केली व नवीन अष्टप्रधान करून त्यास पदें देऊन वस्त्रे आलंकार बक्षीस दिले व नेताजी पालकर यास स्वाराची सरनौबती दिली व मावळे लोकासी सरदाऱ्या दिल्या वगैरेलोकास बाढविले व सर्वत्राचे उर्जीत केले व शिनगारपूरचे सुरवेराजे राज्य करित होते ते राज्य घेतले व वाई नजीक गोळेवाडीस गोळे बंड होते ते बंड बुडविले व आफजल खान वजीर फौजेसुध्धा आला त्यास मारून फौज लुटून बरबात केली नंतर शिवाजीराजे यांची स्वारी रायगडाहुन फौजसुध्धा निघोन सातारा येथे दाखल जाहले नंतर शके १५८० विकारीनाम संवतसरे फसली सन १०६८ साली श्रावण शुद्ध ५ रोज शनवारी सातारा किल्ला शिवाजीराजे यांनी घेतला त्या किल्याचे नाव पुर्वी पादशाही आमलात हुके बयान म्हणोन होते ते नांव मोडून सातारा असे किल्याचें नाव ठेविले आणि शुक्रवारचा श्री देविचा चौघडा व शनीवारी किल्ला फते जाला सबब शनिवारचा चौघडा सुरु केला नंतर शिवाजीराजे यांची स्वारी फौजसुध्धा निघोन जाऊन सूर व संग्राम हे दोनी किल्लें पादशाई होते ते सर केले आणि किल्यात ठाणी आपली बसऊन किल्याची नावे नवीन चंदन वंदन ठेविली नंतर स्वारी सातारा मुकामी आली आणि रामदास स्वामीचे दर्शनास जाण्याकरितां स्वारी पालखीत बसोन चालली तो सन्मुख येक गाढव वाटेने येत होता त्याचे पाठीवर क्षत नाळ पडली होती त्याचे पाठीवर भगवे वस्त्र कावळ्याचे भयास्तव दोरीने बांधीले होते ते पाहुन त्या भगवे वस्त्रास नमस्कार केला तो समागमे आष्टप्रधान मंडळी होती त्याणी विनंती

केली की आपण गाढवास नमस्कार करण्याचे कारण काय मग राजे म्हणो लागले की आम्ही भगवे वस्त्रास नमस्कार केला हे भगवे वस्त्र श्री शंभूचे आम्हास वंद्य आहे या प्रमाणे आष्टप्रधानसह मंडळीस सांगितले आणी आपण रामदासस्वामीचे दर्शन-करुन स्वारी परत सातारीयास रंगमहालचे वाड्यांत दाखल जाले मग दुसरे दिवशी शिवाजीराजे रंगमहालचे वाड्यांत कचेरीस बसले होते तेथे उभयता पाटील वादी प्रादी दोघेजणे भांडत भांडत येऊन शिवाजी यास विनती केली की वृती संमदे वाद पाटील-कीचे वतन एक म्हणतो माझे व दुसराही त्या प्रमाणे माझेच वतन म्हणतो मग शिवाजीराजे याणी उभयता पाटील यास राजे याणी सांगितले कीं महारदळे येथें आरण्य झाडी आहे तेथे तुम्ही उभयता जाऊन जो वाघाची मिशी घेऊन येईल तो पाटील खरा असे त्या उभयता पाटील यास सागितल्या प्रमाणे उभयता पाटील निघोन महारदरे येथे झाडीत जाऊन जो खरा पाटील होता त्याणे वाघाची मिशी आणुन शिवाजीराजे कचेरीत बसले होते तेथे आणुन पुढे ठेविली व खोटा पाटील होता तो मी आसा म्हणत होता त्यास तात्काळ वाघाने मारून भक्षीला या प्रमाणे शिवाजीराजे याचे कचेरीस दिव्य जाले नंतर खरा पाटील होता त्यासकडे पाटीलकी चालवावयाचा हुकुम दिला हा शिवाजीराजा साक्षांत शिवाचा आवतार याचे गुण कोठवर वर्णन करावे याच्या पराक्रमास उपमा नाहीं व मोठा शुर धारीष्टही मोठे असा पुण्यप्रतापी राजा पुण्यपवित्र या पुण्याचे योगे करुन राज्यसंपादन करू लागले त्याचे पराक्रमास उपमा द्यावयास राज्यांत कोणी नाही परमपवित्र पुण्यश्लोकी त्याची देव ब्राह्मणाचे ठाई आर्तीनिष्ठा व श्रीशंभुचे ठाई व श्रीदेवीचा साक्षांतकार त्याजवर कृपा होती तो आनन्यभावे करून त्याची निष्ठा शिवापासी फार हा शिव-भक्त मोठा याचेगुण ब्राह्मण व गुणीजण लोकास न वर्णवे अशी ज्याचीकीर्ति दिगांतरास जातीजाली व आपले स्वहस्ते श्रीभवानीस पुष्पे व श्रीशंभुस बिल्वदळे निवडुन दररोज भक्ती पुरस्कर श्रीशिवास बिल्वदळे व श्रीदेवीस पुष्पें वाहुन व उत्तम पदार्थ दृष्टीस जो पडेल तो आगर कोठुन आलेला पदार्थ श्रीशंभुस आधी आर्पण करावे असा राजा परम शिवभक्त होता हा शिवाजीराजा राज्य करण्यास निर्माण जाले आणि पादशाई बुडऊन सर्व गाई व ब्राह्मण व आपले राज्यांतील देवस्थाने याचे संवर-क्षण करून सर्वप्रांतांतील गरीबमनुष्य व गोसावी व फकीर वगैरे याजला सुख देऊन सर्वत्रांचे पालग्रहण करुन आपण राज्य करू लागले ईकडे शके १५७९ हेमलंबी नाम सवंतसरे फसली सन १०६७ ज्येष्ठशुद्ध १० रोजी शिवाजीराजे याची प्रथम स्त्री सईबाईसाहेब ही विठोजी मोहीते आमीरराव नेवासकर याची कन्या याचे पोटी पुत्र संभाजीराजे याचा जन्म रायगड येथे जाहला नंतर कांहीं दिवसानी शके १५८० विलंबीनाम संवतसरे फसली सन १०६८ साली राजेयाचे चौथे स्त्री यांचे नांव सोयरा-बाईसाहेब याचे पोटी पुत्र राजारामराजे जाहले हे उपजताच पालथे उपजले तेव्हा

जनलोक बोलु लागले कीं हा शिवाजीराजा चार पादशाई बुडवून पालथ्या घालील राजारामराजे याचा जन्म रायगड येथे जाहला विजापुरास आलीआदलशाह पादशाहा याजपासी शाहाजी महाराज हे वजीरेचे काम करित होते इकडे शिवाजीराजे प्रतापगडी श्रीदेवीचा उत्साह करु लागल नवस यात्रा सर्वदा तुळजापुराप्रमाणे होउ लागले तुळजापुरचे यात्रेस लोक जात होते. त्यास दृष्टांत होउ लागले कीं मी तुळजापुरची भवानी प्रतापगडी आहे तुम्ही प्रतापगडास जाऊन दर्शन घेऊन नवस फेडून यात्रा करणे असा दृष्टात मंडळीस जाहाला आणि प्रताप गडास श्रीभवानीचे महाजागृत स्थान आले आफजलखान वजीर यास शिवाजीराजे याजकडून श्रीभवानी देवीने मारविला पादशाई कमतर पडली तळ कोकणचे किल्ले पादशाहा कडील दरोबस्त पन्नास साठ पर्यंत घेतले आणि तळ कोकणात आपला आमल बसिवला वरघाट ही घेतला शिलेदार व लश्कर सातहजार ७००० व पागा ८००० आठ हजार असे १५००० हजार फौज जमा व येकंदर जमा जाहली लष्कर कुलजमाव घेऊन नेतोजी पालकर सरनौबत स्वाराचा आधीकारी हे मोगलाईत स्वाऱ्यासिकाऱ्या बालेघाट व परांडा किल्ला व उदगीर आवसे व कल्याण कलबुर्गा वगैरे मुलखातील खंडण्या घेउन मुलुख जत्प करुन ठाणी बसविली व औरंगाबादचा पुरा लुटिला तेसमई मोगला कडील फौजदार औरंगाबादेस होता तो आंगावर चालुन आला त्याज बराबर युध्ध करुन त्यास ठार मारला हात्ती घोडे बहुत पाडाव केले मोगलाइत मोटी धुंध नेतोजी पालकर यानी उठविली याप्रमाणे पराक्रम पालकर याणी केला इकडे शिवाजीराजे यानी जे गड घेतले होते त्या गडावर कारभारी आपले तर्फेने ठेविले व गडावर हवालदार येक व सबनीस व सरनौबत येक मुख्य सदरचे तीन असामीनी जो कारभार करणे तो करावा गडावर मेल्याचे सामाने अंबर करावे व नख्त पोतालिहावे यास कारखानीस येक ठेवावा त्याचे विद्यमाने जमाखर्च करावा तो गड तोलदार म्हणजे मोठा असे गडाचे घेऱ्यास जागजागी सरनौबत दाहा पाच ठेवावे आणि त्यास तट वाटून घ्यावे आणि हुशारीने तट मोठ्या सावधगीरीने राखावे गडावर लोक ठेवावे त्यास दाहा शिपाई यास येक नाईक व पंनास आसा मीस येक हवालदार याप्रमाणे किल्ला रक्षावा लोकात हत्यारे बंदुकी व विहेकरी व तीरंदाज व आडहत्यारी पटाइत मर्दाने शिपाई शिवाजीराजे याणी नजरे हुजुर पाहुन शिपाईलोक ठेविले व गडावर हवालदार व सरनोबत म्हराटे जातीवंत कुळशिल ठेविले त्यास जमीन हुजरातीचे लोका पाा घेतले त्याप्रोच सबनीस ब्राह्मण व कारखानीस परभू व कायत याजला हुजरातीचे लोक जामीन घेउन किल्याचा बंदोबस्त येक मेळ हवालदार वगैरे मंडळीचा करून फंद फीतुर होऊ नये असा बंदोबस्त ठेविला आणि किल्ले व कोट कोणाचे हाती न जावे यारीतीने गड कोटचे सामले केले ही नविन पद्धत घातली तसीच चाल लष्करात खासगी पागा केली पायेचे तोलदार केले. पायेचे तोलदारीखाली सिलेदार जातीचे ठेविले स्वतंत्र बळ

कोणाचे न चाले असे केले पागेतील दरघोड्यास बारगीर असामी येक व पंचविस घोड्याचा हवालदार येक म्हराटा व धारकरी या प्रमाणे पांच हवलदार म्हणजे सवाशे घोड्यावर येक जुमलेदार असे पांच जुमले म्हणजे येक सुभा त्यास तैनाती बाा पाचशे होन्नाची नेमणुक करुन येक पालखी व त्याचे हाताखाली मजुमदार येक त्यास तैनात होन्न शंभर करुन पंचविस घोड्यात येक नाल बंद व येक पखाली या प्रमाणे केले व दाहा जुमले म्हणजे बाराशे पंन्नास घोड्याचा अधिकारी दत्परदार त्यास तैनात येक हजार होन्न व त्याचे हाताखाली म्हराठा कारभारी व परभू व कायत या तीन आसामीस तैनात पाचशे होन्नाची करून दत्परदार याजला पालखी द्यावी आलेली जमा व जाहालेला खर्च याच चार आसामीच्या विद्यमाने करावा व पाच हजार स्वाराचा येक पंच त्यास दोन हजार होन्न तैनात तसेच तीनपंच केले त्याचे नांव पंचहजारी ठेवावे आणि त्याणी सरनोबत याचे हुकमात वागावे येणे प्रमाणे पागेचा मामला केला तसेच सिलेदाराचे सुभे वेगळे वेगळे केले तेही सरनौबत याचे हुकमात वर्तावे नेतोजी पालकर सरनौबत याजवळ येक वाकनीसीचा कारकुन व येक हलकारा व जासुद दोन ठेविले सरनौबताजवळ बहिरजी नाईक म्हणोन मोठा शाहाणा जासुदाचा नाईक बहुत हुशार चौकस ठेविला लष्कर पावसाळा दिवशी छावणीस आपले आपले कबजी देशात यावे त्यासी दाणा रतीब औषधें घोड्यास वैरण व लोकास घरे सिध्ध करोन ठेवीली असावी दसरा होताच छावणी लष्करचे कुच होउन यावे ते समई कुल लष्कराचा लहान थोर लोकाचे बिशादीचे जाबिते यावे आणि धावणीस जावे आठ महिने लष्कराने परमुलखांत पोट भरावे व खंडण्या घ्याव्या व लष्कराबरोबर बायका व कळवांतिणी व बसव्या व बटकी ह्या कोणी लष्करांत कदापी नसाव्या जो कोणी वागवील त्यास मारून टाकावा व परमुलखातील बायका व मुले व गाई यांस धरू नये बैल चांगले ओझ्यास मात्र घ्यावे या प्रमाणे ताकीद सर्वत्रास करावी व ब्राह्मणास उपद्रव न लागावा खंडणी घेतल्यावर त्याजागयास पैक्यास वोल म घ्यावी व कोणी बद आमल करू नये आठ महिने चाकरी करावी वैशाखमासी परतोन छावणीस लष्करचे लोकानी यावे येताच कुल आपले लष्करचा झाडा घ्यावा पूर्वील जाबता इनसाफाने पाहुन रुजु घालावे जास्ती होईल ते कीमत करुन खंडोन त्याचे हक्कांत धरावे थोर कीमतीची वस्तभाव आसली तर दिवाणांत घ्यावी कोणी चोरुन ठेविली आणि सरदारास दाखल जाहली नाही असे जाल्यास त्या आसामीस शास्त करावी गडदण मारावी यारीतीने शासन करावे लष्कर छावणीस आल्यावर हिशेबाप्रमाणे जो पैका व सोने व रुपे जडजवाहीर कापड व वस्त भाव सरदारानी घेऊन राजे याचे दर्शनास यावे तेथे आवघा हिसेब समजाऊन मालमत्ता हुजूर द्यावी लष्करचे लोकास हिसेब देणे फाजील ऐवज मागणे तो हुजुर मागोन घेऊन नंतर छावणीस यावे काम कष्ट मशागत केली यालोकास सरमजाम सही करोन

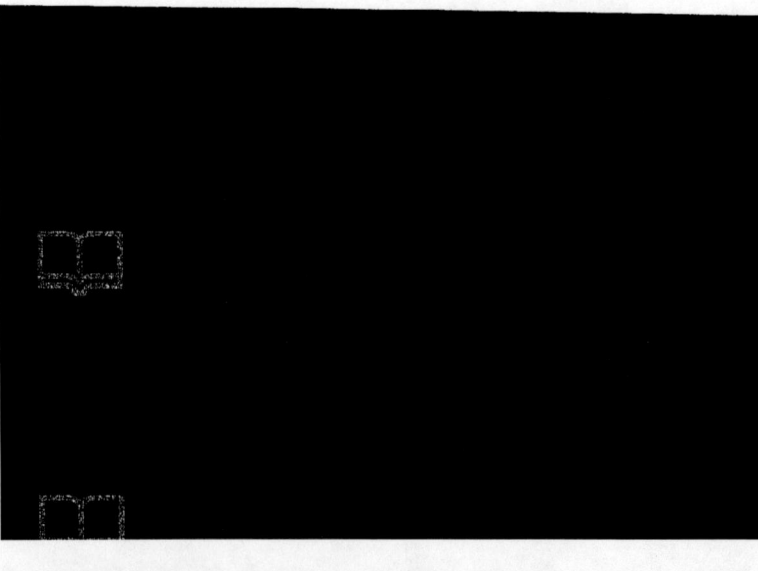

351824

ध्यावा ज्याणी हुकमाप्रमाणे वर्तणूक चांगले रीतीने केली असेल त्यास नावाजी करावी ज्याणे नामर्दी केली असेल त्याची चौकशी करोन बहुताचे मत्ते शोध करुन त्यास दुर करावे व शासन करावे वरचेवर शोध करीत असावे चार महिने छावणी करोन दसऱ्या कारणे राजियाचे आज्ञेप्रमाणे ज्या प्रांतांत जाण्यास सांगतील तीकडे जाणे असे लष्करचे स्वाराचे वर्तमान तसेच मावळे लोक त्यास दाहा लोकास येक नाईक व पाच नायकास येक हवालदार दोन हवाले मिळोण एक जुमला असे दहा जुमले ह्मणजे एक हजारी करावा जुमले दारास शंभर होन तैनात व एक सबनीस यास चाळीस होन तैनात करोन द्यावे तसेच हजारी यास पाचशे ५०० होन तैनात त्यास एक कारकुन शंभर होन तैनातीचा करोन द्यावा असे सर्व हजारी मिळोन त्यास येसार्जाकंक सरनोबत केला त्याचे आज्ञेत सर्व लोकानी असावे सर नोबतास मजुमदार व फडणीस व चिटणीस हुजुरातीचे ध्यावे कुल लोकास तनखे ध्यावे व वरांता द्याव्या व सेत करतील त्यास रयते प्रमाणे आकार करोन त्याचे हक्कात धरावे वर करजे देणे ते हुजुरुन द्यावे येणे प्रमाणे साल झाडा वरचेवर करीत जावा लष्करास वहशमचे लोकास एकंदर मोकाशी देणे नाहीं जे देणे ते वरातीनें द्यावे आगर पोत्यातुन द्यावे मुलखांत साहेबी कारकुना खेंराज कोणाची नाहीं लष्करास व हशमास व गडीकरी यास व वरकडास देणे ते कारकुनाकडोन देवावे मोकासे जाहल्याने रयत आफाट होईल व बळावेल व कमार्वीस हुकुम चालणार नाहीं रयत बळावली ह्मणजे जागा जागा पुंड पाळेगार होतील ज्यास मोकासे द्यावे तो जमेदार एक होऊन बे कैदी वर्तणुक करील या करितां मोकासे देण नाही ज्या मुलखा जाऊन मुलुख काबीज होईल त्या मुलखांत कारकुन चौकस ठेऊन बदोबस्त करणे त्याचा आधी लीहीणार चौकस दप्तरदार करोन कागद घडणी करोन मोसबा दिल्हा असे दप्तरदार असतील त्या मध्येही शाहाणा पाहुन महालाची मुजुमु सांगावी कोणासी माहालचा हवाला सांगावा व कोणास सुभ्याची मुजुमु सांगावी पुढे होता होता शाहाणा पाहोन हावालदारास सुभा सांगावा मुख्य गोष्टी लिहिणार चौकस व शाहाणा असेल त्यास माहालाचा मामला सांगावा जो शाहाणा नसेल व लिहिणे येत नसेल त्यास पादशाईत चाकरीस जाणे अगर घोडी घेऊन सिलेदारी करणे असे सागोन त्यास निरोप द्यावा मुलखांत कारकून ठेवावयाचे त्यास माहाल पाहून हावालदारास दरमाहा होन तीन आगर च्यार करोन ठेवावे व मजुमदारास दरमहा होन तीन पासोन पाचपर्यंत करावे दोन तीन महाल मीळोन येक सुभा करावा सुभेदारास च्यारशे होन तैनात करावी त्यात सुभेदार याणी पालखी करावी सुभ्यास मजुमदार करावा त्यास तैनात होंन शंभर सवाशे पर्यंत करावे व हवालदार यास आबदागीरी द्यावीं पादशाईत मातबर लोंकास छत्री होती तो शीरस्ता शिवाजी राजे याणी मोडीला ज्यास शंभर होणाची तैनात असेल त्याने आपले तैनातीत आबदागीरी करावी मुलखाची जमीन मोजणी केली त्या समई शिवाजी राजे याणी चाहुराचा शीरस्ता केला त्याचा नमुना साडे पाच हाताची काठी करुन विस काठ्या लांबी रुंदी ह्मणजे एक बिघा ठरविला व एकशेविस बिघ्याचा एक चाहुर केला याप्रमाणे गाव मोजुन

351824

एक बिध्यास बिघा पाहुन आकार करोन पाच तक्षीमा केल्या त्या एक रुपयाच्या केल्या त्या पैकी तीं.न तक्षीमा रयतेस द्याव्या दोन तक्षीमा दिवाणात द्याव्या असा ठराव केला आणि नविन रयत येईल त्यास बैलढोरे द्यावी बियास पैका द्यावा खावयास दाणे पैका द्यावा आणि दाणे व पैका जो देणे तो चारपाच वर्षांत उगवून घेऊन घ्यावा याप्रमाणे रयतेचे पालग्रहण करावे कारकुन याणी कमावीस पाहोन रयेत पासोन पैसा पिकावर वसुल घ्यावा पाटील कुलकर्णी व देशमुख देशपांडये याचे ताब्यात रयेत राहावे पाटील कुलकर्णी याणी रयतेपासोन वसुल घेऊन सरकारांत जमा करावा आणि जे गावी पाटील वगैरे लोक पुंड पालेगारी करुन पैका देण्यास घटाई करीत होते त्यांचीं पुंड पालेकारी मोडून रयतेप्रमाणे त्यास ठेऊन त्या गावी ठाणी बसविली मीरासदार व पाटील कुलकर्णी व देशमुख देशपांडे यांणा कारकुन याजपासुन जो हक्काचा पैसा असेल घ्यावा परभारा घेऊ नये गावगना प्यादे बंदुखीवाले पास करकुन याणी ठेवावे दिवाणाचा कारकुन हुदेदार त्यास दरमहा दोनतीन होन करोन ठेवावे पाच अगर सात गांव मिळोन येक तर्फदार हवालदार त्यास वेतन दरमहा तीनच्यार होन करोन ठेवावा याप्रमाणे मुलुखाचा बंदोबस्त केला व मुलुखातील देवस्थाने जागजागा होती त्यास दिवाबत्ती नैवेद्य आभीषेक स्थळ पाहोन चालविले मुसलमान लोक याच्या महीजीदी होत्या त्याची दिवाबत्ती उरुस स्थळ पाहोन चालविले व वैदीक ब्राह्मणाचा योगक्षेम व शास्त्र संपन्न जोतीषी ब्राह्मण याच्या कुटूंबाचे पालग्रहण करोन त्यास अन्नवस्त्राची तजविज करोन दिल्ही ती गावगना धान्य व द्रव्य नेमुन देऊन सालदरसाल कारकुनानी ब्राह्मणाचे घरी पोचते करावे त्या ब्राम्हणाने स्नान संध्या करोन राजे यास अभीष्ट चिंतुन सुखरूप राहावे गडकोट लष्कर हशम हुजरातीत चौकशी करोन शिवाजीराजे राज्य करीत चालीले मग दिलीकडे शके १५८४ शुभकृतनाम संवत्सरे फसली सन १०७२ साली औरंगजेब पादशाहा यास शिवाजीराजा वळावुन विजापुरची फौज आफजलखान वजीरसुद्धा १२००० बाराहाजारानी बुडविली पादशाहाचे कोटतीन घेतले आणि मोगलाईत शिवाजीराजे याचे सरदार याणी मोठी धुंध उठविली असे समजल्यावर याची तरतुद कसी करावयाची म्हणोन विचार करण्यास कुलवजीर व उमराव मोठे सरदार बोलाव बोलाऊन आणोन एक सुभा ऐकलक्ष फौज घोडा राजे याजवर रवाना करावा ह्मणोन तजवीज करोन नवाब शास्तखान पठाण औरंगजेबाचे मावसीचा दादला मोठा उमराव वजीर निवडक त्यास बोलाऊन त्याज बराबर मोठे मोठे सरदार देऊन रवाना केले त्यास पादशाहा याणी सांगितले की तुह्मी जाऊन शिवाजी राजे यास मारोन गर्दीस मिळवावे गडकोट किले घेऊन दस्त करणे असे सांगोन रवाना केले त्याबराबर उदबखा पठाण रोहीले नाना जातीचे लष्करी तीरंदाज बरखंदाज सैतीवाले तसेच हत्ती वरील तोफा व घोड्यावरील तोफा व पाईचे व बरचीवाले आड हात्यारी याखेरीज बहुत लोक व बराबर फरासखाना याचे शंभर हात्ती तसेच भाड्याचे चारशे हात्ती तसेच

आगाणित उंट नफर व बाजारबुणगे दारुगोळा वगैरे बहुत सैना दिल्हा दिल्लेश्वर ह्मणजे कलयुगीचा रावण जैसी रावणाची संपत्ती तसीच दिल्लीवाले याची संपत्ता बराबर खर्जाना उंट गाड्यावर सोने नाणे नख्त व आसरफा व होन रुपये असे बत्तीस क्रोड द्रव्य घेऊन दिल्लीहून निघाला नबाव शास्तखान ह्मणजे पादशाहाच असा सैना समुद्र समुदायानिशी दक्षणेस राजे यावर चालोन आला लष्करचा मुकाम होई तेथे दोन गाव लांब व एक गाव रुंद असे लष्करचे मुकाम होत चालिले असे मजल दर मजल चालोन तीन महीन्यानी पुण्यास दाखल जाहाले राजे राजगडी होते त्यास हे वर्तमान कळल्यानंतर कुलसर कारकुन व आष्ट प्रधान व थोर थोर सरदार व सर नोबत हुजूर बोलाऊन आणोन विचारीले आणि सर्वांचे मते विचार केला जे सर्व मते सल्ला करावा भेट घ्यावी युध्ध केले असता गाठ पडणार नाही आपली फौज ह्मणजे काय आणि दिल्लीची फौज काय असा विचार जाला राजे याच्या मनात सल्ला करावा तरी कोणी रजपुत मातबर नाही जे आपण हिंदु रजपुत राणे हिंदुधर्म रक्षण आपले सवरक्षण करिल असा कोणी नाही आणि शास्तखान ह्मणजे मुसलमान आणि पादशाहाचा नातलग आप्त होय येथे काही लाच लुचपत चालणार नाही अगर आपणासी रक्षण करणार नाहीं व सला करोन भेट घेतली तर आपणास अपाय करील असा विचार करोन मारिता मारिता जे होईल ते होईल असी हिमत धरीली तो तेच दिवसी रात्री श्रीभवानी साक्षात सिवाजी राजे याचे आंगात आवतरून बोलुं लागली जे लेकरा तुजवर शास्तीखान चालून येतो त्याची तु चिंता न करावी जैसा आफजलखान तुझे हातून मारविला तसा शास्तीखान याचा पराभव करीन मी शास्तीखान याचे गोटात शिरोन खान याचे फौजेत मारामारी करून त्याचा मोड करीन असे श्रीने सांगोन श्री भवानी गेली मग राजे सावध जाले जवळील कारभारी व कारकुन होते त्याणी श्रीचे वाक्य लीहून ठेविले होते ते शिवाजी राजे यास दाखविले राजे याणी श्री प्रसन्न जाहाली ह्मणोन हिमत धरिली आणि आपले लष्करात व मावळे लोकात व हुजुरचे लोकात निवडक निवड करोन हजार माणूस आणविले वरकड लष्कर त्यामध्ये सडे सडे राहुत फौज तयार करोन शास्तीखान पुण्यास आला ही तहकीक बातमी आणून लोक बराबर घेऊन चालीले दादाजी बापुजी व चिमणाजी बापुजी देशेपांड्ये हे उभयता बंधू लोकांचे तर्फेस हजर होते दोघेजण बहुत शाहाणे व शूर व राज्याचे प्रीतिपात्र असे बराबर घेतले आणि नेतोजी पालकर व मोरोपंत पेशवे पिंगळे याच्या दोन फौजा केल्या ब पागा व नेतोजी पालकर असे दोनी फौजा व मावळे लोक हशम मिळोन एक फौज अशा दोनी फौजा शास्तीखानाच्या गोटाबाहेर उभ्या अर्धकोशावर चौतर्फा केल्या आणि खासा स्वारी शिवाजीराजे याणी ढाल तरवार हाती घेऊन तयार होऊन हजार माणुस बराबर पायउतारा घेतले नबाबाच्या गोटास राजे चालीले बिनीस दादाजी व चिमणाजी बापुजी खडे चालले त्याचे पाठीवर कुल फौजा लोक चालीले जाताजाता पहाऱ्याचे लोक खानाचे लष्करचे बोलु लागले फार जागा जागा

लष्करात पुसो लागले कोणाचे लोक कोण कोठे गेला होता म्हणोन पुसता लष्करातील छबीन्यास चौकीस पायदळ लोक गेलो होतो असे त्याचे भाषण चीमणाजी बापुजी वगैरे लोक राजे याजकडील खानयाचे लष्करचे लोकापासी बोलत चालिले इतकियात मध्यानरात्रीस नवाबाच्या डेऱ्याजवळ गेले हजार माणसाच्या दोन तुकड्या केल्या आणि नबाबाच्या डेऱ्या भोवत्या दोन तुकड्या उभ्या केल्या दोनशे मनुष्य त्यामध्यें निवडून शिवाजीराजे याणी जातीने चिमणाजी बापुजी यास सांगोन बाड कटारीने चिरोन आत शिरले तो डेऱ्यास भोवती रात वाडे होती ती फाडोन चीरोन आत गेले लोक चौकीचे निजले होते त्यास कळो न देता खासा नबाब याच्या डेऱ्यात गेले त्या डेऱ्यात बायका व खोजे व दाया असा समुदाय पहाऱ्यास होता त्या डेऱ्यांत समया व मोमबत्या लाऊन खोजे व बायका जातीने जागत बसल्या होत्या त्याणी हे परखे लोक पाहुन त्याणी शोध केला तो इतकियात चिमाणाजी बापुजी याणी खोजे बाजुस सात पाच होते ते ठार मारीले वरकड बायकास दबाविल्या त्यामध्ये उडदा बेगमी विस पंचविस याणी गुरगुज घेउन यालोकावर चालुन येउन मारीत चालल्या तेव्हां राजेयाचे लोकानी उडदा बेगमी पाचसात मारील्या त्याही दबावून राखील्या इतका गलबला होताच नबाबास कळले की राजियाचे लोक आले त्यावरुन खान खासा डेऱ्यातुन उठोन बायकात शिरला व कुलसमया व मोमबत्या वीजविल्या आणि अंधार पडला त्या योगे करुन वोलख पडेनासारखी जाली तेव्हां वृध्ध वृध्ध पाहोन खासा ह्मणोन जाग जागा त्याजला मारीले खासा राजे येउन पाहातो तो खान याच्या डेऱ्यात बटकी तीन बसल्या होत्या तेथे शास्तीखान त्या बायकात छपुन बसला होता तेथे राजे जाउन तरवारीचा वार केला तो वार करिताच शास्तीखान याची हाताची उजवे बोटे तीन उडून गेली तो गलबला फार जाहाला तेव्हा खान बोलीला कीं गलीम येऊन आमचे लष्करात शिरला नंतर चौतर्फा लष्कर तयार जाहाले मग राजे बाहेर निघाले आणि खानाचे लष्करचे लोकास म्हणो लागले कीं गलीम कोठे कोठे आहे असे ह्मणत ह्मणत बाहेर निघाले आणि आपली फौज व सरनौबत व पिंगळे पेशवे होते त्यात मीळोन निघोन चालिले गनिमाची फौज कुल तयार होऊन आपले गोटांत शोध करु लागले त्याचा माग लागेनासा जाहांला हे राजे स्वस्ती क्षेम आले नंतर दिवस उगवलियावर नबाब खानाचे खबरीस कुल सरदार पाहातात तो नबाबाची तीन बोटे तुटून हैराण जाले व व त्या जखमेने बहुत इजा होउ लागली व खानाचे लष्करचे लोक याचा नाश बहुत जाला कितीयेक असामीस जखमा लागल्या बायका व खोजे यासही जखमा लागल्या व कीतीयेक ठार मारीले हे खानाने पाहुन बोलु लागला जे गनीम इतका खाशाच्या डेऱ्यात शिरे तोपर्यंत सरदार लोक कोणी हुशार जाले नाहीत व मजला खबर न कळता कोणी हुशारीही ठेवली नाहीं तेव्हां तुह्मी सर्व असामी राजे याजकडे फीतव्यात मिळोन आता तुमचा इतबार आह्मास कोणाचाच येत नाही आज राजे याणी

येऊन आमची बोटे तोडिली उद्या मागती पुन्हा येउन माझे शिर कापुन नेतील असा मोठा शिवाजीराजा दगेखोर आहे आणि आमचे लष्करचे लोकाचा इतबार आम्हास येत नाहीं आपण माघारे जावे म्हणोन कुच करोन दिलीस जावे आसा पका विचार करोन तीसरे दिवसी कुच करोन दिल्लीस जावया करता चालला राजे याणी खानाची बोटे तोडून तेच दिवशी राजगड येथे येउन दाखल जाले राजे याज कडील जासुद खानाचे लष्करात होते त्याणी राजे याजवळ येऊन शत्रूचे सैन्यांतील खबर राजे याजपासी सांगीतली कीं शास्तीखानाची उजवे हातची तीन बोटे तुटोन गेली हात थोटा जाला व वरकड कितीयेक मेले व जखमीही जाले असे वर्तमान सांगीतले आणि शास्तीखान धास्त खाऊन परत दिल्लीस निघोन गेला अशी खबर जासुदाची ऐकुन राजे खुशाल जाले आणि आपली फते जाहाली नंतर राजे याणी तोफाचे आवाज करोन साखरा वाटील्या आणि खुशाली केली शास्तीखान याची फौज व खान मजल दार मजल चालले ही बातमी पादशाहा यांस कळली आणि मनात दिलगीर होऊन मोठे आश्चीर्य मानुंन नबाब याची फौज बहुत असोन त्यामध्ये राजा जातीने लष्करात शिरोन बाडे चिरोन शास्तीखान याची बोटे तोडिली शिवाजी राजा हा मनुष्य नव्हे तो सैतान आहे अशा पादशाहा याणी मनात किती येक प्रकारे गोष्टी आणून विचार केला की शास्तीखान आला ह्मणजे त्यास कचेरीत यावयास हुकुम नाहीं व दर्शनही घ्यावयाचे नाही शास्तीखान नामोहराम जाला व शास्त बोटे तोडिल्याची जाली असा गुन्हा समजोन दर्शन न घ्यावे इतका ठराव केला शास्तीखान मजल दर मजल करुन दिल्लीस दाखल जाला हि बातमी पादशाहा यास कळताच शास्तीखान यास हुकुम केला की तुह्मी आपले हवेलीत जाऊन राहावे ईकडे येण्याचे कारण नाही तसेच सरदार लोक खाना बरोबरचे गेले होते त्यास कचेरीत आणुन अपमान केला व त्याच्या दौलती कमी करण्याचा हुकुम केला तेव्हां सरदार याणी पादशाहास अर्ज केला की पादशाहानी आह्मा बरोबर मुख्य सरदार करोन शास्तीखान यास दिल्हा होता त्याचे हुकमात आह्मी सर्वत्रांनी वागावे म्हणोन हुकुम दिल्हां होता तो सरदार नामर्द होऊन माघारा परत आला आह्मी काय करावे पुन्हा आम्हा बरोबर मर्दाना सरदार दिल्हा ह्मणजे आह्मी त्याजबरोबर जाऊन झुंज करुन शिपाई गिरीची शर्थ करु असे पादशाहास आर्ज करिताच पादशाहा आपले मनांत खुष होऊन त्यालोकांचा दिल दिलासा करोन मन सफा कायम केले व सरंजामही काइम करुन दिल्हा शके १५८६ क्रोधी नाम संवत्सरे फसली सन १०७४ या साली शिवाजी राजे याणी पुणे मुकामी टकसाळ शिवराई होनाची व शिवराई पैशांची घातली त्याचे पुर्वी दिलीवाले पादशाहाचे आमलात दिल्ली ह्मणजे हस्तनापुर त्या शहराचे नाव ह्मणोन हत्तीचे शिक्याचे पैशाची टकसाळ पादशाहा याणी घाछुन तेच पुर्वी दिलीस पैसे चालत होते मग शके १५८७ विश्वावसुनाम संवत्सरे फसली सन १०७५ या साली औरंगजेब पादशाहा याणी सरदार कोण पाठवावा फते करुन येईल असा सरदार कोण आहे

याचा विचार करोन सरदार निवडता पादशाहाने तजवीज केली जे मातबर तोलदार जबरदस्त असा कोण शाहाणा इतक्यांत मीर्जा राजा जयसींग रजपुत यास एकांती बोलाऊन पादशाहानी त्यास सांगीतले जे तु राजा रजपुत आहेस व शिवाजी राजा हिंदु आहे तुम्हीही हिंदु त्यास तुम्हा झुंज देऊन दस्त करावा तु आमचा इतबारी पादशाई खानाजाद आहेस इतबार राखणे दगा न करणे असे मिर्जा राजा यास सांगितले नंतर मिर्जा राजा जयसींग रजपुत याणे खुर्नुशातसलिमा करोन बोलीला जे पादशाहानी जो हुकुम केला त्या प्रमाणे मजकडोन आंतर होणार नाही असे बोलतांच पादशाहानी त्यास शिरपाव व बक्षीस देऊन शिवाजी राजे याजवर पाठविले तेव्हां तो दिल्ली होन निघोन पूर्वी जसा शास्तीखान फौज घेऊन निघाला त्या प्रमाणे दळभार घेऊन निघाला पृथ्वी आकाश एक धुरळा उटला आणि मजल दरमजल करीत चालीले मुकाम होये तेथे दोन गाव लांब व एक गाव रुंदी असे लष्कर होते जयसिंग मिर्जा याने मनांत विचार केला की शिवार्जा राजा मोठा हुनरवंत आहे व मर्दाना आहे व शिपाई जातीने आगांचा आहे आफजलखान आपले आंगे मारिला तसेच शास्तीखान याचे डेन्यांत रात्रीस सिरोन मारामारी केली ऐसी यास जय कसे येईल ह्मणोन चिंतातुर होऊन राहिला तेव्हां मोठेमोठे ब्राह्मण पुरोहीत याणी उपाय सांगितला की देविंचे आनुष्टान मोठेसे करावे ह्मणजे जय येईल असे सांगितले नतर मिर्जाराजा बोलीला जे कोट चंडी करावी आकरा कोटी लींगे करावी कार्तावियाचा जप करावा व बगळा ज्वाळामुखी व काळ रात्री असी पांच आनुष्ठाने सीघ्र करावी त्याजवरुन पांच आनुष्ठानास ब्राह्मण पाचशे घातले प्रत्येही आनुष्ठान करीतच आले आनुष्ठानास दोन कोडी रुपये काढून आलाहिदा ठेविले आणी तीन मास आनुष्ठान होऊन सिद्ध जाले आनुष्ठानाची पुर्ण आहुती करोन दान दक्षणा भोजन जाहाले मग मजल दरमजल लष्करचे कुच करोन चालिले तो राजीयास खबर आली की जेयवंतसिंग मीर्जाराजा हा हजार रोहीले व दलेलखान पठाण पाच हजार स्वार असी फौज येती व आणखी फौज मीर्जा याचकडील येती हे राजे यास कळोन राजे विचारांत पडले आणि आपण सर कारकुन व आष्टप्रधान सरदार व हुजुरे बोलावुन विचार केला की त्यास सर्वत्रानी सांगितले की राजे याजवर आफजलखान व शास्तीखान चालुन आले त्याचा दगा केला ते गैर हुशार मुसलमान होते हुनरवंत नवते हा रजपुत त्याप्रमाणे दगा करु देणार नाही त्यासी सलाच करावा असे बोलले तेव्हां राजे बोलु लागले की रजपुत कसा तरी हिंदु ओळख होईल परंतु दिलेलखान रोहिला हा हारामजादा बैमान आहे त्यास तो पादशाहाचे मेहेरबानगीचा व इतबाराचा आंतरंगाचा आहे तेव्हां तोच काय करील नकळे तो बराबर नसता तरी आमचे मनोरथ सिद्धीस जाते आता श्रीवर भार घातला आहे तीचे चित्तास येईल तसे करील यानंतर तो दिवस गेला दुसरे दिवशीं श्रीभवानी राजे याचे आंगात आवतरुन बोलु लागली जे आरे मुलेहो हीं वेळेचा प्रसंग बहुत कठीण आहे जयसींग यास मारवत नाहीं भेटावे लागते भेटुन

दिलीस जाव तेथे प्रसंग कठीण होईल परंतु तेथें लेकरास नानाप्रकारे यत्न करोन रक्षुन आणिन चिंत्ता न करणे लेकरास वरदान हे जय आपणास काहींएक पिडी दिल्हे नाही सत्तावीस पिढ्या हे राज्य दक्षणचे नरमदेपर्यंत दिल्हे आहे या राज्याचा आभिमान रक्षण करणे मजला आहे लेकरु वेडे वाकुडे वर्तणूक करील तसे आपणास सावरणे लागते असे पुर्ण समजले या विसी चिंत्ता न करणे असे सांगोन श्री भोवानी गेली ते सर्व वाक्य कारकुनानी लिहून ठेवले होते ते निवेदन राजास केले त्याजवरुन राजे यास बहुत संतोष जाहाला आणी मग हिमत धरली तो इतकियांत जयसींग राजा रजपुत पुरंधर व कोंढणागड या दोन गडाचे दरम्याने लस्करचा मुकाम करून राहिले आणी राज्याकडे पत्र व जासुद पाटविले कीं तुह्मी शिशोदे रजपुत तुह्मी व आह्मी एकच आहो तुह्मी भेटीस येणे तुमचे सर्व प्रकारे संवरक्षण करू ह्मणोन पत्र पाठविले ते पत्र रायगडास आले आणि राजियाणि वाचुन पाहिले आणि हेजीब कोण पाठवावा हि तजवीज केली तो विच्यार करितां रघुनाथ भट पंडीत सनीध होता त्यास पाठवावे हि तजवीज केली रजपुताजवळ पंडीताचा प्रसंग फार रजपुतही फार शाहाणा शास्त्र जाणता त्यास बरी गाठ पडली असा सिवाजी राजे याणी विचार करून रघुनाथ भट यासी पंडितराव असा किताब देऊन त्याजबरोबर पत्र व वस्त्रे अलंकार देऊन त्याजला मिर्जा राजियाकडे पाटविले मग शत्रूच्या सेनेंत राजियाचे हेजीब गेले नंतर मिर्जा राजियास हेजीब आले हे वर्तमान कळले मग त्याणें त्याचा सन्मान करून भेट घेतली नंतर हेजीब व मिर्जा राजा बोलला कीं दिल्लीचा पादशाहा जोरावर आहे त्यास तुह्मी दावा लाविला त्याणे तुमचा शेवट होणार नाही मग तुह्मी सिवाजी राजे यास पादशाहाचे भेटीस घेऊन यावे राजे व आह्मी मिळोन दील्लीस पादशाहाचा व राजियाचि मुलाखत करवितो आह्मी तुमचे कांहीं वाईट करणार नाही एविसी शपत श्री ठाकुरजीची पुजा करोण तुळसी उचलोन रघुनाथ भट पंडितराव हेजीब याचे हाती दिल्या आणि पंडीतराव यासी वस्त्रे आलंकार देऊन त्यासी सांगितले कीं आजच भेटीस येणे असे सांगोन रघुनाथ भट पंडित हेजीब यास गुत्प रूपे निरोप दिल्हा ते समई रघुनाथ भट पंडितराव मिर्जा राजियास बोलले यदर्थी

श्लोक–कूर्मावतारीं भगवान झाला । अंभो निधीनें वडवानलाला ॥

समर्थ जाला धरितात हातीं । त्या कारणें मानच चिंतितातीं ॥२॥छीं॥

ऐसी उपमा घेतलियावर मिर्जा राजा जैसिंग रजपुत बहुत समाधान पावले पुन्हा शपतपूर्वक अभय देऊन हेजीबास रवाना केले ते तेथुन राजियाजवळ रायगडास आले सर्व वर्तमान सांगितले त्याजवरुन सिवाजी राजे संतोष होऊन जागा जागा गड कोटास ताकीद करून मजबुदी केली लोकांस भांडणे ह्मणोन सांगोन पाटविले पुढे जयसिंगराजा याच्या कठकांत राजियाचा वकील आला होता ही खबर दलेलखान पठाण यास एकांती कळताच मनांत फार कष्टी जाहाला सेवटी हिंदु हिंदु मिळोन काम नाश करतील असे मनांत आणुन दुसरे दिसी दिलेल-

खान रोहिला मिर्जा राजियाचे भेटीस आला आणि बोलला की तुह्मी उगेच बसला गोटाजवळील कोंडणागड व पुरंधरगड दोनी किले आहेत पुरंधरासी मी सुलतान सेवा करोन गड घेतो तुह्मी कोंढणा गड घेणे घेतले ह्मणजे शिवाजीराजेही येतील असे बोलताच मिरजा राजा बोलिला जे गड आले तर बरे नाहीतर नामोसी जाईल याकरितां गडासी झटु नये आधी मुलुक काबीज करावा ह्मणजे आपणच गड येतील असे बोलताच दिलेलखान रागाने उठोण चालीला आपण आताच जाऊन पुरंधर घेतो तुह्मी कोंढणा घेणे अथवा न घेणे असे ह्मणोन उठोण गोटास येऊन कुचाचा नगारा केला आणि आपली फौज घेऊन पुरंधराखाली येऊन राहिला नंतर गडावरी एल गारा करु लागले खासा पाच हजार पठाणानिसी पाय उतारा जाहाला सात आठ हजार रोहिले व बघेले व तोफा आणि पायउतारा जाहाला व पेंढा (बा)? री व आडाणी खलक वीस हजार लहान थोर पायउतारा होऊन गडासी लगट करीत चालिले तेव्हा पुरंधरावरी नामजादे लोक याचा सरदार राजीयाकडील मुरारबाजी परभु ह्मणोन एक हजार माणसानिसी होता त्या खेरीज किल्याचे मावळे लोक एक हजार होते असे दोन हजार पावखलक त्यामध्ये निवडून मुरार बाजी हजार मनुष्ये घेऊन दिलेलखानावर चालून गेला दिलेलखान मोठा जोरा वारा व तोलदार पठाण पाच हजार या खेरीज रोहिले व बगेल वगैरे लोक अशी फौज चौकडून गडास चढत होती त्यामध्ये जाऊन सरमिसल होऊन मोठे घोरघर युद्ध केले मावळे खलक याणी व मुरार बाजी परभू याणी निदान भांडण केले पाचशे पठाण पडले तसेच रोहिले व बगेले मारले खासा दिलेलखान देवडी सोडोन माघारा फिरला आणि लोकास सांगोन तोफखाना आणवीला व राजया कडील तिरंदाज व बर्चीवाले व आड हत्यारी असे त्या मध्ये ६० साठ लोक ठार पडले मुरार बाजी ढाल फिरंग घेऊन खासा दिलेलखानावर चालोन गेला तेव्हां दिलेलखान रोहिला बोललाजे कौल घेणे तू सिपाई तुजला नावाजितो असे बोलताच मुरार बाजी बोलला जे तुझा कौल ह्मणजे काय मी शिवाजी राजे यांचा चाकर तुझा कौल घेतो की काय ह्मणोन नीट खानावर चालिला दिलेल खानावर फिरंगीचा वारा करावा तो खानाने आपले हाती कमान घेऊन एका तिराने मुरारबाजी पुरा केला तो पडला मग खानाने तोंडात आंगुली घातली की असा ही सिपाई खुदाने पैदा केला असे आश्चर्य केले मुरारबाजी पडला त्या बरोबर तीनसे माणुस ठार जाहाले वरकड सातशे माणुस गडावरी गेले दिलेलखान याणे शिरची पगडी उतरोन ठेविली आणि बोललाजे गड घेईन तेव्हां पगडी बांधीन असा नेम करोन चालून घेतले दरवाजा खाली जाउन ढालेचा कोट करोन बसला किल्याचे लोक मुरारबाजी पडला ह्मणोन गणतीस न आणिता शर्यतीने लोक भांडु लागले एक मुरारबाजी पडला तर काय त्यात ही अवघे शूर शिपाई तसेच आहो असी हिंमत धरोन भांडतात हे वर्तमान रायगडी शिवाजी राजे यास कळले कीं दिलेलखान याने पुरंधरारा लगट केली आणि मुरारबाजी पडला तीनशे

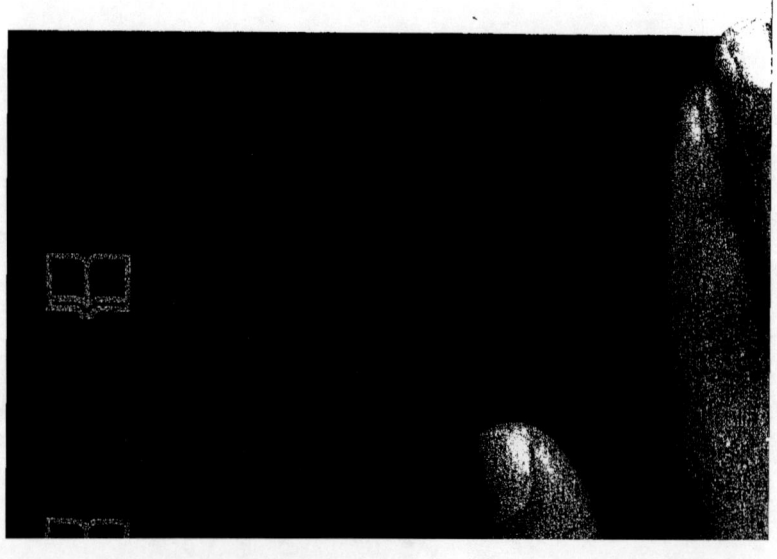

माणूस रणांत पडले हे वर्तमान राजे यास कळोन मनात चिंतातुर जाहाले कीं एक गड दिलेलखान जेव्हां घेतो तेव्हां वरकड गडहीं जातात उपरांतिक आपण जोवर गड आहेत तोंपर्यंत भेटावे आपले हाताने गड देणे ते देऊ सला करावा हे उचीत आहे ह्मणोन रघुनाथ भट पंडितराव मीर्जा राजियाकडे पाठविला की आपण तूर्तच भेटीस येतो दिलेलखान याने गड घेतालियावर मग भेटीस आल्याने हलकेपणा आहे असे सांगोन पाठविले भेटीस जावे असा नेम केला मग पंडितराव जाऊन जैसिंगराजास वर्तमान श्रुत केले आणि उत्तम ह्मणोन त्याणी सांगितले शपत क्रिया बोलले नंतर पंडितराव परत येताच खासे राजियाणीं हजार मनुष्यें निवडून बरोबर घेतले आणि श्रीशंभूस व श्री भवानीस साष्टांग प्रणिपात केला सर्व तपस्वी शिष्ट ब्राह्मणास नमस्कार करून सर्वांचे आशिर्वाद घेऊन चालिले तो येकायेकी अकस्मात मिर्जा राजियाचे गोटात दाखल जाहाले पुढे पंडित रायानी जाऊन सांगितले कीं सिवाजीराजे आपले भेटीस आले मग जैसिंग राजा देवडीबाहेर पाय उतारा आला राजे पालखीतुन उतरोन भेटले उभयता जाऊन येका आसनी बसले आणि मीर्जा राजियास राजे बोलले जे तुह्मी व आह्मी हिंदु आहो ह्मणोन बोलुन बसले मग जैसिंग बोलला जे हि तो गोष्ट खरी आहे आपण राणे रजपुत तुह्मी व आह्मी एकच जाती आहो तुमच्या अगोदर आमचे शीर जाईल मग तुह्मास काय होणे ते होईल. असा भरवसा देऊन शफत दिल्ही मग राजे बोलले जे तुह्मास गड पाहिजे ते आपण देतो निशाण तुमचे चढवितो परंतु मुसलमानास यश देत नाहीं असे बोलले यावर जैसिंग राजा खुशाल जाहाला आणि बोलला जे दिलेलखान मतलबी आहे आणि पादशाहाचे मेहरबानीचा आहे त्यास तुह्मी हाती घ्यावा लागतो तुह्मास दिलेखानाचे भेटीस जावे लागेल आह्मी रजपुत आपले आत्प विसीइ तुह्माबरोबर तोलदार वजीर देतो तुमची भेट भरोन आणवितो फिकर न करावी तुमचे जडभारी ते आह्मास आहे पनास साठ रजपुत आपणाबरोबर देतो असे बोलले मग सिवाजीराजे ह्मणो लागले जे मी सिवाजीराजा आहे दिलेलखानाचा गुमान तो काय तुमचे हुकुमाने जाऊन भेटतो ह्मणोन निरोप घेतला. नंतर मिर्जा राजे याणी सुभानसिंग रजपुत आपला मामा थोर युधा बळाचा शूर राजिया बरोबर दिल्हा खानाचे सवाई तोलदारीने त्यास देऊन याजला सांगीतले जे तुमच्या भरवशावर राजे पाठवितो तर तुह्मी सिवाजी राजे यास संभाळून घेऊन येणे. असे सांगोन निरोप दिल्हा नंतर सुभानसिंग याणे आपले जोडीचे लोक पनास समागमे घेऊन चालिले जेथे दिलेलखान पुरंधरचे दरवाजियाजवळ होता तेथे राजे गेले पुढे दिलेलखानास खबर पाठविली की सिवाजीराजे येऊन मिर्जा राजियास भेटले तुमचे भेटीस येतात हे कळोन दिलेलखान याणे आपली मनगटे चावली की गडाचे यश आपले गेले आपले विद्यमाने राजकारण नाही रजपुतासी यश आले ह्मणोन मनांत फार कष्टी जाहाला तो राजेही जवळ आले दिलेलखान उठोन सामोरा पुढे जाऊन रागे रागे राजे यास जोराने आवळुन भरोन एक पडी भेटला दिलेलखान

ह्मणजे मोठा बळकट एक हत्तीचे बळ होईल ह्मणावे तर हात्तीबराबर खाना दररोज हात्ती जितका खातो तेणे प्रमाणे वजनी खाणे खातो आणि शरीर तो दुसरा हेंड बराक्षस असा थोर याणे राजि यास रागाने एक घडी आवळोन धरिले परंतु राजे सवाई जोरावर बळकट तशास गणतेस आणिले नाही मग भेटीची मिठी सोडोन सुजनी गादीवर एका लोडास टेकून बसले दुसरे बाजुस सुभानसिंग बसले दिलेलखानाने पुसीले की सुभानसिंग तुम्हीं सिवाजी राजे याजबराबर आला सुभानसिंग मोठ्याने पुकारून बोलला जे राज्याबरोबर आलो असे बोलला मग राजियासी खान पुसो लागले केव्हां आला तो राजे बोलले जे आताच आलो मिर्जा राजियाची भेट घेतली मग तुमचे भेटीस आलो असे बोलल्यावर खान भला ह्मणोन बोलले तो सुभानसिंग बोलेला की खान राजे भेटीस आले आतां उद्या जे गड पाहिजे ते देतील तुम्ही उठोन गोटास चलावे असा मीर्जा राजियाचा हुकुम आहे असे बोलल्यावर खान आपले मनांत बहुत कष्टी जाहाले कीं आपला मनोर्थ सिद्धीस गेला नाही बरे असो तुम्ही साहेब सुभा आहा तुमचे हुकुमाने येतो परंतु हा किला आपण उद्या घेऊन निशाण चढऊन येतो असे बोलताच सुभानसिंग बोलला की गड आपणाजवळ आला आहे तुम्ही चलावे त्यावरून दिलेलखान उतरोन गोटात आला गडाजवळ मोर्चे चौकी पहारे ठेविले मग राजियास विडे देऊन रवना केले तुम्ही मिर्जा राजियाजवळ जाणे ते आह्मास वडील आहेत जे करतील त्यात आपण आहो असे खान बोलले नंतर राजे व सुभानसिंग तेथुन निघोन येऊन मिर्जा राजियास वर्तमान सांगितले उपरांतीक मिर्जा राजा व राजे याणी पंगतीस भोजण केले शिवाजी राजे यास वेगळे डेरे दिधले रात्री उभयताचे बोलणे जाहाले कीं किले आवघे पादशाहास देणे दिल्लीस भेटीस येणे असे बोलताच राजे याणी उत्तर दिल्हे की आपल्या किल्यापैकी सतावीस गड तुम्हास देतो आपले पुत्र संभाजीराजे व आपण खुद पादशाहचे भेटीस येतो भेट घेऊन इकडील दक्षणचे पादशाह आली आदलशाई व कुतुबशाई व निजामशाई यावरी आपणास नामजादे करुन तीन पादशाहाई फते करुन देतो त्यामध्ये पेशजी एक पादशाई निजामशाई त्याने फते केलीच आहे बाकी दोन पादशाहाई फते करुन देतो ह्मणोन सिवाजीराजे बोलले मग मिर्जाराजा याणी कबूल केले आणि पुरंधराहून कूच करोन दिलेलखान सुधा चालिले नंतर राजे याणी संभाजीराजेही आणविले व सतावीस किल्ले त्याच्या ताब्यास दिल्हे त्याणी किल्यास आपली ठाणी घातली मग सिवाजीराजे याणी आपले राजे व गडकोट मोरोपंत पिंगळे पेशवे व निळोपंत मजमदार व नेतोजी पालकर सरनोबत स्वाराचा आधिकारी अश्य आसाम्या मातोश्रींच्या हवाली केल्या आणि आपण दिल्लीस जातो पादशाहाची भेट घेऊन येतो असे बोलोन नंतर पादशाहास खबर कळावी ह्मणोन मिर्जाराजी याणी आपला वकील रवाना केला त्याजबरोबर सिवाजीराजे याचा वकील जावा त्यास सोनोपंत डबीर याचे मेहूणे रघुनाथ कोरडे यास बरोबर देऊंन रवाना केले पुढे दिल्लीस मागाहून राजे याणी आर्जस्ता लिहिली की आपले

भेटीस येतो या उपर मिर्जाराजीया बरोबर सिवाजीराजे आपली फौज घेऊन विजापुराकडे चालिले मार्गी चालता मिर्जाराजा व सिवाजी राजे एका हौद्यांत बसत होते तेव्हां कुल वजीर येऊन. सलामा करीता येत होते परतु दिलेलखान सलाम न करिता निमीत्य की दोघे राजे एका हौद्यांत आपण दोघास सलाम कसा करावा या गोष्टीकरितां तो येतच नसे असे विजापुरास मजल दरमजल गेले पुढे उभयतानी दिल्लीस जावे त्यास मिर्जाराजा बोलला की औरंगजेब पादशाहा बहुत हुनेर-वंद बेमानी आहे तुह्मी व आह्मी गेलियावर एखादे वेळेस दोघासही दगा करील मग काय करावे ह्मणोन आपण मागाहून हलके हलके येतो आणी मीं औरंगाबादेस राहतो तुह्मी दिल्लीस जावे आपला पुत्र हुजूर रामसिंग आहे तोहीं मोठा तोलदार भिडेचा आहे त्यास सांगोन पाठवितो त्याचे हातून भेट घेऊन सरंजाम व जाहागीर करार करून घेऊन दक्षणेस यावे तुह्मी दिलीहुन निघाला ह्मणजे आह्मी दिल्लीस येऊ तोपर्यंत आपण बाहेरच आहो या भिडेवर तुम्हासी बेमानी करणार नाहीं म्हणोन तजवीज करून मजकूर सांगोन पुढे रामसिंगास पत्र पाठऊन धटाई करोन सिवाजी राजे यास रवाना केले राजे यानी बरोबर लोक घेतले त्याचा तपसील.

१ सरकारकुन	१० हुजरे आसामी
१ जीवनराव शाहाणे सुबुद्धी	१ हिरोजी फरजंद कुवर
१ दत्ताजी त्रींबक	१ राघो मित्र म्हराठा
१ नारायण रामचंद्र	१ संभाजी कावजी
१ माणको हरी सबनीस	१ बहीरजी नाईक जासुदाचा
१ मुदगल भट आर्वीकर	
६	१४

२० आ॥

मावळे लोक एक हजार १००० पावखलक व लष्करी स्वार ३००० तीन हजार यासह वर्तमान सिवाजी राजे रायगडाहून सर्वांच्या भेटी घेऊन निघाले ते उभयता चिरंजीव संभाजी राजे सुध्दा मजल दरमजल करीत दिल्लीस चालिले पादशाहाचे भटीस राजे येतात हे वर्तमान पादशाहास कळोन त्याणी आपले मुलखीचे वजीर व फोजदार व महाल मोकासेदार यास ताकीद पत्रे पाटविली की सिवाजी राजे भेटीस येतात जे गावी जे जागा राहातील तेथें तेथील फौजदाराने येऊन भेटणे दाणा पोटगी जो खर्च लागेल तो द्यावा पादशाहाचे शहाजादे याचे प्रमाणे आदय चालवावे असे आपले माहाली मुलखी रोखे पाठविले त्याजवरून राजे जे मजलीस जाताच तेथे फौजदार याने भेटणे दाणापाणी खर्चास देत चालिले तेव्हां सिवाजी राजे याचे पुत्र संभाजी राजे व रघुनाथ-राव व नारायण रामचंद्र मुदगल भट आर्वी देऊळगावकर व शाहाजी राजे माहाराज

याचे नाटक शाळेंचा लेख हिरोजी फर्जंद वगैरे लोक मोठे मोठे व पायेचे सरदार व मावळे लोकांचे पायेचे सरदार येसाजी कंक व तानाजी माल्लुसरे व बाजी पासलकर वगैरे मावळे लोक शिपाई असे फौजसुद्धा दिल्लीस जाते समई वाटेत प्रयाग येथे मुकाम जाहाला दुसरे दिवसी तेथून कुच करोन पुढे जाव्रयास लागले तो घोड्यावर बसते समई एक ब्राम्हण सोवळ्याने बोडखा आडवा आला तेव्हा सिवाजी राजे याणी आपल्यास आपशखुन जाहाला ह्मणोन ब्राम्हणास पदरची मंडळी रागे भरु लागली तेव्हां ब्राह्मण बोलू लागला की राजे पुत्रासहित दिल्लीस जाता ते शकुनानेच जाता ह्मणोन पुत्रासही बरोबर घेतले आहे तेव्हां राज्याची मर्जी प्रसन्न होऊन त्यास प्रयाग तीर्थांचे तीर्थ उपाध्येपणा दिल्हा त्याचे नाव जे कृष्ण चोबे यास पांचशे रुपयाची सनद साल दरसाल वौंशपरंपरेने असे सस्थ करून दिल्हे त्यास सनद लेहून दिल्ही आणि सिका करुन त्याजवर दिल्हा मग तेथून कुच करोन लष्करसुध्दा निघोन श्रीक्षेत्र कासी नजीक सिवाजी राजे हे दिल्लीस जाते वेळेस लष्करसुद्धा तेथे मुकाम करोन काही दिवस छावणीस राहिले होते तेव्हां एक ब्राम्हण ते समई वेद मुहूर्ती राजेश्री सोनो पंडित मोठा विद्यबान दशग्रंथी सत्पात्र त्यास सिवाजी राजे भेटले त्याणी सर्व गोष्टीची बरदास्त ठेवली मग राजे याणी .त्याजकडे तेथील जाग्यास त्यास आधीकार काम सांगितले त्या पंडीताने कासीतील लोक उदमी व्यापारी मण बाजारी वगैरे लोक यास तेथे आणून ठेविले त्या लोकानी घरे बाधोन तेथे राहिले कोणेएके दिवशी प्रदोषकाली सिवाजीराजे याणी श्री देवीची एक मुहूर्त व श्री शंभुचे लिंग पंचमुखी व पांच पांडव याची स्थापना करून त्या जाग्यावर ठेविली तेथे एक विहीर बांधोन त्या विहीरीवर आपले नांव दगडावर लेहून ठेविले व भागीरथीस नित्य स्नानास जात होते त्या घाटावर त्या वेळेपासोन त्या घाटाचे नांव राजघाट असे लोक ह्मणत आहेत मग तेथोन सिवाजी राजे याची स्वारी लष्करसुद्धा कुच करोन दोन महिन्याने दिल्लीस गेले ते समई त्या दिवसापासोन त्या गावचे नाव सिवपुर चालु लागले तो गाव सोनो पंडीत याणी त्या जाग्यांत मोठे एक तलाव बांधिला व श्री शंभुचे जाग्यानजीक वोवऱ्या बांधिल्या मग तो गाव मोठा वसाहात जाहाला तेथे श्री काशीचे कोणी यात्रकरु मोठे मनुष्य येतात त्या जाग्यावर राहात असतात मग सिवाजी राजे दिल्लीस कुच करोन फौजसुध्दा दोन महीन्यानी दाखल जाहाले हे वर्तमान औरंगजेब पादशाहास कळोन त्याणी रामसींग पुढें सामोरे पाटविले त्याची व राजे याची भेट जाहाली पेशजी रघुनाथपंत कोरडे हेजीब पाठविले होते ते भेटीस आले पादशाहाचे खैर खुशीचे वर्तमान बाह्यात्कारें राजे यास हेजीब याणे सांगितले पादशाहा याचे काय मनांत आहे हे नकळे असे बोलले मग रामसिंग यानी स्वतंत्र शिवपुरा पेठ ह्मणोन वसविली पादशाहा याचे हुकमाने तेथे एक हवेली उत्तम करोन बांधिली होती तेथे उभयतां आपण व सभाजी राजे तेथे राहिले नंतर मुहुर्त पाहून पादशाहाचे भेटीस जावे ते दिवशी औरंगजेब पादशाहा

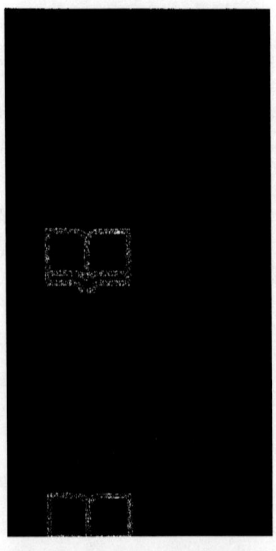

याणी सदर कचेरी करुन पांच हत्यारे आपणाजळ ठेऊन कमर बंदी करोन आंगात जिरे खुतु घालून खासे खुद पादशाहा तख्ती बसले तसेच तख्ताजवळ मोठे थोर धारकर शूर मर्दाने जवळ आसपास दोन हजार मनुष्ये उभे केले तसेच कुल वजीर मर्यादाने मुस्तेद करुन कचेरीस बसले मग पादशाहा याणी मनात विचारणा केला की सिवाजी राजा सामान्य राजा नव्हे केवळ सैतान आहे आफजलखान वजीर यास भेटीमध्येच मारिला तसाच येऊन तख्तावर मुस्तेद होऊन बसले असे मनांत आणोन तेव्हा सिवाजी राजे यास भेटीस बोलाऊ हेजीब पाठविले मग सिवाजी राजे व पुत्र संभाजी राजे व सरकार-कुन व हुजरे अगत्याचे वगैरे मंढळी समागमे घेतले व रामसिंगासही बरोबर घेऊन पादशाहाचे भेटीस गेले तो पादशाची बदनजर जाहाली नंतर रामसिंगास पापशाहा बोलले जे हाच सिवाजी राजा की काय असे म्हणताच रामसिंग याणी खुरनुसा करुन अर्ज केला की हेच सिवाजी राजे मग सिवाजी राजे याणी आपले मनांत प्रथम प्रार्थना श्रीशंभुस व दुसरी प्रार्थना श्रीदेवीस व तीसरी प्रार्थना पिते शाहाजी राजे महाराज व माताश्री जीजाऊ आई साहेब अशा तीन प्रार्थना आपल्या मनांत केल्या मग राजे उजवे बाजूस जयवंतसिंगमहाराज नऊ कोट मारवाडाचा राजा त्याचेवर तख्ता लगत राजे व पुत्र संभाजी राजे पादशाहास खुरनुसा न करितां तसेच बसले तेव्हां औरंगजेब पादशाहा याचे मनांत मोठा घुसा येऊन सिवाजी राजे यास विचारिले की आपली फौज व लोक पाळव घोडे व हत्ती आपले दौलतीत किती आहेत तेव्हां राजे बोलिले कीं दोन दाताचे हात्ती मरीब पादशाहाचे दौलतीत आहेत परंतु बत्तीस दाताचे हात्ती फार मोठे आह्मा-पासी आहेत तेव्हां पादशाहा याचे मनांत फारच आचंबा येऊन सिवाची राजे यास विचारले जे बत्तीस दाताचे हात्ती आपल्यापासी कसे आहेत ते आह्मास दाखवावयास आणावे नंतर शिवाजी राजे याणी तेच समई मावळे लोकांचे सरदार येसाजी कंक व तानाजी मालुसरे व बाजी पासलकर वगैरे मोठे मोठे पायचे सरदार बरोबर होते त्यास बहीरजी नाईक जासुदाचा यास बोलाऊ पाठविले ते आणोन पादशाहासी कचेरीत दाखल विले त्याची स्वरुपें व शरीरे विक्राळ व ज्याच्या दंडा येवढ्या मिशा व मनगटायेवढी नाके होती ते पादशाहानी पाहून मोठे आश्चर्य केले की ही दक्षण देशची मनुष्ये केवळ सैतान आहेत त्याजबरोबर लढाई करोन उपयोग नाही असे पादशाहाचे मनांत आले मग उभ-यता राजे यास विडे देऊन व रामसिंग फौज सुद्धा बरोबर देऊन राजे यास जागा नेमुन हवेली दिल्ही तेथे राजे उभयता जाऊन राहिले मग रामसिंग आपले हवेलीस गेले नंतर फौज वाड्याचे भोवती उतरली मग दुसरे दिवशी रघुनाथपंत कोरडे हेजीब वकील याजबरोबर सांगुन पाठविले कीं तुह्मी जाफरखान दिवाण याची भेट घेऊन त्यास सांगावे कीं तुह्मी पादशाहास अर्ज करोन आह्मास निरोप देवावा त्याप्रमाणे रघुनाथराव हेजीब जाऊन जाफरखान दिवाण याची भेट घेतली आणि त्यास विनंती केली दिवाण याणी ऐकोन घेतले ते दिल खुलाशाने कांहीं ऐक नीट हेजीब यास बोलले नाही तो इतकियात

त्याची बायको दिलेलखान याची बहीण ही जाफरखानासी खोलांतुन बोलली कीं तुह्मी सिवाजी राजे याचे मार्फतीने कांहाँ एक बोलु नका तो राजा मोठा सैतानी जादुखोर विद्यावंत आहे त्याणी आफजलखानास भेटीतच मारिला आणि शास्तीखानाचे रात्रीस ढेऱ्यांत चाळीस गज बाडाचे आंत उडोन आला आणि खानास मारा मारी केली तो मोठा तुफानी सैतानी आहे मग जाफरखान दिवाण याणे बायकोचा मजकूर ऐक तर्फी ऐकोन घेऊन मग दिवाण याणे औरंगजब पादशाहास खुरनुशा करोन अर्जे करोन सांगितले की शिवाजी राजा मोठा हुनेरवंत जादुखोर आहे त्यास पादशानी भेटीस येऊ देऊ नये तो पादशाहास एकादे वेळीस गफलतीने दगा करील असे भय घालोन मग तीसरे दिवशी राजे याणी आपले सर कारकुन व कारभारी व हुजरे व कोरडे हेजीब असे सर्वास बोलाऊन आणोन विचारीले की पुढे तजवीज मसलत कसी करावी पादशाहा याची मर्जी समजली आपणाविसी त्याचे मनांत बाधी आली आहे नंतर रघुनाथपंत हेजीब यास सांगितले की तुह्मी एकांती घुसूलखान्यात पादशाहास अर्जे करावा की राजियाचे मनोगत असे आहे की आह्मी निखालस दिल साफ करुन पुत्रासुद्धा भेटीस आलो आहो नंतर दक्षणकुल आदलशाई व कुतुबशाई या दोन्ही बादशाई घेऊन देतो वरकड तुह्मी सुभे रवाना करुन देता तो त्याची कामगारी पाहाणे व आमचीही पाहाणे अश्या कीतीएक मतलबाने लोभ दाखऊन गोष्टी बोलोन एकांती घुसूलखान्यांत भेट घेऊन मजकुर पादशहास अर्जे करावा मग तिसरे दिवशी रघुनाथपंत कोरडे हेजीब पादशाहा जवळ जाऊन येणे प्रमाणे करीना रोखा दाखल केला नंतर पादशाहानी रोखा वाचून पाहिला आणि जाफरखान दिवाण याणे पेशजी गिला समजाविल्यावरुन पादशाहाचे मनांत विकल्प होता तो रोख्याचे पाठीमागे जाब लिहीला कीं तुह्मी सबूर करणे तुमच्या मुद्या माफीक करु असा जाब लीहीला हेजीब याणे येऊन मजकूर राजियास सांगितले जे सबरी करणे असे बोलला तेव्हां विकल्प दिसतो दिलखुलाशाने जाब साफ दिल्हा नाही मग राजियाणी मनी तर्क केला की बरे असो श्रीभवानी करील ते खरे म्हणोन असे बोलले तेव्हां तेच दिवशी पादशानी शिवाजी राजाकडे ५००० पाच हजार स्वार व पायदळ लोक येक १००० हजार व सिदी बिलाल कारभारी व पोनादखान कोतवाल दिल्ली शहरचा असे पाठवीली ते येऊन राजे याची हवेली वेढून चौक्या देऊन बसविले मग सिवाजी राजे याणी आपले मनांत कठीण मानले आणि संभाजी राजे यास पोटाशी धरोन खेद करु लागले मग नीराजीपंत व दत्ताजी त्रींबक व नारायण रामचंद्र व मुदगुल भट व रघुनाथपंत कोरडे हेजीब वगैरे सर्वत्रानी राजियाचे समाधान केले व पुढे काय हुनेर करावा म्हणोन चिंतातुर जाहाले तेव्हां तेच दिवशी रात्रीस स्वप्नात श्री भवानीचा साक्षातकार जाहाला की तु कांहीं चिंता करू नको ह्मणोन असी देवी बोलोन अभय देऊन गुप्त जाहाली तो राजे जाग्रत होऊन सर्व आप्त विशई व सर्व लोकास स्वप्न सांगीतले मग सर्वानी समाधान मानिले मग दुसरे दिवशीं राजियाणी नाना जिनसाचा मेवा मीटाई दोनशे २००

रुपयाची खेरदी करोन आणिली आणी वेळवाऱ्या काबीच्या पेटाऱ्या मोटया आणोन दहा पेठारीयांत मेवा मिठाई भरोन एक एक पेठारीस दोन दोन मनुष्ये लावुन दाहा १० वजीरास दहा पेठाऱ्या रवाना करोन दिल्या आणी चोकीचे लोकानी चोकशी केली की पेठाऱ्या उघडुन येक दोन पाहिल्या. वरकड पेटाऱ्या न उघडता चोकीदारानी जाऊ दिल्या असा कांहीं दिवस राबता घातला मग कांहीं दिवसानी राजे याणी आपले फौजेस स्वार व मावळे लोक व सिपाई व सरदार व सरकारकून व कारभारी वगैरे सर्व लोकास सांगून पाठविले की तुह्मी सर्वत्रानी दिलीहून निघोन दक्षणदेशी रायगडास वेश घेऊन गोसावी व बैरागी व फकीर व जंगम व वाघे वगैरे अनंत रुपे घेऊन देशी निघोन गडास जावे असे सर्वत्रास सांगीतले मग ते निघोन गेले या नंतर तेथील राहणार रांगडे लोक नवीन सिवाजीराजे याणी वगैरे कामकाजास ठेविले मग राजे व राजपुत्र संभाजीराजे असे उभयता शाहाजीराजे माहाराज याचे नाटकशालेचा लोक हीरोजी फर्जंद कुवर व मुदगुल भट असे चौघे जण दिलीस राहिले नंतर पादशाहा याणी उभयता राजियाचे बंदोबस्तास कामगार नेमिले होते ते सिद्दी बिलाल व पोलादखान कोतवाल या उभयतास राजे याणी खबर दिल्ही की आमचा नवस पिरास दर गुरुवारी मिठाई वाटवयाची आहे तेव्हा कामगार याणी तुमचा जसा नवस असेल तसा करावा ह्मणोन परवानगी सांगीतली तेव्हा सिवाजी राजे याणी मिठाईच्या बंग्या भरून तयार करून आत मिठाई घालून दर गुरुवारी पिराचे दरग्यांत निऊन वाटित होते असे कांहीं दिवस राबता चालविला मग सिवाजीराजे याणी काही हुनर मतलब करून अस्तमानी पेटारे पाच सांत तयार करोन माणसासुद्धा ठेविल्या मग राजे याणी आपला कुलसाज पोषाख हीरोजी फरजंद कुवर यास देऊन आपल्या पलंगावर तु जाऊन निजावे असे परवानगी सांगितली तेव्हां हिरोजी फरजंद कुवर याणे शिवाजी राजे याचे पायावर सीर ठेऊन हात जोडून अर्जे केला की मी एकटा मेला तरी सिवाजी राजे याची आला-बला गेली लाख मरावे परंतु लाखाचा पालणारा कायम राहावा असा कुवर याणी राजियास अर्जे करोन तो खोलीत गेला तो राजियाचे हुकमाप्रमाणे पलंगावर निजला नंतर उभयता राजे एक पेठारीत खुद आपण व एक पेठारीत संभाजी राजे बसले नंतर त्या पेटाऱ्या माणसानी उचलोन खांद्यावर घेऊन चालिले तो पाठीमागे मुदगुल भट हाती तांब्या घेऊन झाडयाचे निमीत्ये करोन चालिला तेव्हा काळोख आंधार पडला होता असे दिली शहराबाहेर एक कोसावर गेले तो त्या पेटाऱ्यांतून उभयता राजे बाहेर निघोन पाय उतारा जाहाले मग त्या पेटाऱ्याचे माणसास ईनाम बक्षीस देऊन त्या माणसास सांगितले की तुह्मी दक्षण देशी आपले गावी जावे असे सांगितले मग तेथुन पायउतारा चिरंजीव सुद्धां व मुदगुल भट असे त्रीवर्ग निघोन मार्गाने चालिले तो दिल्ली आलिकडे तीन कोशावर एक गाव होता तेथे आपले कारकून होते ते व आपण एकत्र बसून विचार केला की आह्मी आतां नीट मार्गाने आपले

दक्षण देशास जातो तर तिकडील पाठीमागे लाग येईल आणी फौजा धावतील याकरितां तिकडे जाऊ नये इदलशाई पाठी लागल्यावर जाणे होणार नाही दिली पलीकडे वारानसीस जावे असी मसलत करोन राजे व राजपुत्र व नारायण रघुनाथराव व रघुनाथपंत कोरडे व निराजीपंत व दत्ताजीपंत त्रींबक व मुदगुल भट व राघो मित्र मराठा अशा असाम्या यानी गोसावी व बैरागी व फकीर यांचा सोंगे घेऊन आंगास राख लावून वारानसीस चालीले मग माघे दिलीमध्ये रामसींग यास उभयतां राजे निघोन गेले ही बातमी रामसिंगास ठाऊक होती तेव्हां रामसिंग पादशाहाचे दर्शनास गेला आणि खुरनुसा करून अर्ज केला की सिवार्जा राजे आमचे मार्फतीने आणिले होते त्यास चौकी पाहारे आलाहिदा दिल्हे आहेत आपणाकडे इलाखा नाही पादशाहा बोलले की तुम्हाकडे त्याचा इलाखा नाहीं तो पादशाई नजरबंद त्यास पादशाहा सरकाराशी जे करणे ते करतील तुम्ही त्याचे दरम्यान नाही असे बोलले तेव्हां रामसींगाने तसलीमा करून आपले डेरीयासी गेले मग दिवसा नवे तासी चौकीचे लोक ह्मणू लागले कीं आज माणसाचा राबता दिसत नाही हे काय वर्तमान आहे म्हणोन एकजण खोलीचे कवाड उघडोन पाहावयास गेला तो पलंगावर हिरोजी फरजंद कुवर येकठा निजला होता मग कामगार याणी चौकशी केली तो उभयता राजे कोठे आहेत म्हणोन त्यासी विचारीले तेव्हां हिरोजी फरजंद कुवर याणी उत्तर केले की राजे यास मी बाहेर काढ्न दिल्हे तुम्हास पारपत्य काय करणे असेल ते माझें करावें असा कुवर याणे साफ जाब दिल्हा ती खबर शिद्दीबीलाल कारभारी व पोलादखान कोतवाल याणी पादशाहाजवळ जाऊन जाहाले वर्तमान सांगीतले जे सिवाजी राजे खोलीत होते वरचेवर जाऊन पाहारेकरी व आम्ही पाहात असता एकाएकी गयफ़ जाहाले कींवा पळाले किंवा जमीनीमध्ये घुसले कींवा आसमाणात उडुन गेले हे कळत नाहीं आम्ही जवळ असता देखता देखता नाहीसे जाहाले काय हुनर केला हे कांहीं कळत नाहीं असी पादशाहास खबर दिली उपरांतीक पादशाहास बहुत आर्श्चा जाहाले तेंव्हा ते मोठे विचारात पडले मग कुवर यास कैद करुन ठेवणे म्हणून शिद्दीबिलाल व पोलादखानास सांगितले त्याप्रमाणे त्यानी त्यास कैद करुन ठेविला नंतर औरंगजेब पादशाहा याणी कुल वजीरास व फौजेस ताकीत करून चौतर्फा आष्ट दिशेस एक लाख साठ हजार स्वार सोधावयास रवाणा केले त्यास सांगीतले की शिवाजी राजा मोठा हुनरवंत आहे तो कोणते तऱ्हेने वेष धरून जात असेल तरी तुम्ही जाऊन जंगम जोगी संन्यासी तापसी बैरागी नाथपंथी व गोरखनाथी व फकीर व ब्राम्हण आश्चर्य परमहंस व कंगाल भीकारी व असी नाना प्रकारचा वेश सोंगे धरुन शिवाजीराजा जात असेल त्यास ओळखून कैद करुन आणावे असी ईशारत खुण सांगोन फौजा चौकडे गेल्या आणि पादशाहानी मनात शंका धरली कीं राजा शहरांतच कोठे गरीब कंगाल होऊन पडोन राहिला असेल तो रात्रीस संधी पाहोन आपणास केव्हा तरी दगा करील म्हणोन मोठ्या

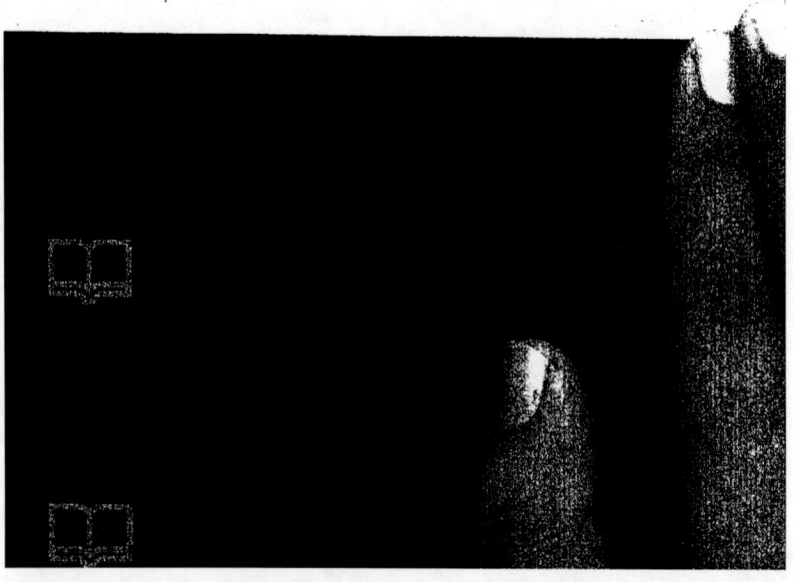

विचारात पडोन चोकी पहारा आपले भरते ठेऊन पलंगावर बसून सावधपणे जागतच राहिला मोठे मरदाने लोक कबरबस्ता करोन रात्रंदिवस आपणा जवळ ठेविले ये रितीने राहु लागला मग पुढे राजे व राजपुत्र व कारकून मजलदर मजल करीत रात्रीसच चालत असत असे मथुरेस गेले तेथे वोळखीची माणसे शोधिता कृष्णाजीपंत व कासीपंत व विसाजीपंत हे त्रीवर्ग बंधू देशस्त ब्राह्मण हे मोरोपंत पिंगळे पेशवे यांचे मेहुणे त्याची व निराजीपंत याची ओळख होती त्याणी जाऊन त्याची भेट घेतली आणि सर्व वर्तमान सांगीतले त्याणी ही त्रीवर्गास धीर धरोन कबुल केले त्याजवरोन त्याचे घरी संभाजीराजे पुत्र याचे चालताना पायास फोड आले त्याचे घरी त्यास तेथे ठेविले कीं आपण दक्षणेस स्वराज्यास जाऊन पोहोचलो म्हणजे तुम्हाकडे माणसे व जासुद व पत्रे व फौज देऊन तुम्ही चिरंजीव व मुलास घेऊन व आपले कुटूंबसह वर्तमान येणे तुमचे सर्व प्रकारे चालऊन उर्जीत करु असे त्रीवर्ग बंधूस बोलुन पुत्रास तेंथं गुप्ते रुपे ठेऊन आणि त्याचे येक बंधू कृष्णाजीपंत आपले समागमे घेऊन चालिले वाराणसि गया प्रयाग यात्रा तुमचे ओळखीने करुन देणे असे त्यास सांगोन त्यास बरोबर घेऊन वाराणसीस गेले ते गुप्तरुपे श्री कासीविश्वेस्वराचे दर्शण करोन गया प्रयाग स्नाने व गया वर्जने इत्यादिक केली व तेथे कर्ज उदंड केले दानधर्म आंपार केला मग पुढे सर्व कारकुन मंडळी यास सांगीतले की तुम्ही दक्षणेस येक येक वाटेने रायगडास दाखल होणे आपण समुदायाने जाऊतर दिलीपदाच्या फौजा व निजामशाईच्या फौजा व इदलशाईच्या फौजा फीरत आहेत त्यातून आपण पार पडून कसे जाऊ तर तुम्ही येक वाटेने जावे व आम्ही व मुदगुल भट असे उभयता गुप्त रुपे हळूहळू रायगडास येतो म्हणून सर्वास सांगीतले मग आपण तेथून निघाले तो येते समई येक ठाण्याचे गावीं दोन प्रहरा जेवण करण्या करता उतरले तो गांव दिलीपदाकडील होता तेथे ठाण्यांत येक येवन बहादुरखान पठाण ठाणेदार होता तेव्हा मुदगुल भट हे झाडा खाली सैपाक करीत बसले होते तो शिवाजी राजे यास सांगीतले कीं मी सोवळा आहे तेव्हा आपण बाजारातून येक पैशाची भाजी लवकर घेऊन यावी असे सांगीतल्यावरुन राजे गडबडीने बाजारात गेले तेथे भाजी कुजडे ह्मणजे बागवाण याजपासी पैशाची वांगी घेतली आणि राजे यास बाजार कर्ण्याचे कधी माहीत नाही तेव्हा गडबडीने येक पैशा द्यावा तो येक मोहर खिशातून कढून दिल्ही तेथे त्याचे पुर्वी तेथील ठाणेदार पठाण याजकडेस दिलीहुन शिवाजीराजे याच्या तसबीरा ठाण्या ठाण्यानी पादशाहानी पाठऊन दिल्या होत्या कि राजे दिलीहुन निघोन गेले हा मजकुर सर्वास जाहिर होता त्यावरूनज बाजारात ठाणेदार याचे हेर पालतवाले फिरत होते आणि मोहर देताना हेर याणी पाहिले त्यांजवरून हेच शिवाजी राजे म्हणोन त्यास हाती धरीले आणि ठाणेदाराकडेस घेऊन गेले नंतर हा मजकुर माळी याणे मुदगुल भटास सांगितला कीं तुमच्या शिशास धरोन ठाण्यात नेला असे सांगीतल्यावरुन मग मुदगुल भटानें सैपाक तेथेच टाकून माळी यास तेथे राखण बसऊन आपण गोसावी-

याचे स्वरुप धरून थाळीची राख सर्व आपल्या अंगास लाऊन व केश मोकळे सोडून ठाणेदार याचे वाडयांत जाऊन ठाणेदार यास बोलला कीं मी गोसावी माझ्या शिष्यास तुम्ही धरावयाचे कारण काय त्याजवरून त्या ठाणेदाराने सांगीतले की शिवाजी राजा हाच ह्मणून याने भाजीस पैसा द्यावयाचा तो न देता एक मोहोर दिली त्याजवरून शिवाजी राजा हाच होय त्यास तु आपला शिषा ह्मणतोस तरी शिशा व तुह्मी एक पात्रावर जेवावे म्हणजे तुमचे खरे असे तेव्हा मुदगुल भट याणे केळीचे पान घालुन त्यामध्यें दांडयांत भागीर्थीचे उदक ओघाप्रमाणे घालून एक बाजुस गुरु व एक बाजुस शिशे म्हणोन भोजन केले नंतर या उभयतास ठाणेदारानीं सोडून दिल्हे मग सिवाजी राजे व मुदगुलभट हे तेथून निघोन रायगडास चालते झाले येतेवेळीं भीमातीरी मुदगुलभट याचे गांव आरवी व मौजे देउळगाव येथे त्याचे कुलस्वामी आरवीत मुदगुलेश्वर याचे देवालयात राहिले रात्रीस वाट चालता चालता तीन महिण्यानी देउळगावी दाखल जाहाले आणि तेथील चौगुला गिरामकर यास सांगीतले कीं तु रायगडास जावे आणि फौज व लोक घेऊन यावे मग मी राजा सिवाजी दिल्लीहून आलो म्हणोन सरकारकुन व कारभारी यास सांगावे मग रायगडाहुन राजियाकडील फौज व लोक लोकपाळ येऊन दाखल जाहाले नंतर राजे समारंभाने रायगडास घेऊन गेले मग राजे फौजसुध्धा रायगडास पोहोचले शके १५८८ पराभव नाम संवतत्सरे फसली सन १०७६ नंतर मातोश्रीची भेट घेतली आणि त्यास विनंती केली की श्रीने रक्षून स्वस्तीक्षेम आपल्या राज्यांत आणिले तेव्हां निराजीपंत व दत्ताजीपंत व राघो मीत्र मराठा असे सर्व लोकानी राजे राजगडास आलीयावर दानधर्म फार केला मोठा उछाव केला सर्वास आनंद होऊन साखरा वाटून भांडियाचे आवाज दर गडास केले मातोश्रीनी व सरकारकुन व लष्कर व गडकोट व हषम सर्वानी संतोष मानून खुशाली केली या उपरांतीक पेशजी औरंगजेब बादशाहा याचे ताब्यांत सत्ताविस गड दील्हे होते ते सिवाजी राजे यानी ते गड फिरोन परत घ्यावे हि तजविज करोन मोरोपंत पिंगळे पेशवे व निळोपंत व मजूमदार व आणाजीपंत सुरनिस यासी सांगीतले की तुम्ही राजकारणी आहा तर तुम्ही यत्न करोन गड घेणे आणि खासे स्वमुखे मावळे लोकास सांगीतले की तुह्मी गड घेणे त्यावरून तानाजी माळुसरा म्हणोन हाजार मावळे लोकाचा सरदार होता त्याणे राजियास अर्ज केला की मी कोंडणा गड घेतो त्याजवरून राजे याणी त्याजला वस्त्रे व विडे देऊन त्याजबरोबर मनुषे हाजार गडाचे येल्यास निवडक मावळे लोक तयार करोन ते रात्रीस गडाचे खाले जाऊन कच्चा वरोन वानर न्याये चढोन गडावर जाऊन तेथून माळ लाविली आणि वरकड लोकांसमवेत व मानाजी माळुसरा हा ३०० तीनशे लोकांचा सरदार हा मागाऊन गडावरी चढोन सदरहु प्रमाणे गेले किल्लेदार उदेभान रजपुत तो दीलीवाल्याकडिल सरदार होता त्यासी सिवाजी राजे याचे लोक गडावरी चढोन आले ही खबर रजपुतास कळोन कुल रजपुतानी कबरबस्ता करान ते तोंडावर

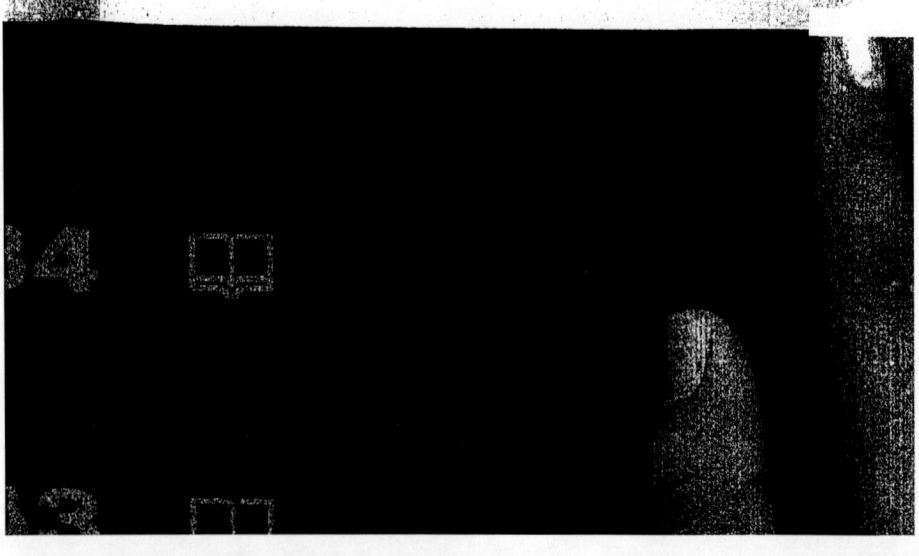

येऊन हिलाल व चंद्रजोती लाऊन बाराशे १२०० माणुस व तोफा व तीरंदाज व बरछीवाले व पटाईत व सरईवाले आड हत्यारी ढाला हतास चढऊन राजे याचे लोकावर चालुन आले तेव्हा मावळे लोकानी त्याजवर हरहर महादेव मुखे उच्यार करून नीट रजपुतावर चालोन गेले तो एक प्रहर मोठे युध्द जाहाले पाचशे रजपुत ते समई ठार जाहाले व उदेभान किलेदार याची व तानाजी माळुसरा या उभयताची गाठ पडोन दोघामधे युध्य जाहाले व शुरत्वे करोन येकावरी येक वार करित चालिले व तानाजी माळुसरा याची डावे हातची ढाल तुटोन पडली व दुसरी ढाल समयास मिळाली नाहीं मग त्याणे हाताची ढाल करोन उभयेता मिळोन येकाचा हात येकावर पडोन दोघेही ठार जाहाले मग ते समई मानाजी माळुसरा तानाजीचा धाकटा बंधु याणे हिमत धरोन लोकास सावरोन व हिमत देऊन रजपुतावर एक हीकरी केली कीतीएक रजपुत मारले किती एक गडाचा तट उडोन पळाले व किती एक तटावरोन पडोन मेले असे बाराशे माणुस मारीले आणि गड फते केला आणि गडावरी पागा होती तीस आग लाविली तो उजेड राजियांणी राजगडावरोन पाहिला पुर्वी संकेत केला होता की गड घेताच आग लावावी त्याजवरुन असे राजियास समजले की गड घेतला हि खबर दुसरे दिवशीं जासुद घेऊन आले त्याणी सांगितले कीं तानाजी मालुसरा याणे मोठे युध्य केले गडावरी उदेभान किलेदार यास मारिले व आपणही ठार जाहाला मग त्याचे पाठीमागे मानाजी मालुसरा याने गड घेतला आणि फते केली असे सांगताना सिवाजी राजे म्हणू लागले कीं येक गड घेतला परंतु एक गड गेला तानाजी माळुसरा याजकरता राजे फार दिलगीर जाहाले पुढे गडावरी आपले ठाणे घालुन मानाजी मालुसरा तानाजी मालुसऱ्याचा धाकटा बंधू त्यास नांवाजुन त्याचा सुभा त्यास सांगितला धारकर लोकांस बक्षीस सोन्याची कडी व द्रव्य व वस्त्रे जरी-मंदील आधीकारोन सर्वांस आपार देणगी दिली याप्रमाणे लोकास आदर उपच्यार समाधान केले प्रथम कोंडणा गड घेतला पुढे पेशवे याणी व निळोपंत व आंनाजीपंत व मावले लोक याणी एक चिते मिळोन वीस गड असेच हास्तगत करोन घेतले च्यार महिन्यात गड घेऊन राजियाकडे आले राजेही वारानसीहून राजगडास सुखरूप आले यावर पुत्र संभाजी राजे यास आणावयाकरीता मथुरेसी पत्र व जासुद व खर्चास व मनुषें पाठविली त्याजवरुन कृष्णाजीपंत व कासीपंत व विसाजीपंत या त्रीवर्ग बंधूनी आपले कुटूंबासहित व संभाजी राजे यास जानवे घालुन व घोत्रजोडा नेसउन आपले भाउच म्हणोन त्याजला रायेगडास घेऊन आले मग त्याणी राज दर्शन घेतले आणि पिता पुत्र उभयेता भेटले मोठा आनंद जाहाला व दानधर्म उदंड केला आणि कृष्णाजीपंत आधि (दि) करोन त्रीवर्ग बंधूसी राजियाणी विश्वासराव नाव किताब देऊन लक्ष होन बक्षीस दिल्हे आणि त्रीवर्ग बंधूस दाहा हाजार १०००० होन तैनात करोन मातबर लोकात आसाम्या घातल्या त्यास नावाजुन माहाल मोकासे दिलें तसेच निराजीपंत व दत्ताजीपंत व राघोमित्र म्हराठा याणी बराबर बहुत श्रम सायास भोगीले त्यासी

राजियाणे नावाजिले निराजीपंत चतुर शहाणे न्यायेनित्य सर्व जाणते चौकस निजामशाईतील ब्राम्हण त्यास न्यायाधीषी बहुत उत्तम धंदा सरकारकुनिचा हुदा सांगितला जीतकी आपले राज्यातील न्याये मनसुबी तीतकी त्याणे करावी त्याचे पुत्र प्रलादपंत मोठा थोर मनुषे फार शहाणा होईल असे राजे बोलीले नंतर मुदगुल भट आरवीकर दिल्लीस वाटेने बहुत श्रम-सायास केले व राज्याचें उपयोगी पडले स॥ त्यास नावाजुन बहुत मुदगुल भट यासी राजे उपाधेपणा दिल्हा व गाव ईनाम वगैरे करोन दिल्हे मग दत्ताजीपंतास हुदा काय सांगावा असे मनात आणून तो गंगाजी नागोजी वाकनीस होता तो मृत्ये पावला त्याची वाकनीसी त्यास सांगितली सरकारकुनीहुदा करो लागले मग राघो मीत्र म्हराटा यास हुजूरचे लोकाचा हावाला सांगितला आणि समागमे ज्या लोकानी श्रम सायास केले ते लोक नावाजिले पुढे थोडक्या दिवसानी मागे दिलीमध्यें औरंगजब पादशाहास जाहिर जाले की सिवाजी राजे याणी पुन्हा परत सत्ताविस किले माघारी घेतले सिवाजी राजा बळावला मग औरंगजब पादशाहास पछाताप जाहाला जे सिवाजी राजे पुत्रासुधा कैदेतून आपल्या कवेतून निघोन गेले सबब ते तिकडून उपराळा करितील आणि आमचे दौलतीचा नाश करितील हे मनांत आणून हिरोजी फर्जद कुवर यास कैदेतून पादशाहानी सोडून दिला मग तो कुवर रायगड येथे येऊन राजे याजपासी दाखल जाहाला राजे याणी त्यास फार नावाजी करोन हा इमानी चाकर दिल्लींत उपयोगी पडला म्हणोन हिरोजी फर्जद कुवर यास बत्तीस शिराळे प्रगण्याचे जाहागीरीचे काम सांगीतलें आणि त्याजला कांहीं इनाम करून दिल्हे आणि तो हुजूर सेवा करोन राहीला तेव्हां सिवाजी राजे याणी आपले पालखी बराबर मर्दानी शूर ठेवावे आपण च्यार पादशाहा याचे दावेदार एकादे वेळेस प्रसंग पडला तर जवळ असतील ते कार्यास येतील असे जाणोन मावळे लोकांची हुजूर नीवड पहाणी करोन निवड माण्र्स पाहुन पतके केली नावे पदकाची ठेविली येणेप्रमाणे बि॥ तपशीलवार.

१ एक लोक ३०, १ लोक ४० च्याळीस, १ लोक ६०, १ लोक १००.

ऐसी पतकाची नावे ठेवून पुढे चकोट माणसे निवडता च्यार पतकात २००० माणसाची भरती जाहाली त्यामध्यें काही बंदुखी व काही विटेकरी व आडा व पटाईत व ढाल फीरंगा असे लोक खासगी हुजूर पालखी बराबर तितकियास डोईस मंदील व अंगांत सकलादी दुंतू (खू?) दोन हातात दोन सोण्याची कडी कोणास रुप्याची कडी व तरवारीस तैनाले आंबनाले सोन्याची व रुप्याची असे २००० दोन हजार मनुष्ये पावखलक निवडक हमेशा पालखीसमागमे ठेविले याखेरीज स्वारी सिकारीस बारा हाजार पावजावन लोक मातबर नावाचे शूर मर्दाने व पागा खाजगी व सिलेदार या प्रमाणे राज्यातील बंदोबस्ती करोन हुकमी जो वर्तणूक करील आणि कबजी मुलुख नवीन जमेस येईल तो आपला त्यात कौलाप्रमाणे दिवाणात टका पैका घेऊन रयत वर्तविली व मोगलाईत वगैरे कबजी मुलुख होता तेथे थोर थोर शहरे होती तेथे

द्रव्यवंत सावकार पाहोन त्याची पालती आणुन लष्करच्या बळावर त्यास आणावे हा इत्यार्थ केला आणी नेतोजी पालकर सरनोबत स्वाराचा आधिकारी व खासगी राज पागा व जातीचे सिलेदार असे परमुलखी स्वारीस गेले होते त्यास आज्ञा केली की तुम्ही सर्वांनी हुजुर नाजूक कार्य आहे तरी पत्र दर्शनी फौज सह वर्तमान ताबडतोब येणे म्हणोन पत्र लेहून जासुद जोडी रवाना केली. त्याणी लष्करास जाऊन पत्रे दिल्ही व जासुदानी मुखजबानी नेतोजी पालकर सरनोबत यास सांगीतले असतां त्याणी पत्रे पाहून त्याणी येण्यास ढिलाई केली आण जासुद जोडी यास सांगीतले की आह्मी उद्या निघोन येतो ह्मणोन दिवसगतीवर घालोन त्वरेने लवकर आले नाहीत तेव्हां राजियाणी दुसरी जासुद जोडी रवाना करोन पालकर यास तलब रोखा करोन पालकर यास आणविले आणि तो येताच त्यास सिवाजी राजे बोलले की तु समयास कैसा आला नाहीस ह्मणोन नेतोजी पालकर यास असा गुणा लावून त्याची सरनोबती दूर केली आणी राजगडची सरनोबत कडतोजी गुजर होता त्याचे नाव कडतोजी असे दूर करोन प्रतापराव असे नाव ठेऊन त्यास सरनोबतीचे पद देऊन स्वाराचा अधिकारी केला आणी तो प्रतापराव गुजर सरनोबत तो स्वाऱ्या सिकाऱ्या करू लागला पादशाहाईतील शाहाण्णव कुळीचे म्हराठे जे जे होते ते मेळवून घोडी खासगत करोन राजपागेस लावुन पागा सजवित चालीले तसेच जातीचे सिलेदार मेळवून जमाव पोख्त केला आणी चौपादशाईत दावा लाविला त्यानंतर दिलीहून सिवाजी राजे आल्यानंतर मोठी ख्याती केली हे वर्तमान औरंगजेब पादशाहा याणी ऐकोन आपले मनांत फार दिलगीर जाहले तेव्हां पादशाहा याणी आपले शाहाजादे यास बोलावून आणीले त्यास कितीयेक प्रकारे मतलबाने मसलत राजकारण सांगोन त्यास फौजेनिशी रवाना केले आणी शाहाजादे यास सांगितले सिवाजी राजा तुमचे हातास लागणार नाही तर तुह्मी जाऊन औरंगाबादेस राहणे आणि तुह्मी सिवाजी राजे याजकडे हेजीब पाठवुन सला मामला करोन भेट घेणे मग राजे याचे नावे अगर त्याचे पुत्राचे नावे त्याची फौज आपणाजवळ चाकरीस आणून ठेवणे त्यास माहाल मुलुख ठाणी पाहिजेत ती त्यास देऊन सिवाजी राजा आपलासा करावा आणि सला मामला करावा येवढे यश मात्र घेणे असा बुधीवाद सांगोन शाहाजादे यास रवाना केले ते ६०००० साठ हजार फौजेनिसी निघाले ते मजल दर मजल करीत औरंगाबादेस आले नंतर राजाकडे जासुद व पत्रे देऊन व हेजीब पाठविला त्याणी जाऊन सल्याच्या गोष्टी सांगीतल्या राजे ही संतोष होऊन मग रघुनाथपंत कोरडे हेजीब या समागमे शाहाजादे यास कितीएक जडजवाहीर व वस्त्रे देऊन रघुनाथपंत हेजीब यास रवाना केले नंतर रघुनाथपंत हेजीब याचा शाहाजादे याणी बहूत सन्मान केला एकांती उभयतांची कितीएक गोष्टी बोलले की राजे व आह्मी भाऊ तुह्मी व आह्मी एक चिते राहू तुह्मी भेटीस येणे तुह्मास दौलत देतो तुह्मी एक सरदार व एक कारकुन हीमतदार आमच्या ताब्यांत

चाकरीस देणे ह्मणजे मी राजियास महाल मुलुख देऊन तुमचे चालऊ तुह्मी पादशाहासी रुजू असावे पादशाई मुलखांत तुह्मी धामधूम न करावी असे आहे व संभाजी राजे याच्या नांवे हप्त हजारी मनसफ दौलत पंधरा लक्ष होनाचा मुलुख वराड देश व बाजेदेश देतो असे कितीएक तऱ्हेने गोष्टी सांगोन रघुनाथपंत हेजीब यास वस्त्रे द्रव्य देऊन व सिवाजी राजे यास उतम वस्त्रे भूषणें जड जव्हाहिराचे आलंकार व उतम आरबी घोडा व पत्रे देऊन हेजीब यास रवाना केले तो परतुन राजे दर्शनास आले नंतर शाहाजादे याजकडील वस्त्रे भूषणे व जडावाचे आळंकार व पत्रे व घोडा दिधला तो हुजुर दाखल केले आणी दौलतीचा मजकूर सिवाजी राजे यास आवघा निवेदन केला मग राजे याणी मनांत विचार केला की आपणास एक विजापूराचा पादशाहाचा दावा व दुसरा निजामशाईचा दावा व तिसरा दिल्लीवाले मोंगल याचा दावा हे तीन दावे कार्यांचे नवेत त्यामध्ये दोन तीन चपेटे होऊन आह्मी बहुत हालाक जाहालो आहो त्यास एक शत्रु तरी मित्र करावा आणी दोन वर्षे सावरुन मग पुढे जे कर्तव्य जे करणे ते करावयास येईल असा पक्का विचार करोन फौजेनिसी प्रतापराव गुजर सर नौबत या समागमे ५००० पांच हजार स्वार देऊन व बरोबर सर कारकुन निराजीपंत व सर कारकुनाचे मुतालीक मजुमदार व सुरनिसी यास दिल्हे. निराजीपंत याचे पुत्र प्रल्हादपंत यास लष्करची सबनिसी सांगीतली माहाल मुलखातील त्यास सुभेदार रावजी सोमनाथ यास हुदा दिल्हा त्यास समागमे देऊन रवाना केले दिलीवाले मोंगलासी सला केला आणी संभाजी राजे याचे नावे हप्त हजारी मनसफ कबूल करून निराजीपंत व प्रतापराव गुजर सरनौबत हे औरंगाबादेस गेले शाहाजादे याणी उभताचा सन्मान केला आणी त्याणी छावणीस प्रथक जागा देऊन पुरा वसविला व सर्व मंडळीस वस्त्रेभुषणे दिघलो आणी वऱ्हाडदेश व बाजे मुलुख पंधरा लक्ष होनाची जाहागीर राजेयाचे स्वारांचे तैनातीबदल करून दिल्हे त्या मुलखांत रावजी सोमनाथ सर सुभेदार त्याचे खेरीज हुजुर ठाणी टका पैका बहुत लोकास द्रव्य दिल्हे आणी सर्व लोक खुशाल राहिले मग हि खबर दिल्लीस औरंगजेब पादशाहास शाहाजादे याणी लेहून पाठविले की तुम्ही आह्मास पूर्वी सांगीतल्याप्रमाणे सिवाजी राजे यास साह्य करून घेतले मग पादशाहा याणी आपले मनांत बहुत खुष जाहाले आणी आपला मुलुख आता सुखरुप राहील हा संतोष मानून पादशाहा बेफिकीर राहाते जाहाले असे दोन वर्षेपर्यंत औरंगाबादेस फौज होती ती व ईकडे राजियास ही फुरसत जाहाली व टकां पैका मुलखांत ही मिळविला व कितीएक ईकडे मावळे लोकाकडून आदलशाई गडकोट व देश काबीज केला शाहाजादे याचा व राजेयाच बहुत घरोबा चालीला व एकामेकास परस्परे वस्त्रे व वस्त भावा अपूर्व जिन्नस एकएकास धाडू लागले ही दिल्लीस खबर औरंगजेब पादशाहास समजली मग त्याचे मनांत शंका उत्पन्न जाहाली की शाहाजादे व सिवाजी राजा हे उभयता मिळोन एक दिल जाहले तर याजकरितां एखादे वेळेस राज्याविसी फितवा हाऊन आपणासी दगा करितील असा

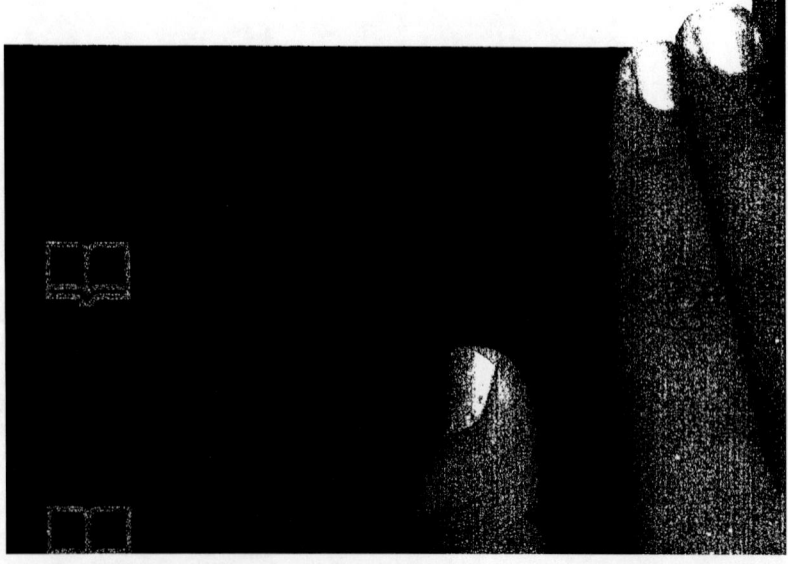

पादशाहानी मनांत आणीले की उभयतात बिघाड यावा ह्मणोन पादशाहानी शाहाजादे यास जाब लिहिला की सिवाजी राजा मोठा हारामी हुनरवंत आहे ह्मणोन त्याचे सरदार व निराजीपंत व प्रतापराव गुजर सरनोबत व फौजेनिसी आपणापासी आहे तरी त्यास पा। नये रहएक वख्ती दौलताबादेस भेद करितील तरी त्या दोघा उभयतास कैद करोन त्याची घोडी विल्हेस लावणे हे रितीनें करणे ह्मणोन जाब लिहीला तो इतकियात पादशाहाजवळ शाहाजादे याचा वकील होता त्याणे हा मजकूर ऐकोन टाकोटाक पुढे ईशारत शाहाजादे यास लिहिली की येथे हुजुर ये रीतीचा मजकूर जाहला आहे तरी तुम्ही त्या उभयताविसी फार हुशार असावे असे वर्तमान दाखल होताच शाहाजादे याणी निराजीपंतास एकांती बोलाऊन पादशाहाकडील जाब वाचून दाखऊन हे वर्तमान असे आहे ह्मणोन सांगितले मग शाहाजादे याणे निराजीपंतास गुप्तरूपे वस्त्रे आळंकार त्यास देउन निरोप दिल्हा आणि तुम्ही उभयता उदईक रात्री कुल फौजसहवर्तमान निघोन राजियाकडे जावे व तुमचा बिशाद राहिली तरी पावखलक लोक घरोघरी ठेवणे मागाहून वस्त भांव व बिशात सावकास न्यावंयास येईल आपण या चौरोजात सडे निघोन जाणे ह्मणोन सांगीतले नंतर मागाऊन दिल्लीहून औवंरगजेब पादशाहा याजकडून हुजरे कागद घेऊन येतील तेव्हा तुह्मास आम्ही कैद करावे लागेल याजकरिता आपण जलदीने रायगडास जाणे मग तेथुन निराजीपंतानी हे वर्तमान प्रतापराव गुजर सरनोबत यास सांगितले नंतर याप्रमाणे सर्व लोकास ताकीद करून दुसरे दिवसी तयारी करोन रात्रीस फौजसुधा निघोन गेले आणि मजल दर मजल करीत राजियाजवळ येऊन दाखल जाहाले आणि राजदर्शन. घेऊन कितीएक द्रव्य खजीना व कापडचोपड वगैरे जिनसा घेऊन हुजूर दाखल केले त्या जिनसा राजियानी पाहून बहुत संतोष जाहाले आणि बोलिले कीं दोन वर्षे लष्कराचे परभारा पोट भरीले आणि शाहाजादे ही मित्र जोडीले ही दोनी कलमे उपयोगी पडली या उपरीआता मोगलाईचा मुलूख आपणास मारुन खावयास जागा जाहाली असे राजे बोलीले नंतर मागे औरंगाबादेस दिलीहून पादशाहा कडून आठ दिवसानी हुजरे याणी पत्रे घेऊन शाहाजादे याजकडे दाखल जाहाले त्यानी हुजरचे हुकूमाप्रमाणे सांगितले मग शाहाजादे बोलिले कीं ह्मराठे मोठे हारामजादे हे अगोदरच आठ रोज औरंगाबादेच्या छावणीवरुन निघोन गेले ते हजर असते तरी मी त्यास हुजूरच्या हुकुमाप्रमाणे कैद केले असते याप्रमाणे दिल्लीस पादशाहास जाब लीहीला मग तो मजकूर पादशाहास कळोन ते मनांत फार दिलगीर जाहाले कीं ह्मराठे मोठें हारीख आहेत असे बोलीले येणेप्रमाणे वर्तमान जाहाले व राजे याची व प्रतापराव गुजर सरनोबत याची रायगडास भेट जाहाली यावर पागा पोख्त सजलीली होती मग मोगलाईत सरनोबत याणी मोठी धुंध उठविली नंतर विजापुरकर पादशाहाकडून रुस्तमजमाल वजीर हा आठ हजार फौजेनिसी राजे याचे मुलखांत चालोन आला आणि त्याणें राजियाचा रांगणा किल्ला त्यास वेढा

घातला ते समई राजा कडील गडकरी मावळे लोक याणी रुस्तुमजमाल वजीर याजबरोबर मोठे थोर युध्ध केले व राजियाणी उपराळा करोन पावखलक लोक पाठऊन दिले वेढा फौजेसुध्धा माघारा हटविला तेव्हां गडकरी यानी गड रक्षून रुस्तुमजमाल वजीर यास नामोहराम होऊन विज्यापुरास राहिलेली फौजसुध्धा निघोन गेला त्यावरी आबदुल करीम वजीर व बोलालखान वजीर हे उभयता मागती विज्यापुराहून बारा हजार जमाव घेऊन फिरोन राजियाच्या रांगण्या किल्यास उभयतानी फौजेनिसी वेढा घातला तो राजियाकडील गडकरी मावले लोक याणी गडावरून तोफेचा भडिमार करोन व राजियानी उपराळा करोन लष्कर पाठउन बाहेरोन छापा त्याजवर घालोन मारामारी केली तो बलोलखानास फौजसुध्धा मोठा जेर केला व ते समई पाऊसही लागुन त्याजकडील फौजेतील कितीएक लोक मेले व हत्ती व घोडी व उंटे वगैरे मरो लागले व लोकही पावसानें सडले असी अवस्ता होऊन असा त्या फौजेचा नाश जाहाला व बालोलखान वजीर व आबदुल करीम वजीर या उभयतानी आपला जीव वाचऊन बाकीचे लोक राहीलेले परत जाता त्यास मोठे संकट जाहले ये रितीनें विज्यापुरास ते निघोन गेले मग गडावरील गडकरी खुशाल राहीले मग मोगलाईतील शहरे होती तितक्या शहरात रंजियानीं जाग जागा पाळतीस माणसे दोघे दोघे ऐसी मिळोन चौघे जणे वेषधारी करोन ठेविलीं होतीं त्यांत दोघा जणाने हुजूर खबर सांगावयासी यावे व दोघा जणानी शहरांत पाळत राखीत असावे ती पाळत आल्यानंतर आम्ही इकडून लष्कर पाठऊन देऊ मग शेट सावकाराच्या हवेल्या माराव्या तो इतकियात सुरतेहून बहीरजी नाईक जासुद याने पाळत घेऊन आला की सुरत आठाविसी मारली म्हणजे राजियास आगणित द्रव्य सांपडेल असा अर्ज जासुदाने हुजूर केला त्याजेवर[न] राजियाणी आपले मनांत विच्यार केला कीं लष्कर पाठविल्याने चाकरी नफरी काम आपले मनासारखे होणार नाही जावे तेव्हा आपण खुद जातीने लष्कर घेऊन जावे असा विचार करोन जावे तो इतकियात शाहाजी राजे महाराज याजकडोन आनंदराव फर्जंद पालकलेला व व्यंकाजी दत्तो ब्राम्हण हे उभयता मोठे लष्करी नामोशाहाचे होते ते महाराजाकडून सेवा सोडून सिवाजी राजे याजकडे आले त्या उभयतास राजियाणी नावाजून त्यास पागेच्या पंचहजाऱ्या प्रथक प्रथक मनसफा देऊन सांगितल्या एकूण फोज १०००० दहा हजार आणि तीतक्यात प्रतापराव गुजर सरनोबत हा मोगलाईतून येऊन फौजसुध्धा राजियापासी दाकल जाहाले पागा खासगी ५००० पाच हजार व जातीचे सिलेदार ५००० पाच हजार एकूण फौज २०००० वीस हजार स्वार व पावखलक मावळे लोक वगैरे ५००० पाच हजार एकूण स्वार हशम लोक मिळोन २५००० पंचवीस हजार निवडक लोक व सरकारकून निळोपंत व अनाजीपंत व मातबर सरदार असे बराबर घेऊन कोळवान देशांतुन नीट सुरत आठाविसीस दाखल जाहाले पाच सात गाव मजल दर मजल करोन शहरासी आकस्मात एकाएकी येऊन पावले तो सुरतेचे लोक दिल्लीकडील गैरहुशार होते तो इतकियात सिवाजी

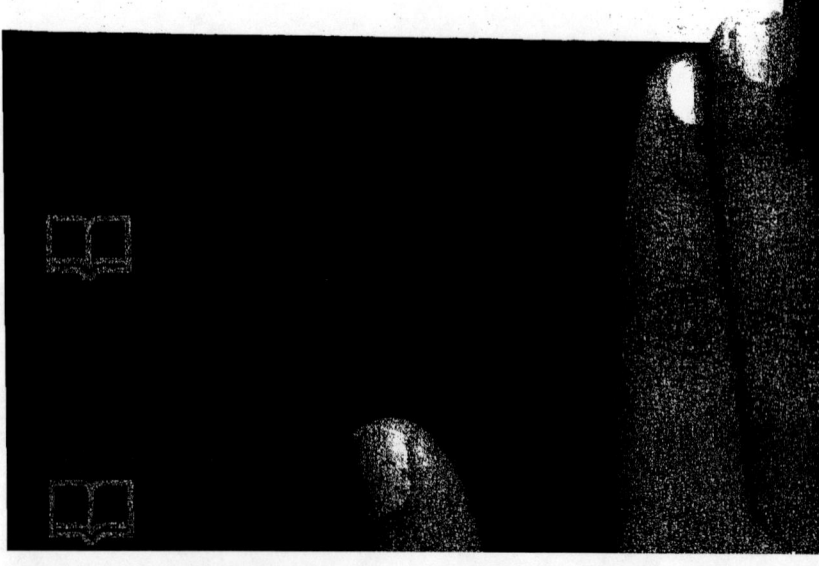

राजे चढे घोडयानिसी फौजसुध्धां सुरतेच्या दरवाज्यानें पेठेंत सिरले व त्या पेठेंत दिल्लीकडील मोगलाचीही फौज होती त्याची व याची मोठी मारामारी जाहाली त्याजकडील लोक बहुत मारिले आणि सावकाराचे वाडे कबज करोन सोनें रुपें व मोतीं व पवळीं व हिरे पाच निळ व गोमंद व पुष्कराज व वैडूर असे नऊ रत्ने नाणे व मोहरा व पुतळ्या व इब्रामी रुपये व सलाम्याचे व होन व वरयाव फलम (?) वरकड नाना जातीचे नाणे इतक्या जिनसा ज्याच्या होत्या त्याच्या धेाकटया भरल्या व कापड थोडे थोडे घेतले व तांब्याचे नाणे वरकड जिनसास हात लाविला नाही असे शहर आहो रात्रंदिवस दोन रोज लुटले व उत्तम घोडे नुजताव सावकाराच्या घरांत जितके सांपडले तीतकेही घेतले आणि राजे याणी आपले मनात विच्यार केला कीं लौकर जलदी करोन कुल लष्करामध्ये निमे घोडीयावर द्रव्याच्या धोकट्या घालोन व मावळे लोक याच्या कंबरेस हामिन्या द्रव्याच्या व घोडीयावर दिधल्या ऐसी बोझी करोन निघाले तो सुरतेचा कोठ घेतला नाही ह्मणोन यास आवकास थोडका जाहाला याजकरिता शहर मात्र मारोन राजे निघाले हि खबर मोगलाचे सुभे व बावीस उमराव मोव्हेबतखान व दाऊदखान ऐसी यास हे वर्तमान कळोन सुभे सात गावचे दवड करोन एकएक सुभ्या समागमे १२००० बारा हजार स्वार असे मिळोन चोवीस हजारानिसी चालोन येऊन राजियाची गाठ घालावी याचा विच्यार सुभे दोन त्वरेने आले गनीम चालून आला ही खबर राजियास कळोन घोडियावर तसेच बसोन बखतर दुदु घाले व हातातील दोन पटै चढवून लुटीची कुल मालमत्ता घोडीयावर घालोन व पायेचे लोकाजवळ देऊन त्यास पुढे रवाना केले व आपण सडे सडे दोन हजार स्वारानी व शहर कडोस ह्मणोन होते तेथे राजे उभे राहोन मोहबतखान व दाऊदखान या उभयतासी युध्ध केले व हे दोन सुभे चालोन आले त्याजवर ते समई रणखतल मोठी जाहाली मोगलाकडील सुभे व फौज मारून मुडदे पाडिले दोन प्रहर धुरंधर मोठे युध्ध जाहाले आणि मराठे याणी शिपाईगीरीची शर्थ मारुन लोक मारीले आणि गनीमाचे च्यार हजार घोडा पाडाव केला व सुभे दोघे हे माघारे पळोन गेले ऐसी राजियाणे आपली फते करोन चालिले तो पुढे उदाराम वजीर दिल्लीवाले मोगलाकडील त्याचा लेक डांग जीवन व उदेरामाची बायको रायबागीण व बाजे सरदार मोगल फौज ५००० पाचे हजार चालोन वौहोळाखिंडीस आले त्यासहि राजे याणी झुंझ दिल्हे आणि रायबागीणीस कोंडिले यावर तिणे दाती तृण धरोन राजीयासी बोलीली की मी तुमची धर्माची कन्या ह्मणवींती मग तीस राजियानी कौल देऊन आजि होत धर्माची वाट करून सोडून दिल्ही नंतर राजे माघारे राजगडास आले आणि सुरतेची मालमत्ताचा आकार करीता सर्व नाणे खरी बिशात नख्त पाच कोरडाचा होनाचा आकार जाहाला व घोडे ४००० चार हजार आणिले ते पागा केली पागेच्या घोडियास चौकटीचा डाग उजवे पुठ्यावर देऊन त्या पागेस खुण केली आणि पुढे ज्या ज्या मुलखात आदलशाई

ह्मणजे विज्यापुर व निज्यामशाई ह्मणजे दौलताबादमध्ये गड किले जे होते तितके घेत चालिले आणि कितीएक डोंगर अवघड होते ते गड बांधोन बसविले. जागा जागा गावावर दीड गावावर मुलकात गडाखाली जप्त मुलूख होता तो सिवाजी राजे याणी आपले मनात असे समजोन गड बांधिले व तळ कोकणांत कल्याण भिवंडी पासून दंडा राजपुरी जंजीरा समुद्र कीनारा हपसी याजकडील जाहागीर होती त्या पावेतो देश काबीज केला. कोकण काबीज करावयास लागिले तो जागजागा पुंडपाले गार देशामध्ये जे होते ते युध्धासी उभे राहीले. त्या पुंडपालेगारासी युध्ध करोन गर्दीसी मिळविले. ज्याणे राजियाचा कौल घेतला त्यास यथायोग्य त्यास रक्षिले व दंडाराजपुरी दर्यामध्ये बेटावर जंजीरा कीला होता तो विजापुराकडील निजामशाईत किल्ला होता तेथे जाहागीरदार बाबा सीद्दी हपसी ह्मणोन होता तो त्याची पाणीयातील जाहाजे गुराबा ४० चाळीस पनास करून आरमार सजऊन तो मुलूख मारोन जागा जतन करोन तेथून सिवाजी राजे याच्या मुलखात उपद्रव तो करू लागला. हे राजियासी खबर कळली, तेव्हां राजियाणी त्याजवर बाजी पासलकर मावले लोकाचा सरदार हा २००० दोन हजार मावले लोक हशम पावखलक याजबरोबर कोकणात पाठविले. बाजी पासलकर ह्मणजे मोठा युधी, शूर मर्दाना, ज्याच्या मिशा दंडा एवढया, मिशास पीळ घालोन केसाचे अग्रावर दोहीकडे दोन निंबे ठेवावीं व मनगटा येवढे नाक. असे त्याचे स्वरूप विक्राळ. हा दुसरा हेडंब राक्षस असा होता. त्यास राजे याणी योजून पाठविला. त्याजवर राजापुराहुन कार्य सावंत हा विजापुराकडील पादशाहाचा सरदार म्हणोन होता, तो हजार स्वारानिसी पासलकर याजवर चालोन आला. मग या उभयतामध्ये मोठे युध्ध रण खुदल फार जाहाले. कार्य सावत खासे बाबजी पासलकर खासे हे दोघेही लढाई गाठ पडोन एक एकावर हात पडोन दोघेही ठार जाहाले व फौज उभयताची राहीली ती आपले आपले जागा दाखल जाहली. तो तिकडे विजापुरकर आली आदलशाहा पाद-शाहा याजपासी शहाजी राजे महाराज हे त्याजपासी वजीरी करीत होते व राजे याचे जीलीबीस पंधरासे स्वार चालत होते. त्याणी पादशाहा पासून निरोप घेउन आले तो शके १५८९ प्लवंगनाम संवतसरे फसली सन १०७७ या साली शाहाजी राजे महाराज हे विज्यापुराहून फौजसुध्धा तेथून कुच करोन मजल दर मजल पुण्यास दाखल जाहाले. पुत्र सीवाजी राजे यास भेटले. उभयता पुण्यांत आपला वाडा होता, त्या वाड्यात पिता पुत्र कचेरीत बसले आणि पुर्वी वडिलोपार्जित खरेदी वडिलानी पाटीलकीचे वतन घेतले होते. नंतर सरकारकून व दादोजी बाबाजी कोंडदेव व शामराजपंत व मोरो त्रिमल पिंगले व शंकराजी नीलकंठ व बालकृष्णपंत व सोनोपंत व रघुनाथ बलाल व दीक्षित बावा व उपाध्य बावा व बालपरभु व नेतोजी पालकर व येसाजी कंक व तानाजी मालुसरे व बाजी पासलकर व हुजरे व गोमाजी नाईक व कृष्णाजी नाईक व सुभानजी नाईक व बहिरजी नाईक जासुदाचा व महादजी पानसंबळ जामदार, अशा असाम्या

एकंदर मिळोन, सिवाजी राजे याणी राज्य काबीज केल्याचे पूर्वी मुळापासुन जाहलेले वर्तमान मंडळीनी शाहाजी राजे माहाराज वजीर यास शिवाजी राजे याचा पराक्रम त्यानी विदीत केला की, नंतर शाहाजी राजे म्हाहाराज हे पुर्वी नीज्याम शाईतून फोजसुद्धा दौलताबादेहुन निघोन विज्यापुरचे सुलतान महमद पादशाहा याचे भेटीस गेले. ते समई शाहाजी राजे याजपासी ब्राम्हण कारकुन बहुत होते व आपणास जातीने लिहीण्याचा आभ्यास फार होता. त्यात आपण सर्व कारकुनात दोन कारकुन आपल्या परीक्षेस उतरले. त्याची नावे दादोजी बाबाजी कोंडदेव व रघुनाथ नारायण ह्मणमंते. हे दोघे विश्वासुक फार चौकस शहाणे. या उभतातून दादोजी कोंडदेव यास राजीयानी आपली स्री सौभाग्यवती जिजाबाईसाहेब त्याजकडे सर्व बंदोबस्त सांगितला व पूर्वी तो वसुलाचे कामावर फार निपुण होता, त्याच्या हातून जमीनीची लागवण फार चांगली होत होती व उत्पन्नहि अधिक येत होते; तेव्हां शहाजी राजे याणी आपले पहिले दौलतीमध्ये, दादो कोंडदेव यास वहिवाटीस पुरंधर प्रगणा व पुनवडी नजीक बारा मावले तळघाट जमिनीचे वसुलाचे कामावर व सुपे महालचे काम त्यास सांगोन, दोन महालचे वगैरे कामावर दादो कोंडदेव यास मुखत्यार करून तेथे राजियाणे ठेविले. नंतर शहाजी राजे हे कूच करोन फोजसुद्धां चालिले. तो समागमे रघुनाथ नारायण ह्मणमंते यास घेऊन, विजापुराकडे जाते समई, ह्मणमंते यास सर्व दौलतीचा कारभार त्याजकडे सांगितला. पुढे कांहीं दिवसानी रघुनाथ नारायण ह्मणमंते यास चंदीचदावरचे कामाचा जाहागीरीचे कामाचा बंदोबस्त त्याजकडे सांगीतला. मग ईकडे दादोजी कोंडदेव याजकडे पुर्वी काम सांगितल्या दिवसापासून तो मुलुख निज्यामशाई मुलखा लगत होता. तेव्हां दादोजी कोंडदेव याणी मलकांबरी रीती जमिनीची चालविली; कितीएक प्रतीवर्षी पाहाणी करोन सेताचे उत्पन्न अन्वयें वसूल घ्यावा. त्या सेत करणारा पासोन कधी जीनस विकत घेतला, तर त्याचा पैका त्यास देत असत. हे निजामशाई पेक्षां रिती रयतेस फार चांगली. त्यास ते सुखकारक सेत करणारास पडत होते व मावळात लोक राहणार हे केवळ दरिद्री परंतु शरीरेकरोन बळकट होते. त्याणी अती मेहनत करोन त्यास उदर निर्वाहा पुरते उत्पन्न होत असे. मग दादोजी कोंडदेव याणी त्या मुलखाची व त्या लोकाची आवस्ता पाहिली की, हे लोक झाडीतून राहणारे आणी ज्यास वस्त्रे पात्रें नाहीत ते लोक झाडीत राहणारे ह्मणोन त्यानी शरीराचे संरक्षण जाहले पाहिजे त्यासाठी सर्वांनी घरोघर शस्त्रे मात्र बाळगली होती. ते लोक फार सावधपणे वागत होते. तेव्हां दादोजी कोंडदेव याणी त्या लोकांचे पोशणाकरितां, कीतीएक वर्षे त्या लोकापासीन वसुल घेतला नाही. त्याखेरीज दुसरे झाहालचा वसूल जमा होण्याचे कामावर ते मावळे लोक बहुत चाकरीस ठेविले त्या योगे करून ते मावळे लोक सहजच पोसले गेले. याप्रमाणें दादोजी कोंडदेव याणी रिती चालविली. तेव्हा शिवाजी राजे यास बालपणी दादोजी कोंडदेव हा शिवाजी राजे यास विद्याअभ्यास करणारा सिक्षाधारी होता. त्याणी विद्याभ्यासांत सिवाजी राजे यास तयार केले; परंतु धनुर्वियांत व शिपाईगीरीत

ते खुद राजे जातीने निपुण होते. त्याजला घोड्यावर बसता येत होते, तसे दुसरे मराठे लोकास बसतां येत नबते. त्यास सिवाजी राजे याचे जातीचे स्वभाव गुण असा की, त्यास भारती युद्धांतील कथा त्याजला फार माहीत होत्या व त्याची भारती कथेवर अती प्रीती होती व ते यवन लोकाचा धर्माचा फार त्रास करीत होते व ते जातीने धारीष्टाचे मोठे शूर होते. ते वेळेस शिवाजी राजे याचे वय १७।१८ वर्षांचे होते. ते समई मावळे लोक त्याचे बाळमित्र येसाजी कंक व तानाजी मालुसरे व बाजी पासलकर व आणखी वगैरे मावळे लोक होते; त्याजवर आती प्रिती ठेवित होते. व मावळे लोकाचे संगतीने त्यास डोंगर व पहाडी कील्यावरील चोरवाटा रस्ते मावळे लोकानी शिवाजी राजे यास सर्व माहिती करून दिल्ही. त्याणी मावळे लोक शुरशिपाई व मावळे लोकाचे पायेचे सरदार व मोठेमोठे शुर धारकरी व ब्राम्हण मातबर तोलदार सरदार व कारकुन व प्रभु व कायत वगैरे नाना जातीचे पुरुष मोठे धारीष्टाचे शुर मर्दाने विश्वासुक इतबारी मनुष्यें जमा करून, मावले लोकांचे पायेचे सरदार व शिपाई चाकरीस ठेविले. तेव्हां सिवाजी राजे याणी संयाद्रीचे किल्ले बलकावून, चार पादशाईचे खजीने मारून, मुलूख मावले लोकाचे बळावर काबीज करीत चालिले. तेव्हां मोठे मोठे ब्राम्हण मातबर तोलदार सरदार व प्रभु वगैरे नाना जातीचे पुरुष धारीष्टाचे शुर धारकरी हे शिवाजी राजे याचे भेटीस येऊ लागले. त्याजवर शिवाजी राजे फार लोभ करू लागले. त्यानी त्याची कीर्ती दिगंतरास वाढत चालली व ते शिपाई सरदार यास फार लीनपणे वागवत होते. तेव्हां दादोजी कोंडदेव यानी शिवाजी राजे याची वीपरीत लक्षणें पाहून, त्याने शिवाजी राजे यास वारंवार हितोपदेश केला की, चार पादशाहासी दावा लावून अशानें तुमचे सर्व कुळ बुडेल. ते सिवाजी राजे याणी ऐकोन घेऊन मान्य केल्याप्रमाणे त्यास दाखवावे. परंतु शिवाजी राजे यानी मुसलदेव नामे उंच डोंगर ह्मणून होता त्याजवर अती मेहनतीने मोठी जलदी करोन नवीन किला बांधावयास लागले; तो कांहीं निमे तयार किला जाहला हे वर्तमान विजापुराचे पादशहास जाहीर जाहले. त्याजवरून सुलतान महमद पादशाहा यानी शाहाजी राजे महाराज वजीर यास विचारले कीं, तुमचे पुत्राने तुमचे आज्ञेवाचुन किला बांधावयास लागले नसतील; तेव्हा शाहाजी राजे महाराज यानी उत्तर पादशाहास दिले की हा गुणा मजकडे नाहीं. तो माझा पुत्र शिवाजी राजे खरे परंतु त्याणी कांहींतरी सरकारी हीत पाहिल्यावाचुन किला बांधावयास लागले नसतील असे वाटते. त्याजवरून सुलतान महमद पादशाहा यानी शिवाजी राजे यास किल्याविसी मनाई पत्र पाठविले; ते राजे याणी मानीले नाहीं. तेव्हां किला बांधावयास लागले, तो खाणिता खाणिता प्रालब्ध योगाने त्यास मोठे मोहराचे पाच हंडे सांपडले. त्यांतील कांहीं द्रव्य खर्च करोन, लढाऊ शस्त्रें व तोफा व जेजाला वगैरे विकत घेतल्या. दारू गोळा तयार करून व किला तयार केला. त्या किल्याचे नांव रायगड असे ठेविले. त्या किल्याभोवत्या चार माच्या वसविल्या. व दुसरा किला कोंढणा म्हणोन होता तो भेद करोन घेतला. त्याचे

नांव सिव्हगड असे नाव ठेविले. तो किल्ला सिवाजी राजे याणी त्या किल्याचा तट सावरून पुन्हा मागती बांधावयास लागले, तो खाणीता खाणीता पहिले काळचे विपुल द्रव्य उदंड सांपडले. ते द्रव्य खर्च करून मावळे लोक शिपाई व पायेचे सरदार १०००० दाहा हजार चाकरीस ठेविले. व पहिले लोक पावखलक ५००० पांच हजार एकूण लोक १५००० पंधरा हजार मिळोन लोकाची संचणी केली. तेव्हा सिवाजी राजे याचे मनांत आले कीं आपण स्वतंत्रपणें वागावें, मग आणखी पादशाई किले मुलख शिपायी याचे बळावर काबीज करीत चालिले व आणखी चार पादशाईचे किले घेऊन सिवाजी राजे बंडावा करून मुलुख काबीज करीत चालिले. तेव्हा दादोजी कोंडदेव आपले मनांत असें समजलें कीं, हे सिवाजी राजे आपले मनातील अर्थ शिद्धीस नेतांल, हे माझ्याने ऐकणार नाहीत असें त्याचे मनांत येऊन त्यास अती चिंता रोग लागला. यामुळें त्यास दुखणें लागलें. तेणेकरुन तो मरण पावण्याचे समयी, त्याणे अंतकाळसमई सिवाजी राजे यास बोलाऊन आणोन त्याणे विनंती केली कीं, मी आपले धन्याचे हिताविसी आपल्यास वारंवार निसिद्धीत होतो, परंतु आतां माझी आपणास एक प्रार्थना आहे की आपण स्वतंत्रपणे वागत जावे; परंतु गाई ब्राह्मण व प्रजा याचे प्रतीपाळण करून मुसलमान लोकापासून हिंदु लोकांची देवस्थानें रक्षावीं, इतकी माझी आपणास प्रार्थना आहे. आणि सिवाजी राजे याचे हाती आपले कुटुंबाचीं मनुष्यें राजे याचे स्वाधीन करोन, मग दादोजी बाबाजी कोंडदेव देशस्त ब्राम्हण मौजे मलठण भीमातीर येथील जोसी कुलकर्णी याणी प्राण सोडिला. नंतर सिवाजी राजे याणी दादोजी कोंडदेव याणी अंतकाळसमई सांगितल्याप्रमाणे आपले मनांत वागऊन त्या रितीने करू लागले व आपण जातीनें राजे कारभार स्वतंत्रपणें करू लागले. तेव्हा सिवाजी राजे याणी प्रथम बारा मावळे काबीज केले व आपला सापत्न मामा संभाजी बीन बाजी मोहीते हबीरराव यास पुर्वी सुपे कोट येथें ठेविले होते, त्यास कैद करून तो कोट घेतला व दौलत हास्तगत केली व सुपे प्रगणा साधिला व चंद्रराई बुडविली. जावळी काबीज केली व शिनगारपुरचे राजे सुर्वे याचे राज्य होते ते घेतले व प्रतापगड नवीन किला बांधीला. तेथे श्री देवीची स्थापना केली व आफजलखान वजीर प्रतापगडाखाली मारिला. त्याची फौज लुटून बरबाद केली व वाई नजीक गोळे बंड होते तें बुडविले व शास्तीखान पठाण पुनवडीवर त्याचा पराभव केला. तो निघोन दिल्लीस गेला व मिर्जा राजा यास भेटले. दिलेलखान यास भेटून दिल्लीस जाऊन औरंगजब पादशाहा याची भेट घेतली. तेथे मोठे संकट पावले तेथुन निघून दक्षण देसी श्री जगदंबेने रक्षुन वडीलाचे आसीरवादे करून रायगडास दाखल जाहाले. नंतर औरंगजेब पादशाह याचे ताब्यांत सत्तावीस किले पेशजी दिल्हे होते ते परत माघारी घेऊन आपलीं ठाणीं बसवून, कल्याण भिवंडी व जुनर शहर व आहामदनगर ही तीन शहरच्या पेठा मारील्या. असे सर्वत्रानी मजकुर शहाजी राजे महाराज वजीर यास सवीस्तर मुळापासोन जाहालेले वर्तमान राज्य काबीज केल्याचे

हाकीगत निवेदन केली. नंतर शाहाजी राजे माहाराज याणी सिवाजी राजे याणी राज्य आक्रमण केल्याचे वर्तमान ऐकोन आपले मनांत फार संतोष जाहाले. नंतर दुसरे दिवसी शाहाजी राजे महाराज व मातोश्री जीजाऊ आई साहेब या उभतानी दानधर्म ब्राह्मणास उदंड केला. नंतर पुण्यांत आपले वाड्यांत सदर सोपा मोठा बांधिला. मग तेथें चार महिने आनंदानें पिता पुत्र एक ठिकाणी राहून नंतर शके १५९० कीलकनाम संवतसरे फसली सन १०७८ या साली सर्वत्रास भेटून मग तेथून कूच करून फौजसुद्धां परत माघारे विजापुरास पादशाहा याचे भेटीस गेले. नंतर पादशाहा याची भेट घेऊन त्याचा निरोप घेऊन तेथुन फौजसुद्धा कूच करून बेंगरूळ सरदेश चंदी चंदावरास गेले. तेथे कांहीं दिवस राहून तेथून निघोन येते समई तुंगभद्रा तीरी बसवणा पटण तालुक्यात बेदगिरी ह्मणोन गाव लहान होता तेथे मुकाम करून राहिले. त्या गावी सिकारीस निघाले तो घोड्यावर स्वार होऊन एका हारणाचे माघे घोडा लाविला त्या घोड्यावरोन पडोन शाहाजी राजे महाराज वजीर यास देवआज्ञा जाहाली. हे वर्तमान सिवाजी राजे यास कळले. त्याणी बहूत आपले मनांत खेद केला. त्यानंतर सर्व विधी उत्तर कार्य सिवाजी राजे याणी केले. दानधर्म अपार केला आणि सिवाजी राजे बोलले जे मज सारिख्या पुत्राचा पराक्रम शाहाजी राजे माहाराज पाहते तर उत्तम होते, आपला आता पुरुषार्थ कोणास दाखवावा. आफजलखान मारिला व शास्तीखान पराभविला मिर्जा राजियाची भेट घेऊन दिल्लीस गेलो औरंगजेब पादशाहाची भेट घेऊन माघारी येऊन कितीएक गड घेतले, शहरे मारिली व कल्याण भिवंडी मारिली व सुरत आठावीसी दोन रोज लूट केली. द्रव्य उदंड आणिले व मोगल याचे फौजेसी युद्ध करून घोडे बहुत पाडाव करून पागा व सिलेदार व लष्कर चाळीस हजार केले असे पराक्रमाचे वर्तमान शहाजी राजे माहाराज ऐकोन संतोष होऊन आपणास वरचेवर आलंकार वस्त्रे भूषणे व पत्रे पाठवित होते. आता आपणास वडील कोणी नाहीत ह्मणोन फार खेद केला. मग मातोश्री जीजाऊ आई साहेब याणी अग्नी प्रवेश करीत होती, तिचे मांडीवर बसून गळा मीटी घालोन आपण आपली आण शपथ घातली की, आपला पुरुषार्थ पहावयास कोंणी वडलि नाहीत तुह्मी तरी जाऊ नये. ह्मणोन महायत्न करोन राजे याणी व सर्व लोकानी व थोर थोरानी अष्टप्रधानानी प्रार्थना करोन अग्नप्रवेश मातोश्रीस करू दिल्हा नाही. मग शके १५९१ सोम्य नाम संवत्सरे फसली सन १०७९ यासाली संभाजी राजे याची स्त्री याचे नाव माहेरचे जिऊबाई व राजे याणी नाव ठेविले की येसुबाई साहेब ही पीलाजी राजे सिर्के मळेकर याची कन्या या उभयतांचे लग्न रायगड येथे जाहाले. लग्न समारंभ मोठा केला. दानधर्म अपार केला. पुढे काही दिवसानी शके १५९५ प्रमादी नाम संवत्सरे फसली सन १०८३ या साली संभाजी राजे याची स्त्री येसूबाईसाहेब ही पिलेर्जी राजे सिरके कोंडमळेकर याची कन्या या बाईचे गर्भादानसमई संभाजी राजे याची स्त्री याजला समागमे घेऊन सिवाजीराजे याचे दर्शनास आले. तो

उभयतानी राजे यास नमस्कार करावा, तो इतकियांत सिवाजी राजे यानी त्या बाईस आपण अगोदर नमस्कार केला. तो अष्टप्रधान जवळ होते त्याणी राजे यास विनंती केली कीं हे उलटे काय असे बोलले. नंतर सिवाजी राजे त्यास बोलले की याचे कारण पुढे अंतकाळ समई तुह्मास सांगेन असे सिवाजी राजे बोलले. मग येक दिवशी रायगडाहून स्वारी शिवाजी राजे याची सिवापुर येथे गेली तेथे आंबराईत फौजसुद्धां उतरली. ते समई आंब्याचे झाड त्याचे नाव दोडी असे ह्मणत होते त्या झाडाखाली राजे बसले होते. तेथे येक पदरचा मोठा ग्रहस्थ होता त्यास ईनाम पत्रे करून दिल्ही. त्या पत्रावर सिके करोन दिल्हे आणि सिके कठार पुढे ठेविली होती इतकियांत आकस्मात त्या झाडाचा आंबा एक वरून पडला. त्या आंब्याच्या फळावर शिवाजी राजे याणी आपले स्वहस्ते सिका उठविला. त्याप्रमाणे त्या आंब्याचे झाडास आंबे तसेच येतात. त्या आंब्याचे फळावर शिक्याची आक्षरे आहेत व त्या झाडाची झाडे नवीन लाविली आहेत त्यास आंबे तसेच येतात. त्याजवर सिक्याची साक्ष अद्याप आहे. असा राजा पुण्यवान हा केवळ अवतारी पुरुष ह्मणोन साक्ष राहिली आहे. श्रीरामदास स्वामी हे मारुतीचा अवतार. त्यास चार आंगुलें पुछ होते व शिवाजी राजा हा सिवाचा आवतार. परंतु हे उभयता मानव देहास मात्र आले. ह्मणोन स्वामीस गुरु केले. शके १५७१ विरोधी नाम संवत्सरे फसली सन १०५९ मीती वैशाख शु॥ ९ या रोजी श्री रामदास स्वामी याणी सिवाजी राजे यास रामघळीत आनुग्रह तेरा आक्षरी मंत्र कानात सांगीतला. ते समई स्वामीनी राजे यास प्रसाद दिल्हा. त्याचा तपसील प्रथम एक श्रीफळ व दुसरा मृत्तिका व तिसरे खडे व चौथी लीद असे चार प्रसाद स्वामीनी दिल्हे. त्यातील भाव असा समजावा की, श्रीफळ हे कल्याणदायक धन धान्य प्राप्त होईल व मृतीका ह्मणजे भूमीचा आधिकार प्राप्त होईल व खडे ह्मणजे किलेकोट प्राप्त होतील व लीद ह्मणजे घोडी उदंड प्राप्त होतील. या प्रमाणे सिवाजी राजे यास प्रसाद दिल्हे. नंतर राजे याणी फौजसुद्धां भोजन करुन राजे रायगडास दाखल जाहाले. नंतर मातोश्री जीजाऊ आईसाहेब यास स्वामीनी प्रसाद दिल्याचे वर्तमान निवेदन केले. मग मातोश्री फार संतुष्ट जाहाली. पुढे काहीं दिवसानी सातार मुकामी रंगमाहालचे वाड्यांत रामदास स्वामीनी दर्शन देऊन सिवाजी राजे यास आज्ञा केली की सिवबा मी तीन गोष्टी तुजपासी मागतो. त्यास धर्म चालून तुझ्या राज्यास जय आला पाहिजे ह्मणोन सांगितलें की श्रावण मासी कोटि लिंगे प्रतीवर्षी करीत जावी. ब्राह्मण संतर्पण दक्षणा प्रतीवर्षी देत जावी व गांवगना मारुतीची स्थापना करून आर्च्यां पुजा होत असावी व जोहार सर्व लोक करीतात तो मोडून रामराम करण्याचे चालवा असे आमचे मागणे तुजला आहे. त्याजवरून सिवाजी राजे याणी गुरुआज्ञा प्रमाण मानून गावगना आपल्या राज्यांत मारुतीच्या स्थापना करविल्या व जोहार मोडून रामराम चालत केला व सातारे किल्यावर पाचच्यार वर्षे धर्म ब्राम्हणास करीत होते. नंतर धावडसी येथे धर्म करवीत होते व आपले समक्षे कोट सिवलींगे श्रावण

मार्सी प्रतीवर्षी ब्राम्हणाचे हातून करवीत होते. असे वर्तमान जाहल्यावर पुढे आपल्या राज्यात रेवदंडा राजपुरीस सिंदी होता. हा आपले दौलतीत उंदीरच आहे ऐसियास काये तजवीज करावी, ह्मणोन राजे बोलले. तेव्हा रघुनाथ बलाल सबनीस याणी जातीने हुजूर अर्ज केला जे आपण बाबा सिदीवर स्वारी करितो. ह्मणोन बोलोन पाच हाजार पावखलक मावले लोक घेऊन त्याणी रेवदंडा राजपुरी जंजीरा हे किलेपर्यंत जाऊन तले घोसाले देखील देश मुलुख मारुन दर्याकिनाऱ्यास सिदीच्या दोन फौजा चालोन आल्या त्यास त्याणी झुंज करोन मारोन चालिला, तेव्हा दंडाराजपुरीकरानी रघुनाथपंतासी राजकारण करून सला केला की आपले हेजीब पाठऊन आपले देशापैकी थोडासा देश मागून घेऊन आण. शपथ घेऊन रघुनाथपंतास भेटीस नेऊन भेटी जाहाली. तेथे सल्याची बळकटी करून सख्य केले आणि वस्त्रे व घोडा त्याजला दिल्हा. त्यावर ते निघोन आपले देशांत सिवाजीराजे याजपासी दाखल जाहाले. नंतर तिकडील सर्व मजकुर निवेदन केला. पुढे काही दिवसानी रघुनाथपंत देवाधीन जाहाले. यानंतर सल्य तुटले मागती सिद्दीने बेबदल होऊन राजे याच्या देशास उपद्रव करू लागला. मग राजे याणी व्यंकाजीपंत फौजेनिसी नामजादे करून रवाना केले. त्याणी जाऊन त्याचा मुलुख मारोन फजा करीत चालिले तेव्हा सिदीने आपल्या जातीचे हापसी घोडेस्वार लष्करी व हशम असे नामजादे व्यंकाजीपंत यावर रवाना केले त्यासी व यासी तुंबल युद्ध जाहाले. तीनशे हापसी व्यंकाजीपंतानी ठार मारिले. ते समई व्यंकाजीपंती कस्त बहुत केली. बारा जखमा पंतास लागल्या. चौक्या मोर्चे बसविले तेव्हां सिदी जेर होऊन सल्याचे नाते लाविले; परंतु राजे याजकडील लोकानी सला केला नाहीं. त्याचे देशांत गडकोट नवे बांधिले राजपुरानजीक उंच डोंगर बाळा राजा नामे होता तो घेऊन त्याजवर गड बांधोन कुलदेश काबीज केला आणि आपली ठाणी बसविली. मग त्याचा इलाज चालेनासा जाहाला हशम लोक पाच हजार ५००० व सुभे नामांकित दोन करून ठेविले दंडाराजपुरीस मुलूख नाही ह्मणोन बाबासिधी हापसी याणे नवा दाणा न्यावा. तेव्हा पाणीयांतील जहाजे होती तेणेकरून पोट भरो लागला वरकड मुलुख मारोन सामान आणोन खाऊ लागला. तेव्हां सिवाजी राजे याणी पाणीयातील जहाजे सजऊन गुराबा व तरांडी तारवे व गलबते व मचवे ऐसी नानाजातीची जाहाजे करून दर्यासागर ह्मणोन मुलूख नविन साधिले. त्यात नामांकित दोन सुभेदार करोन ठेविले व च्यारशे आरमार सजऊन चालू केली. आणि सिधी याचे जाहाजाबरोबर युद्ध करोन हमेशा त्याची जहाजे पाडाव करू लागले. मग तो थोडके थोडके सामान चोरून जाउ लागले. राजे याजकडील जाहाजे होती ती जागजागा तीकडील शहरे फौरगीत नेमेतला व विदेज व फरासीस दिनमार्ग किलतान इंग्रज असे वगैरे बाविस पादशाई पाणियात आहेत त्याची शहरे बीदनुर वसई व श्रीरंग पठण आणि दर्याकिनारेची शहरे मारून आपले पोट भरून युद्ध करीत चालिले. आणि मालमता मेळवून दोन सुभे आपले पोट

भरून राजीयास रसद द्रव्य जिनस आणून हुजूर देउ लागले. ऐसीया रीतीने ७०० जाहाजे पाणियातील व समुद्रामध्येही येक लष्कर जाहाले. हा येक हात सजला परंतु राजापुरी निजामशाई मात्र येक पाणियात उरली होती तीही घेऊन याकारिता पाणियात डोंगर जागजागा शिवाजी राजे याणी पाहून गडकोट बांधोन वस्ती वसवीली. जोपर्यंत दर्या तोपर्यंत गड व कोट केले व त्या पाणियातील गडाचे नाव जंजीरा असे ठेविले. असे करोन गडकोट जाहाजे मिळोन दर्याकीनारा राजीयाणी देश मुलुख काबीज करुन, जोवर पृथीवीवरील व पाणियात गडकोट असतील तोवर आपले नावाची कीर्त चालेल; असा राजीयाणी विचार करुन गड व कोट व जाहाजे जमीनीवर व पाणियात वसविले. नंतर कोंकणात लखम सांवत देशाई मावळात मोठा तोलदार १२००० हषमानिसी राहात होता. ठाणे कुडाळ ह्मणजे आदलशाई पादशाहास सावत याणी विज्यापुरास पत्र लेहून जासुदाबरोबर पाठविले की आपण फौज घोडा राउत समवेत कोकणात रवाना करणे ह्मणजे आपण हमेशा स्वारी समवेत सिवाजी राजीयावर चालोन जातो आणि कोंकण सोडवितो, ह्मणोण सावंत याणी पादशाहास लेहोन पाठविले. त्याजवरून विजापुराहून पादशाहानी आपला खवासखान वजीर हा मोठा योध्धा लष्कर १२००० फौजेनिशी ठाणे कुडाळास दाखल जाहाला व लखम सावंत बारा हजार हसमानीसी त्यास सामील होऊन कोंकण सोडवीत चालिले. हें वर्तमान राजियास कळोन मग त्याणी आपले कडील लष्कर हशम निवड करोन १०००० लोक व नामांकित सरदार त्या फौजेवर रवाना करून दिल्हे. तो खवासखानास वीज्यापुराहून मदतीस बाजी घोरपडा दीड हजार १५०० स्वारानीसी येऊन कोंकणात घाट उतरोन मुकाम करोन राहिला होता. त्याजवर राजीयाकडील हशम लोक त्याजवर चालोन जाऊन रात्रीस छापा घालोन बाजी घोरपडा कुल भाउबंध सहववर्तमान बुडविला आणि बाराशे घोडे राजीयाकडील लोकानी पाडाव केले व मोठे युध्ध जाहाले बाकी राहिले लोक ते घेऊन नामोहर होऊन विज्यापुरास गेला. नंतर तेथून ठाणे कुडाळास खवासखानावर जावे त्याणे बाजी घोरपडा याची खबर छापा घातल्याची ऐकोन याणे धास्त खाउन पळोन फौजसुध्धा घाटावर गेला. तो नीठ विजापुरास परत दाखल जाहाला पुढे लखम सावंत याजवर राजियाकडील हशम मावळे लोक सरदार सुध्धा त्याजवर चालून आणि दुतर्फा झुंज करोन कितीयेक फौज मारीली. राजियाचे फौजेसी लखम सावंतासी झुजता पुरी पडेनासे जाहाले, तेव्हां सावंत पळोन फीरंगणात गोमांतक बार देशास गेला. मग ठाणे कुडाळ देश राजियाचे लोकानी काबीज केला आणि फीरंगी यास राजियाची दहशत होती तेव्हां फिरंगी याणे लखम सावंतास ठेवून घ्यावयासी धर धरवेनासे जाहाले मग सावंत देसाई यास कोट जागा राहावयास नाहीं तेव्हां सावंत देसाई याणी राजियाकडे पितांबरसेणवई म्हणोन मल्हारी ब्राम्हण हेजीब राजियासी राजकारण बोलावे म्हणोन पाठविला. मग हेजीब राजियास भेटून कौल घेऊन आला. नंतर लखम सावंत यास घेऊन राजीयाची भेट

जाहाली मग सावंत देशाई याणे हुजूर अर्ज राजियास केला कीं, मी सांवत ह्मणजे भोसल्याचे गोत्रज ह्मणोन तुम्ही आमचे चालविणे; उचित तकसीर माफ कर्णे, अशा कीतीयेक गोष्टी ममतेच्या बोलीला; तेव्हा सिवाजी राजे याणी लखम सांवत यास कुडाळची देशमुखी मात्र सांगितली आणि करार तनके दाखल होन ६०००० साठ हजार वरात करोन दिल्ही आणि सिवाजी राजे याणी लखम सावंत देसाई यास ताकीद केली की, तुम्ही कोठे ठाणे अगर वाडा हुडा बांधू नये व लोकांचा जमाव करु नये व तुम्ही ठाणे कुडळीच राहावे. असी ताकीद करुन त्यास रवाना करुन दिल्हा आणि त्याचे पदरचे सरदार राम दळवि व तान सावंत व धोंडी सावंत यास हशमाची हजारी राजियाणी घेऊन त्यास आलाहिंदा आपले चाकर करुन तीघे तीन जागा सरदार करुन ठेविले. पुन्हा सावताची व तिघाजणाची भेट होऊन दिल्ही नाही. याप्रमाणे ठाणे कुडाळ बंदर मुलूख काबीज केला. पुढे कोट आदलशाई राज बिडार याजवर महमद खान सरदार जबरदस्त होता. तो कोटास राजिया कडील लोकानी वेढा घालून सुरंग लाऊन बुरुज उडविला आणि पडकोट घेतला आणि राजियाचे लोकानी महमद खानास जेर करुन कौल देऊन त्यास विजापुरास जावयास सांगीतले. नंतर राजिया कडील सरदार इभ्रामखान पठाण धारकरी लष्करचे हशेम लोक ३००० तीन हजार बरोबर होता. त्याणे कस्त मेहनत बहुत केली. पुढे गाखक शहर व कडवाड सिधेश्वर व महाबलेश्वर व मिर्जा आमल व केदार सुलतान उदंड हा कोट घेतल्यावर वर घाटीचे कोट व किले घेऊन येथवर सरहाद लाविली व गोव्याचा फिरंगी यास दबवून, त्या जवळुन माल मत्ता व तोफा व नख्त जड जवाहीर त्याजपासून घेऊन तो आपलासा करोन ठेविला. त्यास उदमास कौल देऊन फिरंगी यास आमद रफी करावयास ईभ्रामखान याणी सांगीतली. कुल कोकण कांबीज केले. मग तेथुन बेदनुरी सीवापा नाईक ह्मणोन राजा होता. त्याचे शहर बेदनुर ह्मणोन थोर नामांकित दर्या किनारा होते. तेथील पालद आणोन वर घाट जाता तो मार्ग नाही. ह्मणोन आपली पाणियातील जहाजे आणोन सिध्द करोन आपण व हशम लोक जाझात बसोन निघाले ते येकायेकी दिवस उगवावयासी बदनुर शहरास लोक समवेत दाखल होऊन, ते शहरचे लोक बेफाम होते; तो येकायेकी शहरचे मजितीत जाऊन लोक समवेत उतरून कुल शहर मारीले व येक दिवस शहर लुटोन फना केलें. जैसी सिवाजी राजे याणी सुरत मारुन मालमत्ता आणिली त्या प्रमाणे इभ्रामखान याणे बेदनुर शहरची मालमत्ता आणिली. माल येताने व जडजवाहीर व कापड व हरजिन्नस घेऊन आपले जाझात बसोन आपले देशात दाखल जाहला. ती मालमत्ता सर्व किमत करुन पाहिली, तो दोन कोट होनाची मत्ता आणिली. ती मालमत्ता सिवाजी राजे याजपासी दाखल केली. मग राजे याणे लोकसुधा फार नावाजून सर्वास बक्षीस दिल्हे. नंतर काही दिवसानी कारंजे शहर मोगलाईत मोठे होते. तेथून बहीरजी नाईक जासुदाचा हा मराठे लोकांत मोठा प्रसिद्ध होता व तो पालती आणण्याच्या कामांत फार निपुण होता. त्याणे कारंजे शहरची पालत आणली. त्याजवरुन सिवाजी राजें याणी कुलफौज स्वार व हशम

पावखलक मिळोन ५०००० पन्नास हजार लष्कर बराबर घेऊन चालिले. मजल दर मजल करीत जाता जाता, औरंगाबादेची पेठ मारिली. तेथून पुढे बराणपुरची पेठ मारिली व तेथून आठ गावची मजल करुन कारंजे शहरास जाऊन तीन रोज मुकाम करुन आणि ते कुल शहरचे वाडे सावकाराचे वगैरे लुट्टन बारबद केले आणि दरोबस्त हरजीनसी दौलत द्रव्य व जड जवाहीर व सोने व रुपे उंच कापड वगैरे ऐसी मालमत्ता घेऊन तेथून कुच करुन फौज सुधा चालिले, तों औरंगजेब पादशाहा दिलीवाले याजकडील सुभे जागजागा होते. ते दिलेलखान व बहादरखान व एकलासखान व बलोलखान व ईभ्रामखान पठाण वजीर असे उमराव जागाजागा होते. त्याजपासी फौज कोणापासी १०००० दाहा हजार व कोणापासी ५००० पाच हजार असे चौतर्फा मिळोन राजे याजवर चालेान आले. मग त्याची व याची लढाई होऊन तो मोठेमोठे थोरथोर मोगल पठाण यास सिवाजी राजे याणी मारोन गरदीस मिळवोन हात्ती व घोडे व मालमत्ता पाडाव करीत चालिले. तेव्हां कुल गलिमाचे वजीर व फौज माघारे परतून गेले. राजे सुखरुप फौंजेनिशी आपले देशास चालते मजल दर मजल करीत चालले तो पाठी माघे दिलेल खान पठाण मात्र १२००० बारा हजार स्वारानिशी दहा गावचे आंतराने भिमातीर पावेतो आला आणी तो पांडे पेडगाव येथे लष्कर सुद्धा मुकाम करुन राहिला. राजे रायगडास येऊन पोहचले. नंतर मालमत्ताची संख्या करिता सात क्रोड होनाचा आकार जाहाला. पुढे रायरीगड आदलशाई होता तो राजियाणी घेऊन मग राजे त्या गडास गेले. तो गड पाहिला. तो बहुत उत्तम पाहोन चौतर्फा गडाचेकडे तासिले याप्रमाणे चौतर्फा दीड गावावरी प्रजन्यकाळी गडाचे कड्यावरी गवतांची कांडी उगवेनासी केली. धोंडियाचा तासीव बिडा एक दौलताबाद हा कीला एक पृथ्वीवरी उत्तम परंतु उंचीने थोडका दौलताबादच्या दशगुण हा गड उंच असे. हा देखोन राजे बहुत संतोष आहाले की, तख्तास हाच गड करावा. ऐसा विचार करोन तेव्हाच त्या गडावरी वाडे माडिया व घेर व चौसोपे आठरा कारखाने याची घरे वेगळाली तसीच राणियाचा महाल प्रथक प्रथक व सरकारकुनाची व हजार पंच हजारी यास वेगळें व मातबर लोकास व गजशाळा व आश्वशाळा व उष्टरशाळा व पालखी महाल व गाडीमहाल व कोठी व भटीमहाल येणे-प्रमाणे घेर चिरेबंदी चुनेगच्ची बांधावयास कारखाने सुरवात केले. नंतर मोरोपंत पेशवे पिंगळे याणी त्रीबंक गड घेतला, त्या गडापासून सालेरीपावेतों किले घेतले व कितीयेक त्याणी नवे वसविले. ऐसे चाळीस गड कदीम व नवे त्याणी घेतले व कोलवाण देश काबीज केला. रामनगर व जरद्रदेश घेतला. त्या देशांतही गड वसविले. ऐसी मोरो त्रीमळ पिंगळे पेशवा याणी ख्याती केली. ही खबर दिल्लीस औरंगजेब पादशाहास कळली की शिवाजीराजे याणी आपला मुलुख सुरत व बेदनुर व कारंजे व बराणपुर व औरंगाबाद व सालेरी ही मोठमोठी शहरे व किले कोट मुलूख सिवाजीराजे याणी आदीकरुन घेतले. ते खानदेश व बागलाणा व गुजराथ व वऱ्हाड असे देश साधिले. असे पादशहास जाहीर होऊन मग ते आपले मनांत फार दिलगीर जाले. आणी

सिवाजीराजा हा मोठा बळावला. यासी तजवीज काय करावी. मी लाखोलाख घोडेस्वार फौजा व सुभे रवाना करितो परंतु फौज व सुभे बुडविले. तरी आता कोणता सरदार पाठवावा. शाहाजादे पाठवावे तरी तिकडेच राजियास फितपियात मिळोन दिल्लीच घेतली. आपण जावे तर सिवाजी राज्यावर खुद्द जाणार नाही. पुर्वी शास्तीखानाची यैसी गत जाहली. तरी त्यास काय करावे? सिवाजी राजा जवर जिवत आहे तोपर्यंत आह्मी दिली सोडीत नाही. असा विचार औरंगजब पादशहानी केला की, आता येकलासखान व दिलेलखान नबाब यास हुजूर बोलावुन आणून त्याजबरोबर फौज स्वार व हशम लोक मिळोन २६००० सवीस हाजार फौजेनिसी सालेरीस रवाना केले आणी पादशाहानी त्यास सांगितले की, आधि सालेरी घेऊन फते करावी. मग ते तेथून कुच करून मजल दर मजल निघाले, तो सालेरीस दाखले जाहाले, तो राजियाकडील मावळे लोक गडकरी यांत व त्यांत मोठे युद्ध जाहाले. तो मोरोपंत पेशवे याणी उपराळा करोन मावळे लोक १२००० बारा हजार रवाना केले. त्याणी जाऊन त्या फौजेवर रात्रीस छापा घातला. त्याणी दिलेलखानाचे लोकास फार घाबरे केले आणि राजियाकडून रामाजी पागारा ह्मणोन मोठा युद्धी सरदार याजबरोबर १२००० बारा हजार लोक पावखलक लोकानीशी निघोन सालीरीगडास दाखल जाहाले व दिलेलखान सालेरी गडाखाली मुकाम करून उतरला होता तो दुतर्फा झुंज घेत चालले. दिलेलखान पठाण याणे आपले मनांत आणिले कीं गलीमाचे लोक थोडके देखोन आपण फौजेनिसी चालुन घेतले. मग रामाजी पागारा याणी आपले लोकात निधान करोन दिलेलखान याचे लोकासी मारामारी करीत चालले. तेव्हां खानाचे लोकासी चौतर्फा मावळे लोकानी त्यास वेढीले; दुतर्फा एकामेकांत एक प्रहर जसी सिमगियाचे खेळाची टिपरी याची घाई तसे लोक मारिले व भांडले आणि दिलेलखानाचे बाराशे १२०० पठाण राजियाचे लोकानी रणासी आणिले. मग रामाजी पागारा व लोकास जखमा तिराच्या व बर्चीच्या व तरवारीच्या लागोन घायाळ जाहाले. मोठे युद्ध केले मग दिलेलखान याणे आपल्या तोंडात आगोळी एक घटका घातली आणि झुंझाची खबर दिलीस औरंगजेब पादशाहास जाब लिहिला की, गलीमाचा जोर फार आहे तर पत्र पावताच कुमकेस फौज पाठऊन यावी. त्याजवरून पादशाहा याणी एकलासखान वजीर याजबरोबर पंचविस हाजार २५००० फौज रवाना करून दिल्ही. ती फौज मजल दरमजल करून सालेरीगडास दाखल जाहाली. नंतर एकलासखान नबाब व दिलेलखान रोहिला असे तिनी फौजा एकंदर होऊन सालेरीस वेढा घालून गडाखाली मुकाम करोन उतरले, हे वर्तमान सिवाजी राजे यास कळोन नंतर प्रतापराव गुजर सरनौबत स्वाराचा आधिकारी हा लष्कर घेऊन मोगलाईत गेला होता, त्यास राजियाणी पत्रावर पत्रे टाकोटाक जासुद व सांडणी स्वाराबरोबर पाठविले की, तुह्मी सितामिने लष्कर घेऊन वर घाट सालेरीस

दाखल होणे व गलिमाचे फौजेने वेढा गडाम घातला आहे व मोरो त्रिमळ पिंगले पेशवे हे तुह्माकडे हशम मावळे लोक पावखलक तुमचे कुमकेस घेऊन येतील; तरी तुम्ही एकीकडून व पेशवे एकीकडून असे दोघे मिळोन गनिमास गर्दीस मिळवावें. याप्रमाणे पत्र लेहून पाठविले त्याजवरून ते फौज समवेत सालेरीगडास दाखल जाहाले. नंतर सिवाजी राजे याणी मोरोपंत पेशवे यास पत्र लिहीलेकी तुम्ही हशम मावळे लोक पावखलक तुम्ही कोकणातून येणे व तुमचे कुमकेस प्रतापराव गुजर सर नोबत येतील, तर तुम्ही जलदी करोन यावे आणि सालेरीस गनिमाचे फौजेनी वेढा घातला अ : तरी तुम्हास पत्र दाखल होताच तुम्ही उभयेता मिळोन गनिमास मारोन गर्दीस मिळवावे असे जासुदा बरोबर पत्र पाठविले. त्याज वरुन पशवे याणी कोकणातून संकेता प्रमाणे हशम लोक घेऊन सालेरीगडास दाखल जाहाले. मग सर नोबत व पेशवे हे उभयेता मिळोम दुतर्फा लढाई सुरु जाहाली. त्याणी व याणी घोडी घातली; मोठी लढाई जाहाली; च्यार प्रहर घोरधर युध्य दोही फौजेचे जाहाले; मोगल पठाण रजपुत बगीले हाती वरील सुतरनाला व उंटा-वरील सुतरनाला घालून युध्य होऊ लागले; युध्य होता प्रिथर्वाचा धुरोळा आकाशाला उडोन तीन कोशावर आवरस चौरस आपले आगर पारखे वोलख राहिली नाही; तेव्हां हाती वरील हावदे रणास आणिले; दुतर्फा दाहा हाजार मिळोन फौजेतील माणसाचे मुरदे जाहाले व घोडी व उंट व हाती याची गणती नाही; रगताने मातीचा चिखल जाहाला; त्या मध्ये घोडी रुतु लागली; १२५ हाती सापडे व उंट व घोडी जीवे उरली; ती ६००० साहा हाजार व बैल आगणीत व मालमत्ता व जडजवाहीर व सोने व रुपे व कापड व फरासखाना व तोफखाना वगैरे जीणसा सिवाजी राजे याजकडे मालमता वगैरे ऐकंदर गणंतीस लागली. नंतर औरंगजेब पादशाहा याजकडील बावीस सरदार नामांकित धरिले व येकलासखान वजीर व बलोलखान पठाण व येकलासखान नबाब असे तीघे पाडाव केले आणि राजियाकडील म्हराठे लोकानी कुल सुभे बुढविले. पुर्वी म्हराठे यास मुसलमान लोक मोगल व पठाण असे ह्मणत होते की बारभाई बार्गी हलक्या शद्बाने त्या म्हराठ्याने शिपाई गिरीची सेर्त करुन मोगल पठाण जेर केले. बाकी राहीलेले कोणी सडे हजार दोन हजार या लढाईततून पळोन गेले असतील असे राजियाकडील नामांकित सरदार प्रतापराव गुजर व आनंदराव फर्जंत भोसला व वेंकाजी पंतो व रुपाजी भोसला व सुरेराव काकडे व सीदोजीराव निंबाळकर व खंडोजी जगताप व गोदजी जगताप व वसंताजी जगताप व मानाजी मोरे व विसाजी बलाल व मोरो रंगनाथ व मुकुंद बलाल वरकडबाजे उमराव व सरदार वगैरे याणी मोठी लढाईत खस्त मेहनत केली. तसेच मावळे लोकाचे पायेचे सरदार याणी कस्त मेहनत केली व मोरोपंत पेशवे व प्रतापराव गुजर सरनोबत याणीं जातीने आगे व लोकानी लढाई करिता त्यात सुरेराव काकडे १०००० दाहा हाजारी मोठा लष्करी धारकरी याणे थोर युध्य केले, ते समई त्यास जंबुन्याची गोळा लागून पडला. सुरेरान ह्मणजे सामान युध्यास हा असा भार्थी वीर

कर्णे युध्या याचे प्रतीचा सुरेराव लढाईत पडला व नामे नामे सरदार सुमर्दही पडले. असे लढाई होऊन फते जाहाली. याचे वर्तमान सिवाजी राजे यास पेशवे व सर नोबत याणी पत्रे लेहून जासुदाबराबर पाठविली; ती पत्रे राजियाणी वाचून पाहून त्यातील मजकूर ऐकोन घेऊन राजे बहुत खुशाल होऊन भांडियाचे (आ)वाज केले व साखरा वाटल्या; फते जाहाले याची खुशाली केली व जासुद पत्रे घेऊन आले त्यास सोनी याची कडी हातात घातली व पेशवे व सरनोबत व आनंदराव व व्यंकाजीपंतो यासी बक्षीस आपार दिल्हे व मावळे लोकाचे पाईचे सरदार हाजारी व पांच हाजारी व दस हाजारी मावळे लष्कर खलकाचे लोकास बक्षीस दिल्हे व त्यास नावाजिले. नंतर वजीर व पठाण व नबाब व बावीस सरदार पादशाहा कडील पाडाव व धरलेले होते ते त्यास सिवाजी राजे याणी वस्त्रे व घोडे देऊन व काही नख्त खर्चास देऊन त्यास सांगावे की, तुम्ही पादशाहाकडे जावे याप्रमाणे पेशवे व सरनोबत यास हुकूम सांगोन पाठविला. त्याज वरून पेशवे व सरनोबत व सरदार खुशाल होऊन बोलले कीं हुजूरून हुकूम आला की पादशाहा कडील सरदार सोडून द्यावे; त्याजवरून वजीर व खान नबाब व सरदार पाडाव जाहाले होते त्यास हुकूमाप्रमाणे देउन सोडून दिल्हे. नंतर दिलेखान पठाण रोहिला हा पांडे पेडगाव भीमातीरी मुकाम करोन बारा हजार १२००० फौजेनिसी राहीला होता. त्याणे च्यार सुभे बुडविल्याचे वर्तमान ऐकोन तो धास्त खावोन फौजेनिसी दिलीकडे कुच करोन गेला. मग पादशाहास ही खबर कळोन पादशाहा बहुत दिलगीर जाहाले. तीन दिवस बाहेर आले नाहीत. हमखास असे कष्टी होऊन बोलले जे खुदाने मुसलमानाची पादशाई दुर करोन सिवाजी राजे यास दिल्ही असे वाटते. आता राजे याचे अगोदर आपणास मौत येईल तर बरे! सिवाजी राजे याची ताजगी आता कानाने ऐकवत नाहीत. ताजगी ह्मणजे मोठा पराक्रम ह्मणोन दिलगीर जाहाले; तेव्हा पादशाहाचा वडील पुत्र बहादुरशा याणे येऊन आवरंगजेब पादशाहा याचे समाधान केले कीं, तुह्मी दिलीस पादशाई आपण खुशाल कर्णे; आह्मी खुद शिवाजी राजे याजवर जातो, त्याचे लष्कर पादशाई मुलखात न येई असे करितो; पादशाहानी फिकर न करावी असे समाधान करोन पादशाहास तख्तावर बसऊन हामखास भरविला ह्मणजे कचेरी. मग पादशाहा तख्तावर बसोन बहादुरशाहास नावाजून वस्त्रे आळंकार व आपल्या गळ्यातील पदक व सीर्ची कलगी जडावाची व दोन हाती व पाच घोडे आळंकार सुधा देऊन व दौलत ईजाफा समागमे फौज सतर हाजार ७०००० स्वार व पायदळ लोक मिळोन त्याजबरोबर दिल्हे. येणेप्रमाणे दक्षणेस फौज सिवाजी राजे याजवर रवाना केले. ते दिलीहून निघोन मजल दरमजल करीत पाडेपेड गांव येथे भिमातीरी फौज सुधा तेथे मुकाम करून छावणीस राहिले. त्याणी तेथे येक नवीन किला बांधिला. त्या किल्याचे नाव बहादुरगड असे ठेविले आणि तेथे बाहादुरशाहा पादशाहा याणी भीमानदीचे ह्यादेपलीकडे आपला आमल बसऊन बहादुरशाहा पादशाई करु लागले.

नंतर हे वर्तमान सिवाजी राजे यास कळोन राजे बोलले की, बहादुरशा हे पेडीचे गुरु आहेत त्याचा गुमान काय; त्यास आपल्या मुलखात यावयास काही दिवस आवकास लागेल असे राजे बोलीले. मग आनाजी दत्तो सुरनीस याचे ताब्यात माल सावत मावळे याची हाजारी सरदारी यास सांगोन त्याचे हवाला करोन त्याणे लोक समवेत पनाळा किला आदलशाई होता तो घेतला व चंदनवदन व सातारा व नांदगीरी व परळी असे किले घेतले व नवे गड बांधोन बसवीले. त्यानंतर सिवाजीराजे रायेरी गडाहून देश पाहावयास निघाले आणि ते जाता जाता वाईचा कोठ व कराठचा कोट व सिराळे कोट व कोलापुर कोट हुकेरी कोट असे कोट व मुलुख काबीज केला आणि आपले मनांत विचार केला की मुलखाचा आटोप कैसा करावा तेव्हां चौतर्फा मुलखांत बंदोबस्त करण्याकरितां मोरोपंत पेशवे याचे ताब्यांत मुलुख दिल्हा. तो कल्याण भिवंडीपासून कोलवाण व सालेरीवर घाट कोकण व जुनेर देश व हीरडस व मावल घाटापासून पेशवे याचे ताब्यांत दिल्हा. तेथून तसेच आनाजी दत्तो सुरनीस याचे हवाली देशमुलुख चवलापासोन व दाभोलसुभा व राजापुर व कुडाल व बादे मुलूख व फिरंगीदेश व आकोलेपर्यंत कुल कोकण आनाजी दत्तो सुरनीस याचे ताब्यांत मुलुखदेश दिल्हा व तसेच दत्ताजीपंत वाकनीस याचे हवाली देशमुलुख वरघाट वाईपासोन कापेलगोश्वर व तुंगभद्रे पावेतो त्याच्या ताब्यांत नेमून दिल्हा व त्याजला पनाळ्या किल्यावर मुकत्यार करोन ठेविले. असा देश मुलूख येकंदर या तिघा कारकुनाचे ताब्यात दिल्हा. याखेरीज मोगलाई देशांत आपले सुभेदार व ब्राह्मण सात पाच ठेविले. तेही पेशवे याचे स्वाधीन केले. गडकोट किले येथे सर कारकुनानी पराङ्मुष करावा व किलेदार व कारकुन व हशम लोक ठेवणे ते शिवाजी राजे याणी आपण नजर गुजर करोन लोक ठेवावे. जे मनुष्य कामाचे असले ते पाहुन त्यास तैनात जाजती हशमास कर्णे ते सर कारकुनानी करावी; या रीतीने तह करावा आणि राजियाजवळ सर कारकुनाचे मुतालिक याणी हुजुर आसावे; त्याणी वर्षांस हिशेब मुलखाचा व रसद दर साल घेऊन सर कारकुनानी राजे दर्शनास यावे; येणेप्रमाणे राज्यकारभार करीत चालिले. मग पुढे विजापुराहून आ-बदुल करीम व बलोलखान पठाण याजबरोबर बारा हाजार १२००० स्वार व हशम मिळोन येकंदर राजियावर आले. ही खबर सिवाजी राजे यास कळोन नंतर प्रतापराव गुजर सरनोबत यासी हुजूर बोलाऊन आणून त्यास हुकूम केला कीं, तुम्ही कुल लष्कर घेऊन आपल्या देशांत विजापुराहून बलोलखान आला आहे, हा आपणासी फार वळवळ करितो त्यास तुह्मी मारोन फते कर्णे. ऐसी सर नोबत यास आज्ञा करोन नबाबावर रवाना केले. नंतर सर नोबत जाऊन उमराणीस बलोलखान नबाब फौजेनिशी कोंडिले आणि चौतर्फा लोकानी वेढुन त्यास कोंडुन उभा केला. पाण्यावाचून जेर करोन युध्द केलें नंतर आस्त मान जाहाला तेव्हा नबाब लोकासुधा पाणीयावर गेला आणी पाणी घेऊन मग प्रतापराव सरनोबत यासी नबाब पठाण याणे निवान करोन त्यासी सल्ला

केला कीं आह्मी पादशाहाचे हुकमाने आलो, परंतु आह्मी तुह्मावर येत नाहीं . आह्मी हर येक वस्ती राजियाचेच आहो व तुमचेही आहो ऐसे किती येक लिनतेने बोलोन त्यासी सला केला. मग सर नोबत फौजेसुधा निघोन आपले राजियास खबर दिल्ही. तुह्मी बलोलखानासी सला काय निमित्य केला ह्मणोन रागास आले. मग प्रतापराव गुजर सर नौबत फौजेनिसी मोगलाईत भागानगरचा देवगड व रामगीरी हा देश त्याणे मारोन माघारे राजियाजवळ आले. मालमत्ता आणिली होती ती हुजूर दाखल केली. नंतर सर नौबत यासी राजियाणी लोकासमवेत बक्षीस दिल्हे. तदनंतर राजियापासी निलोसोनदेव मुजमदार ह्मणोन होते ते देवधीन जाहाले. त्याचे पुत्र वडील नारोपंत होते तो काही शाह्याणा नवता; त्याचा धाकटा बंधु रामचंद्रपंत याजवर राजियाचा लोभ होता. तो मोठा आतुष्ठाचा शहाणा उत्तम भागेवंत बापापेक्षां लक्षगुणे होईल असे ह्मणोन नारोपता मुजमु मात्र सांगोन त्याचे नावे हुदा चालविला. मग फिरोन विजापुराहून बलोलखान पनाल्या प्रांतास पादशाहाने रवाना केले तो सदगाव प्रांतीं आला. राजे बोलले की बलोलखान घडीघडी आपले प्रातीत येतो. याकारितां पुन्हा मागती प्रतापराव गुजर सर नोबत यास पत्र लेहून जासुदाबरोबर पाठविले कीं तुह्मी कुल लष्कर घेऊन नबाबान्वी गाठ घाळुन त्यास बुडवोन फते करणे नाहीं तर तुह्मी पुन्हा तोंड न दाखवणे. याप्रमाणें जाब लिहीला. त्याजबरोबर प्रतापराव सर नोबत याणी हुकूमाप्रमाणे कुल लष्कर १०००० दहा हजार स्वार बरोबर घेऊन सदगाव प्रांती नबाबाची फौजेनिसी गाठ घालोन मोठे झुंज होऊ लागले, तो प्रतापराव गुजर सर नोबत त्या लढाईत आवकल होऊन तरवारीचे वाराने ठार जाहाले. मग नबाब विजापुरास फौजेनिसी गेले नंतर राजियाचे लष्कर पन्हाल्या किल्याखाली मुकाम करोन राहिले आणी कारकुनी पत्र लेहुन हुजुर पाठविले की, प्रतापराव गुजर सर नोबत लढाईत तरवारीचे वाराने ठार जाहाले. ते पत्र सिवाजी राजे याणी पाहोन आपले मनांत फार दिलगीर जाहाले. आजी येक बाजु पडली. आपण प्रतापरावास पत्र लिहीले होते कीं, तुह्मी फते करणे नाहीं तर पुन्हा तोंड न दाखवणे त्या सारखे त्याणे करोन बरे ह्मणविले आतां लष्करचा बद कसा करावा. सर नोबत कोण ठेवावा ऐसा आपले मनांत विचार करोन आपण जातीने लष्करात येऊन कुल लष्कर घेऊन कोकणांत क्षेत्र चिपळोन परशरामाची जागा आहे ह्मणोन तेथे जाऊन मुकाम करोन राहिले. आणी लष्करची पहानी करोन लहान थोर व स्वार व पायखलक यासी खजिना काढोन वाटणी केली आणि शके १५९५ विजयनाम सवंतसरे फसली सन १०८३ या साली सिवाजी राजे याणी बिचार करोन पाहीला, तो असोजी मोहीता म्हणोन पागेमध्ये नामा उमदा शहाणा मर्दाना सबुरीचा चौकस शिपाई मोठा धारकरी राजे यानी पाहुन आसोजी मोहीते त्याचे नाव हबीरराव असे ठेऊन त्यास सर नोबती देऊन स्वाराचा आधिकारी केला; आणि सिवाजी राजे याणी कुल लष्करास दिलदिलासा देऊन मग असोजी मोहीते हंबीरराव सर नोबत त्याचे ताब्यांत लष्कर

दिल्हे आणी राजियाणी सर नोबताबरोबर फौज देऊन त्यास सांगितले कीं तुम्ही मोगलाईतील देश मुलूख काबीज करोन आपला आमल बसऊन याप्रमाणें त्यास सांगितले. मग असोजी मोहिते हंबीरराव सर नोबत हे लष्कर सुध्धा तेथून कूच करोन मोगलाईत चालले. तो खानदेश व बागलाणा व मालवे व गुजराथ व आमदाबाद व बऱ्हाणपुर व वराडदेश व माहुर व जालनापुर व वरकड देश नरमदेपर्यंत देखील मोगलाई मुलखांत फौजेनी स्वाऱ्या करोन देशांत खंडण्या घेऊन आपला आमल बसवून देश मुलूख जपत केले. आणी मुलखातील मालमत्ता द्रव्य आगणित जमा करोन आपले देशास फौज सुध्धा चालिले तो लष्कर जडगीर जाहाले होते. मग पांडे पेडगाव भीमातीरी येथे बाहादुरशाहा पादशाहा होते त्यानी आपल्याकडील बहादरखान व शाबासखान पठाण सरदार यास बोलाऊन हुकूम केला कीं तुम्ही लष्कर घेऊन आणि गनिमाचे लष्करास गाठ घालोन तें लष्कर मारोन लुटोन बरबाद करणे; मग ते दोन सरदार तेथुन फौजसुध्दा कुच करोन निघोन चालीले, तो बहादरखान पठाण आपली फौज घेऊन असोजी मोहीते सर नोबत याचे पाठीवर चालीला; तेव्हा त्याणी त्याचे फौजेस गाठ घालीतां तो बहादरखान यास दबावून राखिला; तेव्हा तो धास्त खाऊन दोन तीन गावचे आंतराने चालिला;तेव्हां शाबासखान पठाण हा उतावळा होऊन आपले फौजेनिशी असोजी मोहिते सर नोबत याचे फौजेवर चालोन आला तो सर नोबत याणी त्या फौजेसी मारामारी करोन शाबासखानाचे फौजेसी न मानिता आपण फौजे सुध्दा कुल मालमता घेऊन मोठे तोलदारीने आपले देशास आले. मग ती मालमता हुजूर दाखल केली. सिवाजी राजे याणी पाहोन संतोष होऊन आसोजी मोहिते हंबीरराव सर नौबत यास नावाजी करोन लोक सुद्धा बक्षिसी दिल्ही. नंतर सिबाजी राजे याणी देश मुलखातील गड कोट याची खबरदारी मोठी बलकटी करोन मग आपण रायगडी राहिले. नंतर शके १५९६ आनंदनाम संवतसरे फसली सन १०८४ यासाली वेदमुहूर्ते राजश्री गागाभट पंडित म्हणोन श्री क्षेत्रकासीहुन निघोन दक्षण देसी सिवाजी राजे याच्या किर्ती ऐकोन भेटीस आले. श्रीरामदास स्वामी व सिवाजी राजे हे रायेरी किल्याबर होते, ते समई गागाभट पंडीत आले. हे वर्तमान ऐकोन त्यास आपले संपूर्ण लोकसमवेत सामोरे जाऊन भेट घेऊन पंडीत हे मोठे सत्पात्र चार वेद व साही शास्त्रे व आठरा पुराणे जोतीश व मंत्र शास्त्र इत्यादिक सर्व जाणते असे राजियानी आपले मनांत आणुन याचा मोठा सन्मान करोन समारंभाने पंडित याचे समागमे मोठे विद्वान होते. त्यासहीत रायेरीगडास आणीले आणि प्रथम पूजा रामदाश स्वामी यांची केली. मग पंडीत यास यथानुक्रमे सभास्थानी बसवुन योग्यतेसारखी पुजा केली. व गागाभट पंडीतं यास पुजे समई हात्ती एक १ व पालखी एक १ व घोडा एक व आळंकार वस्त्रे भुशणें व द्रव्य असी पूजा जाहल्या नंतर गागाभट पंडित बहुत संतुष्ट जाहाले. मग पंडितांनी श्री रामदास स्वामी व सर्वांचे मत घेऊन गागाभट बोलले जे

यवन पादशाहा तख्ती बसोन छत्र धरोन पादशाई करितात आणि सिवाजी राजे याणी चार पादशाईतील मुलूख जफ्त करोन, लाख घोडा लष्कर व गड व कोट मिळविले. असा पराक्रम व शास्त्रयुक्त राजे लक्षणे ही असतां यास सिंहासन नाही. याजकरितां क्षेत्रीराजा हिंदूचा छत्रपती हवा असे सर्व पंडीत व शास्त्री व वैदिक व सर्व ईत्यादीक याचे चितास आले आहे. असे बोलताच श्री रामदास स्वामी व सिवाजी राजे यांचे चित्तांत येऊन उत्तम आहे ह्मणोन सांगीतले. तेव्हा राजे याचे वौशाचा शोध करितां, राजे शुद्ध क्षत्री सीसोदे पुर्वी उदेपुराहुन दक्षीणदेशी येक घराणे आले तेच राजियाचे घराणे क्षेत्रि याचे व्रतबंध पुर्वी क्षत्री माहान राजे याचे वृतबंध होत आले, त्याप्रमाणे शिवाजी राजे याचा व्रतबंध करावा असे सर्वांचे मतास आलें आणी गागाभट याणी राजेयाचा व्रतबंध केला तेसमई अपार द्रव्य धर्म केला. नंतर तख्त सुवर्णाचे बत्तीस मणाचे जडावाचे व छत्र मोती लग झालरी सुधा चामरादि राजचिन्हे व जडीत आष्ट खांब जडावाचे व सुवर्ण कलश आठ व सुवर्ण कमले व सुवर्ण पुष्पें व तांब्याचे कलश आठ करविले ; व १ हात्ती गवळा व घोडा १ एक शुभ्र व पालखी १ एक व रथ १ येक व कामधेनू १ शुभ्र वत्सासहित व सप्त मृत्तिका व सप्त महा नद्याचे उदक व समुद्राचे उदक व वरकड थोर नद्याचे उदक व महाक्षेत्र नामांकीत तेथील तीर्थाचे उदक आणून वगैरे सामान सर्व मेळउन सिद्धता करून, कुल देशातुन पादशाहाई मुलुखांतून व थोर थोर क्षेत्रास पत्रे पाठऊन वैदीक व शास्त्री व महान सत्पुरुषे व थोर थोर ब्राम्हण भट भिक्षुक षडदर्शनें दशनाम मीळोन पनास हाजार याची गणना जाहाली. त्यास चातुरमास ठेऊन घेउन सीधे उलफे व मिष्टान्न भोजन देऊन सर्वांचा बंदोबस्त ठेविला. नंतर श्री रामदास स्वामी व गागा भट पंडीत व प्रभाकर भट याचे चिरंजीव बालंभट कुल गुरु व सरकारकून व उमराव व सरदार व मानकरी वगैरे मिळोन, सर्व मते तख्तास जागा पुर्वी रायेरी सोन्याची पायेरी हे नाव मोडून रायगड असें नाव ठेऊन, तोच गड तख्तास व राजधानीस नेमीला. असे जाहल्यानंतर श्री रामदास स्वामी व गागाभट व थोर थोर ब्राम्हणानी सिवाजी राजे यास आभीषेक करावा असा निश्चय केला; आणि सुदीन सुमुहर्ते शके १५९६ आनंदनाम संवतसरे फसली सन १०८४ मित्ती जेष्ठ शु॥ १३ त्रयोदसीस मंगळ स्नान करोन श्री महादेव व श्री भवानी कुलस्वामी व मातोश्री व श्री रामदास स्वामीस व प्रभाकर बावा याचे पुत्र बालंभट कुळगुरु व गागाभट व थोर थोर भट व सत्पुरूष या सर्वांची यथाविधी आलंकार वस्त्रें देऊन पूजा करोन सर्वांस नमन करोन सर्वांचे आसीर्वाद घेऊन पट्टाभिषेकास बैसले. पट्टाभिषेक होऊन सर्व श्रेष्टास व सिंहासनास नमस्कार करोन सिंहासनारूढ जाहाले. कीती येक बहु रत्नादिक व सुवर्ण कमलें व सुवर्ण पुष्पे याची वृष्टी करोन मस्तकावर छत्र धरीले आणि चामरादि राजचीन्हे मस्तकावर धरिली. वस्त्रे आलंकार आगणीत पद्धती प्रमाणे दाने व षोडष महादाने इत्यादीक दानें देऊन व सिव्हासनाभोवते आष्ट खांब होते, त्या स्तंभी अष्टप्रधान आनु-

क्रमे उभे केले. या सिवाय ज्या ज्या स्थळी उभे करावयाचे त्या स्थळी उभे लोक आणि सर्वांमुखी जयजयकार जाहाला कृतायुगी व त्रेतायुगी व द्वापारयुगी व कलयुगाचे ठाई पुण्य श्लोक महानराजे हरिश्चंद्र व वियुधीष्टिर धर्मराजा व श्री रामश्चंद्र हे राजे सिंव्हासनारूढ जाहले. त्या पद्धतीने शास्त्र युक्त शिवाजी राजे यास सिंव्हासनी बैसविले आणि एक हात्ती व एक पालखी व एक रथ व येक घोडा व एक कामधेनु वत्सासहित व मृतीका व सीकाक्र हार व दौत रुमाल व वस्त्रे भुषणे दिवे आलंकार व ध्वज व रेषा व अंकोश ईत्यादीक देव व श्री रामदास स्वामी व श्रेष्ट श्रेष्ट ब्राह्मण याणी राजे यास आर्पण करुन सर्वांनी मंत्र आक्षता मस्तकावर टाकून हातात श्री फल देऊन आसीर्वाद दिधला की आक्षय धन धान्ये पशु पुत्र संतती व अखंड लक्ष्मी जय प्राप्त आसो. नंतर आष्ट प्रधान आष्ट खांबीं उभें राहीले. त्यांचीं नावें बि तपसीलवार

१ मोरो त्रीमल पिंगळे पेशवे मुख्य प्रधान.
१ रामचंद्र निळकंट आमात्य.
१ आण्णाजी दत्तो सचिव.
१ दत्ताजी त्रीमल मंत्री.
१ रामचंद्र त्रिंबक सुमंत.
१ होनाजी आनंत न्यायाधीश.
१ रघुनाथ पंडितराव दानादिक्षीत दिव्यशास्त्री.
१ आसोजी मोहिते हंबीरराव सेनापती.

॥ प्रधान आमात्य सचीव मंत्री ॥ ॥ सुमंत न्यायाधीश दिव्य शास्त्री ॥
॥ सेनापती त्यात असे शहाणा ॥ ॥ आष्ट प्रधानी नृप मुख्य जाणा ॥

॥ आष्ट प्रधानांचे गणतीचा श्लोक ॥

येणे प्रमाणे सर्व संस्कृत नांवे ठेविली. या खेरीज बाळ प्रभु यासी चिटणीसी सांगीतली व नीलकंठ प्रभु यासी पारसीनिसी सांगितली नंतर आष्ट प्रधान व सरकारकुण व उमराव व सरदार व आष्ट प्रधानेचे हाताखालील मुतालीकी व हुजरे प्रतीष्टीतील व हशम लोकाचे सरदार वगैरे याणी व सर्वत्रानी यथा आनुक्रमे पधती प्रमाणे सिवाजी राजे महाराज छत्रपती हिंदुपद पादशाहा यासी नजर नजराणे करून मुजरे जाहाले आणि सिंव्हासनी बैसीले त्या दिवसापासून कागदी पत्री स्वस्ती श्री राज शके १ चालु लागला. नंतर पंनास सहस्त्र ब्राह्मण वैदिक व भट भिक्षुक या खेरीज तपोनिधी जटधारी व जोगी व जंगम व षड्दर्शन व नाना प्रकारे मिळाले होते तीतकीयास चार मास मिष्टान्न व उलफे चालविले. त्यासी निरोप देते समई पात्र पाहुन आळंकार व वस्त्रे भूषणे व द्रव्य आमर्याद दिधली. मुख्य अर्ची गागाभट यासी आपरमित द्रव्य दिधले. तेव्हां

खर्चाची संख्या करीता येक कोडी बेच्याळीस लक्ष होनाची गणना जाहली. व आष्ट प्रधानास बक्षीस दर आसामीस लक्ष होन व कोणास दोन लक्ष व एक हात्ती व एक आर्बी घोडा व वस्त्रे आळंकार भूषणे आसी देणगी दिल्ही. येणे प्रमाणे सिवाजीराजे महाराज छत्रपती हे कलयुगी सिंव्हासनारूढ जाहाले. सर्व पृथ्वी वरील म्लेंछ पादशाहा आहेत, त्या मध्यें क्षेत्रीये एवढाच छत्रपती जाहाला. हे यवन पादशाहास मान्य नव्हे असे जाहाले. हे वर्तमान पांडे पेडगावी बहादुरशाहा पादशाहा यास कळोन व दिल्लीस आवरंगजेब पादशाहास ही खबर कळोन, ते तख्तावरोन उतरोन अंत पुरात माहलांत गेले आणि दोनी हात जमीनीवर टेकुन आपले देवाचे नाव 'या खुदा' असें घेऊन परम दुःख जाहाले. त्याणी दोन दिवस अन्न उदक घेतले नाहीं आणि बोलले जे खुदाने मुसलमानाची पादशाई दुर करोन तख्त बुडऊन मराठ्यास तख्त दिधले. अैसे जाहाले अैसा आवरंगजेब पादशाहानी बहुत खेद केला आणि दुःखाचे पर्वत मानीले. तेव्हा जवळील मोठे मोठे वजीरानी नाना प्रकारे पादशाहाचे समाधान केले व सैगना सफता घालोन पादशाहास तख्तावरी आणिले. आणि तसेच विज्यापुराचे आली आदलशाहा पादशाहास व भागाननरचे तानाशा पादशाहास व दौलताबादचे पादशाहास व रुम व शाम इराण व तुराण व दर्यातील बावीस पादशाहास व सर्व यवन लोकास हे वर्तमान कळोन, त्याणी आपले आपले जागा बहुत खेद केला. व मोठी शोखा मानून या रीतीने वर्तमान जाहले की, क्षेत्री शिवाजी राजे महाराज छत्रपती हे तख्तारुढ होऊन, राज भार करू लागले. शके मजकुरी या साली कार्तीक व॥ ११ या रोजी शाहाजी राजे महाराज वजीर यांची स्त्री जिजाउ आईसाहेब ही लुखजी जाधवराव देऊळगावकर याची कन्या याचे शरीरास काही आजार होऊन ही कैलास वासी रायगड येथे जाहाले. तेव्हा सिवाजी राजे महाराज छत्रपती याणी दहन करोन, उत्तर कार्य क्रिया मातोश्रीचे सार्थक केले व दानधर्म अपार केला. ही जिजाऊ आईसाहेब ही मोठी पुण्यवान. या मातोश्रीने पुत्राचा पराक्रम मुळापासुन पाहुन व तख्तारूढ जाहाले व जिजाऊ आईसाहेब यांचे पोटी पुत्र सिवाजी महाराज रत्न निर्माण जाहले कीं, जैसी पंडु राज्याची स्त्री कुंती ईचे पोटी पुत्र पांच पांडव जाहाले; त्याणी मोठा पराक्रम करुन त्याणी हस्तनापुरी राज्य केले व त्याचे नावची पुस्तकें पांडव प्रताप ग्रंथ जाहाला. तसेच त्या अन्वयें सिवाजी राजे महाराज छत्रपती याणी राज्य आक्रमण करुन च्यार पादशाहासी दावा करुन राजे काबीज केले आणि आपली द्वाही फिरवून राज्य भार करू लागले. असा राजा पुण्यशील हा शिवाचा अवतार साक्षात् पुण्य पुरुष याचे देणे चालत आहे. मग निजामशाई देश मुलुख व भागानगरचे तानशाहा पादशाहानी राजियासी सला केला की, तुह्माकडील आह्मापासी येक हेजीब नेहमी असो द्यावा. त्याजवरुन राजीयानी आपल्याकडील निराजीपंत हे सुबुद्धी होता, त्यासी हेजीबी देऊन पादशाहाकडे भागानगरास नेमिला. त्यास पादशाहा याणी नेहमी ठेऊन घेऊन तो वर्षास राजीयास करभार देऊन

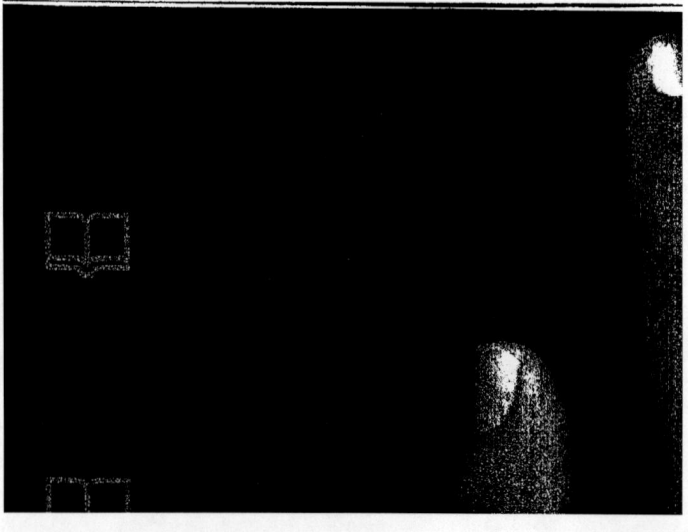

श्रेयांत मिळाला. वरकड पुंड पालेगार किरकोळ कितीकानी करभार देऊन अंकित होऊन राहिले. तुंग भद्रेपासोन कावेरीपर्यंत कर्नाटक देश साधावे हा हेत राजीयाणी बहुत चित्तावरी धरीला. त्यास लष्कर पाठवून साध्य करावे तरी दिवस गत लागतील ह्मणोन राजीयाणी आपणच जावे असा सिद्धांत केला. मागे बहादुरशाहा पादशाहा हा पांडे पेडगांवी भीमातीरी गनीम आहे. हा आपण राजियातून गेलीयावर तो उपद्रव करील ह्मणोन त्याजकडे निराजीपंत न्यायाधीश पाठविले. त्या समागमे कितीयेक आळंकार जडजवाहीर व वस्त्रभुषणे देऊन पादशहाकडे रवाना केले आणि त्यास सख्य अंतरगत केले कीं, आपणास करनाटक प्रांती घ्यावयास जावे लगते, तोपर्यंत तुह्मी दोन तीन वर्षे राज्यास उपसर्ग न करावा असे सांगोन पाठविले. मग न्यायाधीश याणी हुकमाप्रमाणे सांगीतल्यावरून तो आपले ठिकाणी महकुब राहिला. नंतर राजियाणी करनाटकास जावयासी सेना निवडून पागेपैकीं २५००० पंचवीस हजार स्वार व जातीचे सिलेदार पंचवीस २५००० हजार स्वार व हशम लोक १०००० दहा हजार व सरकारकून रघुनाथ नारायण व जनार्दन व नारायण हे कर्नोटकचे माहिती यास समागमे घेतले. वरकड पेशवे व सुरनीस व वाकनीस वरकड लष्कर मागे राज्यास संरक्षणास ठेविले.आणि राजियाणी आपले मनांत विच्यार केला की,करनाटक साधावयासी द्रव्य पाहिजे ऐसियास खजीन्यातील द्रव्य खर्च करू नये. नूतन द्रव्य मिळऊन खर्च करावा आणि देशमुलख साधावा. असी तजवीज करितां भागा नगरची पादशाई मुलखांत द्रव्य उदंड आहे. तेथे निष्ठुर होऊन द्रव्य मिळवावे, तर भागानगरचे तानशाहा पादशाहा हा आपणास वर्षास कारभार देतो तेथे निष्ठुर करिता नये. त्यासी सख्य करून त्याची भेट घ्यावी. भेटीअंती सर्वही अनकुल करून देईल ऐसा राजियाणी विचार करोन भागा नगरास निराजीपंत सुबुद्धी हेजीब यास राजियाणी जाब लिहिला की, आह्मी पादशाहाचे भेटीस येतो. त्याजवरून हेजीब याणी तानशा पादशाहास अर्ज केला की, आपले भेटीस सिवाजी महाराज छत्रपती येतात. मग हे वर्तमान त्यास कळताच तानशा पादशाहा याणे आपले मनांत बहुत शेखा धरली की, जैसा आफजलखान मारिला व शास्तीखान पराभविला व दिलीस जाऊन आलमगीर गाजी पादशाहास पराक्रम दाखविला, असा येकादा आपल्यास ते घात करितील. असे जाहाले तरी काय करावे. भेट राजियाची न घ्यावी. जे मागतील ते देऊ; ऐसें बोलिले. मग निराजीपंत सुबुद्धी हेजीब पादशाहास व याचे कारभारी आकनापंत व महादनापंत यास हेजीब याणे आणशपथ क्रिया बहुत केली की, आपल्यास कांहीं अपाय होणार नाहीं. स्नेहेची भेट घेऊन जातील ऐसी बळकटी केली. आणि हेजीब याणे राजियाकडे जाऊन अर्ज केला की, आपल्या उभयताच्या भेटी व्हाव्या. ऐसा निश्चय करोन नंतर शके १५९१ राक्षसनाम संवत्सरे फसली सन १०८५ राजे शेक ३ या साली सिवाजी माहाराज छत्रपती लष्कर घेऊन मजल दर मजल करून भागा नगरास चालिले, तो जेथून भागानगरचे मुलखाची हाद

लागली, तेथून राजियाणे आपले लष्करास ताकीद केली की एक काडी रयतेची तसनास न व्हावी ऐसे केले. त्यावरी कितीएक याचे लष्करचे लोकानी ताकीद न ऐकितां, त्याच्या गर्दना मारिल्या. जाबता बसविला. आणि राजे याणी जे मजलीस जावे तेथे सर्व पदार्थ खुष खरेदी घ्यावा. हे वर्तमान पादशाहास कळोन ते बहुत खुश जाहाले. पादशाहानी तजवीज केली की, राजे यास आपण दोन चार मजली सामोरे जावे, ऐसे केले. आणि राजा मोठा साधक याणी सौगन शपथ घालोन पादशाहास सांगून पाठविले की, तुह्मी पुढें न येणे. त्याजवरून पादशाहा खुष होऊन आपले कारभार आकनापंत व महादनापंत पुढे सामोरा रवाना केले. त्याणी जाऊन राजियासी भेटून शहरास घेऊन आले. आणि राजियाणी आपले लष्करास जरी सामान केले. मग सुमुहूर्ते पाहोन पादशाहाचे भेटीस नगरातून चालिले. तो पादशाहानी नगर सिनगारिले. चौतर्फा कुंकुं केशराचे सडे घातले व गुड्या तोरणे शहरामध्ये लाविल्या आणि नगर नारी व लोक राजा पाहावयासी उभे राहिले. नारीजन याणी वोवाळून राजियास शहरातील सर्वांनी मन विंधिले आणिं सोन्या रुप्याची फुले राजियावरून आलाई बलाई दूर केली. मग राजियाणीहि खैर खैरात द्रव्य व वस्त्रे दिधली आणि राजे सर्व सबिन्यासहित तानाशा पादशाहाचे दाद माहालास दाखल जाहाले आणि पादशाहास सांगून पाठविले की, आपण माहालाखाली उतरोन येऊ नये. आम्हीच माहालावर येतो असे सांगून पाठविले. मग पादशाहा माहाला वरीच राहिले. मग सिवाजी माहाराज याणी आपले लोक कबर बस्ता करोन माहालाखाली उभे केले आणि आपण सिडी वरोन चढोन दाद माहालावरी चालिले. तो बरोबर निराजीपंत सुबुधी हेजीब व जनार्दनपंत व प्रलादपंत व सोमाजी नाईक दैलत बाकी व बाबाजी समसेर असे पाचजणे बरोबर चढोन गेले आणि पादशापुढे येऊन क्षेम आलीगण जाहाले. उभयता येकासनी बैसले. तेथे माहादणापंत व आकणापंत व निराजीपंत हेजीब व जनार्दनपंत असे चौघे हुजूर बैसले. वरकड उभे राहिले आणि उभयताच्या लोभाच्या गोष्टी अतिशय बोलणे जाहाले. पादशाहाच्या स्त्रिया कुल झुरुकियातुन लऊन राजियास पाहाता बहुत खुष जाहल्या व पादशाहाहि बहुत आपले मनात खुश जाहले. एक प्रहर बसोन राजियाचा मुळापासोन पराक्रमाच्या गोष्टी ऐकोन घेऊन मग पादशाहानी कितीयेक राजियासी जडजवा आळंकार व वस्त्रें भूषणे व हत्ती व घोडे राजियास नजर देऊन व लोकास वस्त्रे भूषणे दिल्ही. मग राजे तेथून निघाले, तो पादशाहाचे माहालाखाली येऊन राजे आपले स्थळास चालिले. माहाल खाले रघुनाथ नारायण व आसोजी मौहिते हंबीरराव सैनापती व वरकड सरदार लष्कर ठेविले होते त्यास समागमे घेऊन आपले डेऱ्यास चालिले. तो माघे परत जाते समई नगर लोकास पुन्हा खैरात करित चालिले. तो ऐसे शहरचे लोकानी आश्चर्य मानून राजे गेलियावर माघे पादशाहाचे मन थीर जाहाले की, राजा प्रामाणिक आहे. आपणास रक्षील. त्याणी क्रिया जतन केली. अंसे आपले मनात आश्चर्य केले मग निराजीपंत हेजीब

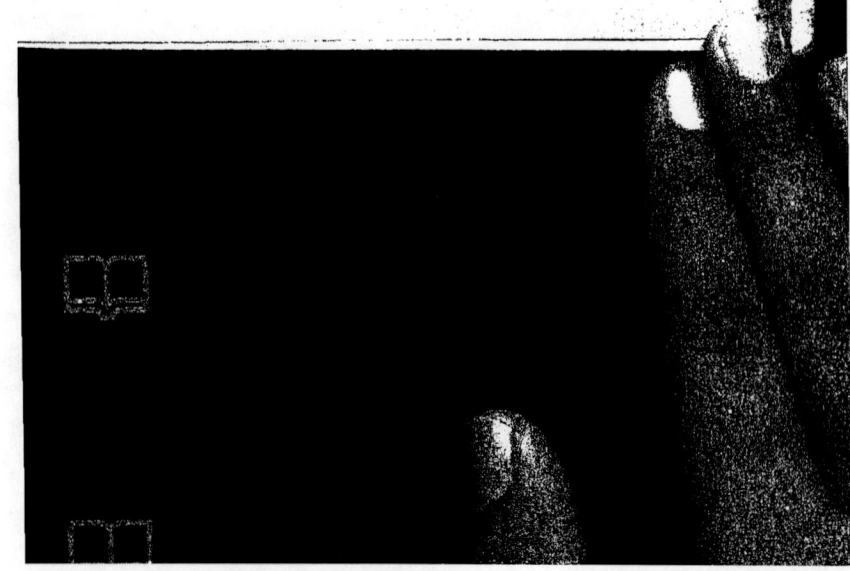

यास तानशा पादशाहा याणी कितीएक त्यास बक्षीस दिधले कीं, तुह्मी प्रामाणिक ह्मणोन नावाजीले. मग त्यास राजियाकडे पाठविले. मग दुसरे दिवशी आकणापंत व माहादणापंत याणी आपले घरास मेजवानीस सिवाजी माहाराज यास नेले. आपले मातोश्रीचे हाते सैपाक सिध करोन आकणापंत व महादणापंत जवळ बसोन भोजन करविले आणि आळंकार व वस्त्रे व हात्ती एक व घोडा एक देऊन आपले स्थळास गेले मग पादशाहा याणे आकणापंत व माहादणापंतास बोलाऊन विच्यारले कीं, राजियास जे काय पाहिजे ते द्यावे, असे कारभारी यास सांगितले. आणि निरोप खुश होऊन द्यावा असा विच्यार करोन, सुमुहूर्ते पाहोन पुन्हा मागती राजे यास भेटीस आणविले. मग पादशाहानी राजे यास द्रव्य व जडजवाहिर आळंकर व हत्ती व घोडे आपारमीत दिल्हे. कुल लष्कर व सर कारकुन व आसोजी हंबीरराव सेनापती व वरकड सरदाराचे मुजरे जाहाल्यावर उभयता येका आसनी बसोन सरदाराचे नावाचा पराक्रम पाहोन त्यास आनुक्रमे वस्त्रे भूषणे दिल्ही, आणि सर्व प्रसंगी तुम्ही आपणास साध्य असावे असे बोल बळकट करुन राजियास निरोप रुसकत दिल्हे. प्रतीवर्षी करभार जो देणे तो देऊ आणि निराजीपंत सुबुधी यास नेहेमी आपणाजवळ आमचे निसबतीस आसो देणे असे पादशाहा बोलले. मग राजे स्वस्थलास आले. राजियास भागानगरचे मोठे उमराव सरदार याणी मेजवान्या केल्या. आसा एक महिना राजे भागानगरी होते. मग तेथून द्रव्य वस्त भाव घेऊन सैनासमुद्र घेऊन चंदी चंदावराकडे चालिले. तेव्हा वाटेने जाताना श्री शैल्यास आले आणि श्रीचे दर्शन घेतले. मग निळ गंगेचे स्नान करोन तीर्थ विधी जाहाला नंतर राजियाणी श्रीचे दर्शन घेऊन ते स्थळ पाहोन परम आनंद जाहाले. केवळ लोकासच (कैलासच?) दुसरे असे पाहोन मनांत आले कीं, श्री माहादेवास आपले श्री कमल वहावें. मग शेस्त्र घेऊन सीरकमळ उतरोन आर्पावे तो ते समई श्री भवानी आगांत सहचरली आणि श्री देव बोलले कीं तुजला या गोष्टीने मोक्ष नाही. हे कर्म तू करु नको. तुझे हातून पुढे कर्तव्य उदंड आहे. असे साक्षांत सांगोन श्री देवी आदश जाहाली. हे वर्तमान राजे सावध जाहालियावर राजियास सर कारकून व कारकुनानी श्रुत केले. मग श्री कमल वहावे तो हा विचार राहिला. पुढे करनाटक प्रांती तुंगभद्रेतीरी बसवणा पटण ताळुक्यात बोदगिरी म्हणोन लहान गाव आहे तेथे शाहाजीराजे माहाराज वजीर यास पूर्वी देव आज्ञा जाहाली. तेथे सिवाजी महाराज छत्रपती याणी वडीलांची समाधी बांधोन त्या समाधीचे खर्चास पाच गाव नेमून दिधले. मग तेथून कुच करोन चंदीचा किला सर करोन घेतला. मग पुढे कर्नाटक देश साधावा म्हणोन चंदी चंदावर शहरास फौजेनीसी वेढा घातला आणि विजापुरचे पादशाहाकडिल खान खाना वजीर याचे पुत्र रुपखान व सरखान हे दोघे होते. त्यास राजियाणी राज कारण करोन त्या खानास कौल देऊन बाहेर काढून दिधलें आणि चंदी शहर फते केले आणि त्रिमली माहाल ह्मणोन होता तेथे शेरखान लोधी वजीर हा विजापुरच्या पादशाहाकडून होता. त्याजपासी पाच हजार ५००० फौजेनिसी मोठे पठाण तोलदार याचे द्रव्य व हाती व सामान अगणित होते.

ते सिवाजी माहाराज छत्रपती याजवर फौजेनिसी चालोन आला. त्यासी लढाई करोन त्याचा पराभव केला. आणि शेरखान लोधी यासी धरिला व पाच हजार ५००० घोडे व बारा हाती पाडाव केले. व जडजव्हाहीर हस्तगत उदंड केले असी मोठी ख्याती केली. नंतर सिवाजी माहाराज छत्रपती हे चंदीचंदावरास वाटणीचे निमित्य करोन गेले आणि शाहाजीराजे माहाराज वजीर याणी चंदावराचे राज्य संपादन केले. त्यांतच हिसा घ्यावा हे आपणास योग्य नाही म्हणोन मनांत पश्चाताप होऊन उगेच राहिले. नंतर चिरंजीव राजेश्री व्यंकोजीराजे माहाराज हे माहाराज छत्रपती याचे धाकटे सापत्नबंधु हे चंदी चंदावरच्या संस्थानावर होते. तेव्हा व्यंकोजीराजे माहाराज याणी आपले कारकुन व कारभारी फौज सुद्धा घेऊन सिवाजी माहाराज छत्रपती याचे भेटीस कावेरी तीरी आले आणि उभयता बंधुच्या भेटी जाहाल्या. नंतर वेंकोजीराजे माहाराज याचे पदरचे कारकून काकाजीपंत पिंगळे व कोन्हेर माहादेव व जगनाथ वेंकोजी व शाहाजी माहाराज याचे नाटक शालेचे पुत्र भिवाजी प्रतापजी व राये भानजी कुवर भोसले त्रिवर्ग बंधु कारभारी व सर्व मंडळी सिवाजी माहाराज छत्रपती यास मुजरे केले. नजर नजराणा जाहाल्या नंतर माहाराज छत्रपती हे आपले मनांत बहुत संतोष जाहाले. मग उभयता बंधुच्या परस्परे मेजवान्या जाहाल्या आणि उभयेतानी त्या वेळेस देणग्या परस्परे दिल्या आणि आठ दिवस येक जागा मुकाम करोन होते. मग माहाराज छत्रपती याणी चिरंजीव व राजेश्री वेंकोजी राजे माहाराज यास प्रश्न केला. की माहाराज आमचे व तुमचे पिते त्याचे हातची बारा बिद्रे तुम्हापासी तसीच राहिली. ती बारा बिद्रे आम्हा जवळ आसावी म्हणोन वेंकोजीराजे माहाराज याजपासी मागितली. मग त्याणी आग्रह करून आम्हास दिल्ही नाहीत. माहाराज छत्रपती याणी दर गुजर केली. नंतर वेंकोजीराजे माहाराज याचे कारकुन कारभारी वरकड मंडळीनी त्याच्या पोटी भय घातले. की सिवाजी माहाराज छत्रपती हे तुम्हासी जरे जबरी करतील आणि बारा बिंद्रे तुम्हापासोन घेतील असे सांगोन त्यास धास्त उत्पन्न केली आणि रात्रीस पळविले. दुसरे दिवसी सिवाजी माहाराज छत्रपती यास वर्तमान कळोन त्याणी आश्चर्य केले की काय निमित्ये वेंकोजीराजे माहाराज पळाले. आम्ही काय त्यास धरीत होतो की काय आम्ही बिर्दे घेऊन काय करावयाची आहेत. आम्ही आष्ट दिसेस बिर्दे लाविली आहेत. चौदेशी कीर्ती जाहाली आहे. तेथे आम्हास बिर्दे काय करावयाची आहेत. परंतु वडिलाचे हातची वस्त असावी म्हणोन मागितली. तेव्हा देणे तर न द्यावी उगेच काय निमीत्ये न पुसता निघोन गेले. ते धाकटे त्याणी धाकुटापणाची बुद्धी केली. असे बोलले व त्याचे सरदार व कारकुन व कारभारी याणी राजेयास पळविले. तेव्हा सिवाजीराजे माहाराज छत्रपती याचे लोकाचे छबिन्यांत सांपडले त्यास धरोन आणिले. मग छत्रपती याणी आवघे मंडलीस वस्त्रे भुषणे व घोडे सर्वास देऊन चंदावरास बंधु सनीध पाठविले व शाहाजीराजे माहाराज याचे नाटक शाळेचा लेक संताजी भोसला कुवर हा मोठा शूर पराक्रमी हा माहाराज छत्रपती याचे दर्शनास आला. दर्शन जाहालियावर त्यास करनाटकांत हजार घोड्यानिसी दौलत मन-

सबा दिल्ही. व महाल मोकासे त्याचे निसबतीस दिल्हे. व हाती व घोडे व वस्त्रे दिल्ही त्यास मोठे नावाजिले आणि करनाटक प्रांती तो फौजेनिशी ठेविला. येसुर कोट मध्ये आदलशाई ठाणे होते. तो कोट ह्मणजे पृथ्वीवरील दुसरा कोट असा नाहीं. कोटाभवते जिवंत पाणी याचे खंदकांत हाजारो हाजार सुसरी कोटाचे फाझी वरोन दोन गाडे जोडून जावे असे मजबुदी पडकोटाचा फेरा चार किर्किया त्यास गोळा लागताच रेवणीस लागावा. कोटास लागावयाची गर्ज नाहीं. त्या कोटास वेढा घालोन फते केला. वरकडही जागजागा गडकोट घेतले व नवेही वसविले. असे १०० शंभर शंभर गडकोट त्या प्रांती बारा लक्ष होनाचे मुलूख साधिला. चंदी म्हणजे जसी विजापुर व भागा नगर तख्ताचा जागा तसाच चंदीची जागा. तेथे राजियाणी राहावे. तरी ईकडे राज्य उदंड मिळविले. त्याचे संरक्षण जाहाले पाहिजे या कारणें तेथे चंदीस रघुनाथ नारायण हाणमंते यासी राजियाणी आपली मुजमु सांगितली. व आसोजी मोहिते हंबीरराव सैनापती हे फौजेनिसी त्या प्रांतात संरक्षणास चंदीस ठेविले आणि तेथुन राजियाणी आपलेबरोबर आनंदराव फर्जंद कुवर व मानाजी माने म्हसवडकर हे दोघे सरदार फौजेसह समागमे घेऊन चंदीहून निघाले तो घाट चढऊन वर घाटी आले. कोल्हार व बालापूर हे कोट घेतले. आणि देश काबीज केले. आणि कितीयेक गडकोट वसविले. आणि त्या प्रांतातील पुंडपालेगार मारोन गर्दीस मिळविले. आणि त्या प्रांतीस रंगो नारायेण सुभेदार तेथे ठेविले. तो प्रांत रघुनाथ नारायेण हणमंते याचे स्वाधीन केला. व मानाजी मेारे यासी फौजेनिसी कोल्हार प्रांतीत ठेविले. आणि राजे माहाराज छत्रपती आपले समागमे आनंदराव भोसला हा फौजेनिसी घेऊन प्रात पलास येथे आले. मग लक्षेश्वराचा कोट घेतला. खानगौडा देसाई रात सतगांव प्रांतास तेथून पळोन गेला. मग राजें बेलवडी कर्यातीचे मार्गाने येत असता तेथील देसाईण मलपाई बाईने कहीक वडाचे तंटे व बैल नेले. हे वर्तमान माहाराज छत्रपती यास कळोन बेलवडीस वेढा घालोन सताविसावे दिवशीं कोट घेऊन मलवाई देसाईणीस धरिले आणि तीस शिक्षा केली. नंतर हे वर्तमान दुलेखान पठाण विजापुराकडील सरदार हा जमावानिसी माहाराज छत्रपती याचे प्रांतात कोल्हापुर व तारले या देशी येऊन उपद्रव करितो. मग त्याजवरी माहाराज छत्रपती याणी निळोजी काटे यास फौजेनिशी रवाना केला. तो त्याणी जाऊन खानाकडील मोठा पदरचा मनुष्य होता त्यास गाठुन सला करोन दुलेखान यास फौजेनिसी बुडविला. मग माहाराज छत्रपती बेलवडीहून कूच करून पन्हाळा किल्यास आले. नंतर बाहादुरशाहा पादशाहा हेपाडे पेडगावी भिमातीरी होते. त्याजकडे पुर्वी निराजीपंत न्यायाधीश हेजीब ठेविला होता त्याजबरोबर पादशाहानी माहाराज छत्रपती यास वस्त्रे भूषणे व जड जवाहीराचे आलंकार देऊन रवाना केले. तो पन्हाळ्यास दाखल जाहाले आणि पादशाहा कडील साकल्य वर्तमान जाहीर केले. नंतर करनाटकात चंदीस पूर्वी रघुनारायण हनमते मजमदार व आंसोजी मोहिते हंबीरराव सेनापती फौजेनिसी ठेविले होते. हे वर्तमान वेंकोजी राजे माहाराज याणी आपली फौज व बाजेपालेगाराची फौज

जमाव करून आसोजी मोहिते हंबिरराव सेनापती याजवर चालोन आले. तो याची फौज चौगुण होती तेव्हा त्याची व याची मोठी लढाई होऊन माहाराज छत्रपती याचा पुण्य प्रभाव व भाग्य उदये विशेष त्यामुळे सैनाती फौजेनिसी वेंकोजी राजे माहाराज याचे फौजेचा मोड होऊन आगणीत रण पडले. नंतर त्याजकडील ४००० च्यार हजार घोडे व हाती २० विस पाडाव केले व जड जवाहीर व द्रव्य आगणित सांपडले. आणि सरदार भिऊजी भोसला व प्रतापजी भोसला व बरकड कितीयेक लोक नामांकित पाडाव केले. ऐसी फते केली. मग शिवाजी माहाराज छत्रपती याजकडील मजमदार व सेनापती याणी वेंकोजी माहाराज याजकडील सरदार पाडाव केलेले त्या सरदारास वस्त्रे व घोडी देऊन त्यासी निरोप दिल्हा. आणि पुढे रघुनाथपंत हनमंते मजमदार व आसो-जी मोहिते हंबीरराब सेनापती याणी मनात विचार केला. आपण फौजेनिसी चंदावराकडे जावे. नंतर तेथून कूच करोन चालिले तो वेंकोजी माहाराज यास हे वर्तमान कळताच त्याणी आपल्या कडील हेजीब यास सांगितले की मजमदार व सेनापती या उभयताकडे जाऊन सख्य करावे. मग हेजीब याणी सला केला. मग ईकडे शिवाजी माहाराज छत्रपती यास वर्तमान लेहून जासुदाबरोबर रवाना केले. माहाराज छत्रपती याचे उतर आले. वेकोजी राजे माहाराज हे धाकटे बंधु आहेत त्याणी मुलबुध्दी केली तर तोही आपलाच बंधु आहे त्यास रक्षण कर्णे. त्याचे राज्य बुडऊ नका असे उतर महाराज छत्रपती याणी पन्हाळा किल्यावरून पाठविले. ते पत्र आलियावर वेंकोजी राजे माहाराज याणी द्रव्य उदंड दिल्हे व आसोजी मोहिते हंबीरराव सेनापती यास व लष्कर सह निरोप देऊन सिवाजी माहाराज छत्रपती याजकडे पाठविले व तेथे रघुनाथ नारायण हणमंते याणी दाहा हजार पागा व सिलेदार व जारद माहाल येकत्र होऊन करनाटकात राज्य रक्षण करून राहिले. मग आसोजी हंबीरराव सेनापती हे माहाराज छत्रपती याचे दर्श-नास आले. मग दर्शन होऊन त्यास फार नावाजिले आणि सेनापती व लोक यास उदंड बक्षीस दिधले आणि ते तेथेच मुक्काम करोन लोक समवेत राहिले. नंतर दिलीस आव-रंगजेब पादशा हा यास मोठा विशाद आला कीं शिवाजी राजे तख्तावर बसले. हे मनात फार वाईट मानुन त्याणी रणमस्तखाण वजीर व बाजे उमराव व सरदार असे फौजे-निसी दिलीहून रवाना केले. ते मजल दर मजल चालोन आले. आणि पेशजी आसोजी मोहिते हंबीरराव सेनापती याणी मुलखांत ठाणी बसविली होती ती उठऊन आपला आमल बसविला. हे वर्तमान जासुद याणी हुजूर पन्हाळ्यास येऊन मजकूर जाहीर केला, त्याजवरून शके १५९९ पिंगलनाम संवछरे फसली सन १०८१ राजे शके ४ या साली सिवाजी माहाराज छत्रपती यास ही बातमी कळताच आपले समागमे आसोजी मोहिते सेनापती व सिदोजीराव निबालकर पंच हाजारी व बाजे सरदार घेऊन फौजे समवेत कूच दर कूच करोन चालिले. तो आबड प्रगणा व जालनापुरास दाखल होऊन जालनापुर शहर दिलीकडील त्यास वेढा घालोन कुल शहर लुटोन बरबाद केले. तेथील

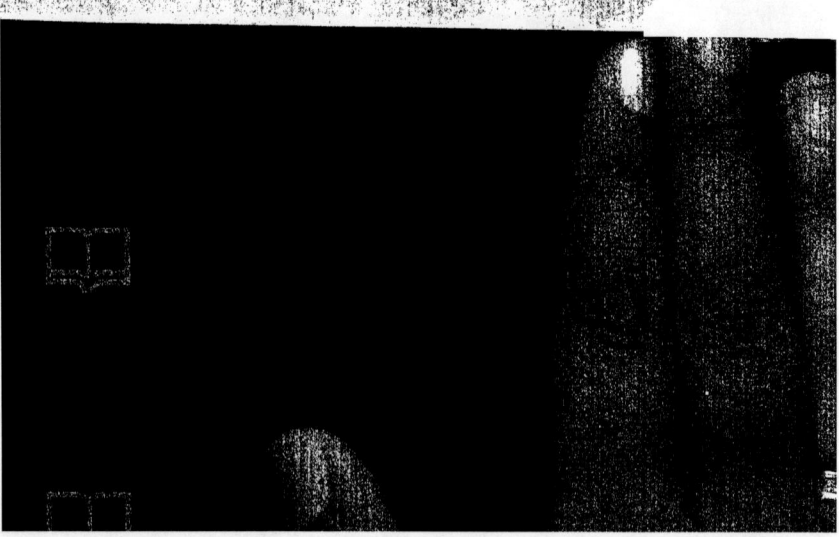

दरोगा त्या प्रांतीचा होता. तो माहाराज छत्रपती याणी धरोन कैद केला. नंतर शहरातील द्रव्य व सोने व रुपे व कापड व हाती व घोडे व उंट वगैरे ऐसी पईदास्त मालमता सापडली. मग पादशाहा कडील फौजा समोदाये घेऊन छत्रपती याजवर चालोन आले. नंतर त्या फौजेची व या फौजेची गाठ पडोन मोठी लढाई रणखुदल जाहाली. तिकडील व इकडील सरदार व लोक ठार व जखमी जाहाले त्याणां मोठी ख्याती केली व त्या लढाईत आसोजीराव मोहिते हंबीरराव सेनापती यास तरवारीच्या पाच जखमा लागोन ठार जाहाले. त्याणी सिपाई गिरीची मोठी शर्त केली ही सिवाजी माहाराज छत्रपती याणी समक्ष पाहिली. तेव्हा आपले मनांत दिलगीर जाहाले की, असा सिपाई ईश्वराने पयदा केला. त्यास पद दिल्याचे नाव केले. बरे असो. मग आस्तमान होऊन लढाई महकुब जाहाली. नंतर दुसरे दिवशी पुन्हा सिदोजीराव निंबालकर पंच हाजारी हे फौजे-निसी सावर खाऊन मोठे निकराने लढाई करोन, रण आपार पडले व रणमस्तखान वजीर यास जीवंत धरोन कैद केला. तो ईतकियात दिलीहुन केशरसिंग बडा उमराव व बाजे सरदार तीन कोसावर वीस हजार फौज घेऊन मुकाम करोन राहिला. त्याणी आंतरगत फीतव्याने हेजीब याजबरोबर सांगोन पाठविले कीं, तुह्मी जाऊन सिवाजी माहाराज छत्रपती यास अर्ज करावा की, आपला व आमचा भाईचारा आहे; आमची व आपली गाठ पडली नाही तो, आपण फौज समवेत कूच करोन जाणे. हे वर्तमान कळताच माहाराज छत्रपती फौजे समवेत तेथून कूच करोन चालिले. तो लष्कर बहुत जडगीर जाहाले होते. तेव्हां आपण कोणत्या मार्गाने जावें ऐसी तजवीज करिता, ते समई सनिध बहीरजी नाईक जासूद याणे हुजुर अर्ज केला की, आपले लोकास मोगलाचे फौजेची गाठ न पडता लष्कर जडगीर होते. त्याजबरोबर जासुद याणे सिता-पीने रात्रीचा दिवस करोन कोठे मुकाम न करितां पन्हाळा किला येथे जडगीर लष्कर दाखल केलें. आणि मागाऊन खासा स्वारी सिवाजी महाराज छत्रपती हे पुरंधर गडास लोकसमवेत आले. तेथे मुकाम करोन राहिले. नंतर बहिरजी नाईक जासुदाचा हा पन्हाळे किल्याहून निघोन हुजुर पुरंधर गडास आला. राज्यदर्शन घेऊन मग त्याजवर माहाराज खुशाल होऊन, त्याजकडे पुर्वीचे रुो तसलमात होते ते माफ करून आणखी बक्षीस दिधले. नंतर आपले मनांत विचार केला की, आता सैनापती कोण करावा. ते समई मानसिंगराव मोरे सायेखेडकर यास सेनापती पद देऊन, वस्त्रे भुषणे दिधली. तो थोडक्या दिवसानी त्याचे शरिरास आजार होऊन मृत्यु पावले. नंतर सिवाजी माहाराज छत्रपती पुरंधर गडास होते. त्याचे वडील पुत्र संभाजी राजे हे माहाराज छत्रपतीवर रुसोन, मोगलाईत दिलीवाले याजकडे जाऊन, दिलेलखान पठाण यास भेटले. त्याणी बहुत सनमान करोन त्याजला ठेऊन घेतले. मग दिलेलखान याणी दि-लीस औरंगजेब पादशाहास अर्जदास्त लिहीली की, माहाराज छत्रपंती याचे वडीलपुत्र आम्हापासी आले आहेत. त्यास पादशाहानी नावाजावे म्हणजे राजियातील दुयी

होणार नाही. राजियाचे लष्कर असेच पुढोन येईल व किले कोट साधतील म्हणोन जाब लिहिला. त्याजवरून पादशाहा याणी विचार केला की माहाराज छत्रपती याचे पुत्र आले आहेत. त्यास नावाजीता पादशाईत फितवा करोन पादशाई बुडवीतील. त्यास नावाजू नये; त्याजला आणून कैदेत ठेवावे. असे विचार करोन दिलेलखानास हुकुम पाठविला की, संभाजी राजेयासी हुजूर घेऊन येणे, असा जाब लिहिला. ते समई तेथे दिलेलखानाचा वकील हुजूर होता. त्याणे ऐकोन दिलेलखानास टाकोटाक अगोदर पत्र लेहून पाठविले. हे वर्तमान खानाने ऐकताच संभाजी राजेयास आतंरगत सूचना करोन पळविले. ते फौजसुधा तेथून निघोन पन्हाळ्या किल्यास आले. हे वर्तमान सिवाजी माहाराज छत्रपती यास पुरंधरगडास कळताच संतोष जाले. पुत्राचे भेटीस फौज-सुधा तेथून निघोन मजल दरमजल पन्हाळ्यागडास दाखल जाहाले. पितेपुत्राच्या भेटी जाहाल्या. बहुत हर्षमान जाहाले. नंतर इतकियांत विजापुरचें पादशाहाकडून फौजा रांगण्या किल्यास दाखल जाहल्या. मग सिवाजी माहाराज याणी आपले मनांत विचार केला की, आता फौजेचा बदलासा राखावा आणि सेनापती कोण करावा. तेव्हां धनाजी जाधवराव समशेर बहादर माळेगावकर हे पद दूर करोन, सेनापती हे पद देऊन वस्त्रेभूषणे व हाती १ एक, घोडा १ एक आर्बी, असी देणगी देऊन, त्याजबरोबर चाळीस ४०००० हजार फौज हशम व स्वार मिळोन रांगणे किल्याकडे गनिमाचे फोजेवर रवाना केले. तेव्हा पिता पुत्र बसोन सिवाजी माहाराज छत्रपती बोलले की, लेकरा मजला सोडून कोठे गेलास. आमचा आवरंगजेब पादशाचा दावा. तुजला दगाच व्हावा, परंतु श्रीनी रक्षून आणिले. आतां थोर माहाकार्य जाहाले. तूं जेष्ठपुत्र थोर जाहालास. स्व-तंत्रपणे राज्य करणे तुझ्या चितात असे आहे की, आपणास कळले तर हे मजला अगत्य आहे. तरी तुजला एक राज्य देतो. आणी आपले पुत्र तुम्ही दोघे एंक संभाजीराजे व दुसरा पुत्र राजाराम असी यास हे सर्व राज्य आहे. त्यास दोन विभाग करितो. एक चादीचे राज्य ह्मणजे हाद तुंगभद्रा तहत कावेरी तीर हे एक राज्य. दुसरे तुंगभद्रा आलिकडे गोदावरी ह्मणजे गगापर्यंत. त्यासी वडील पुत्र तुजला करनाटक चंदीचे राज्य तुजला देतो. इकडील राज्य राजारामास देतो. तुम्ही दोघे पुत्र दोन राज्य करणे. आपण श्रीचे स्मरण करितो; आमचे उतार वय जाहाले, सार्थक देहाचे करितो, असे बोलले. ते संभाजी राजे याणी विनंती केली की, आपणास माहारा-जाची पायाची जोड आहे; आपण उगेच दुदभात भक्षून आपले पायाचे चिंतन करोन राहीन असी विनंती केल्यावरून, मग सिवाजी माहाराज छत्रपती संतोष जाहाले. पिता-पुत्र बसोन फुल आपले राज्य देखील व करनाटक प्रांती आहे, खजाना रोकड काय, व सरकारकून व मक्तेदार व सुभेदार व खासगी पागा व घर घोड्याचे सिलेदार व कितीयेक सरदार व गड व कोट किती याचा कुल आकार जाहाला. बितपसील याखेरीज आठरा कारखाने व महाल.

१८ आठरा कारखाने व १२ बारा महाल मिळोन नावनिसी संख्या येणेप्रमाणेः—

आठरा कारखाने.

१ खजाना
१ जामदारखाना
१ जिराईतखाना
१ पीलखाना
१ फरासखाना
१ आबदारखाना
१ मुदबखखाना
१ नगारखाना
१ सलबंतखाना हरजिनस
१ सिकारखाना
१ तोफखाना
१ दारुखाना
१ तालीमखाना
१ उष्टरखाना
१ दफ्तरखाना
१ जगरखाना
१ रथखाना
१ आंबरखाना

———

१८

बारा महाल, सुमार.

१ पोते महाल
१ कोठी महाल
१ पागा महाल
१ दरुजी महाल
१ टंकसाळ महाल
१ सौदागिरी महाल
१ ईमारती महाल
१ शेरी महाल
१ चौबिना महाल
१ बिंदिली महाल
१ भोई महाल
१ जासुदमहाल

———

१२

खजाना जाणेवर व कापड जिनस.

सुवर्ण नाणे.

१००००० गबर येक लक्ष,
२००००० मोहोरा दोन लक्ष
३००००० पुतळ्या तीन लक्ष
१००००० सतल्या एक लक्ष
४००००० सिवराई होन चार लक्ष
१३६५५२५ पादशाई होन
१२७४६५३ सनगीरी होन
२६४०३० आचुतराई होन
३००४५० देवराई होन

रुपे.

५०००००० पनास लक्षनाणे जिनस.
१००००० रयान येक लक्ष
२००००० आसरफ्या
२५००००० दाभोली कहारिया
५००००० बासरी काहारिया
१००००० रुपे व साघे व मीनगीरी भाडे नग वजन ५० खंडी

——— रुपे,

१००४०० रामराई होन
५०००० जडी महाल होन
२००००० धारवाडी होन
१५००००० कावेरी होन
२००० मलयेघाटी होन
१००००० पामनाईकी होन

कापड जरीचे व साधे व रंगाचे व खुमास जिन वछेपत्र व दरयाती अजमासे ये॥ किमत १००००० होन धान्या संग्रहे वरी संग्रहे

हे अगणित गडोगडी किल्यावरी कोठारे व देशात आमर्यादा दास्ताने आबरे

३००००० आदवनी होन
१००००० उती होन
१५०००० ताडपत्री होन
३००००० फलम नाणे

१००००० साधे सोने व नग व कांबी वजन खंडी १२॥

— - — — होन

५०००० नीशाणी होन
५००००० हुकेरी व साधे धारवडी येकेरी होन

१ भसुवारी
१ चदावरी
१ उलंदुरी
१ हमदशाई
१ येकरी

१ वेंकट राई
१ देवणहली
१ संजया फलम

१ रामजाई पुरी
१ कुणगोली
१ अफरजी
१ त्रिबमिरी

चप्राया सख्या २५००५००

घोडे राऊत लष्कर व पागा खासगी व सिलेदार व घर घोड्याचे याची संख्या एक लक्ष पाच हजार.

१०५०००

पागायाचे सरदाराची नावे.

१ धनाजी जाधवराव सेनापती

१ आनंदराव मो॥ हसहाजारी

सिलदार याचे सरदाराची नावे.

१ बहिरजी घोरपडे विश्वासराव

१ जानराव वाघमोडे

१ नेतोजी पालकर
१ रायाजी भोसला
१ गादजी जगताप
१ संताजी जगताप
१ खडोजी जगताप
१ नेतोजी फाटकर
१ दादजी काकडे
१ निळोजी काटे
१ संताजी घोरपडे समसेर बहादर

१ तैलंगराव
१ तुकोजी निंबाळकर
१ यंकोजी खाडेकर
१ निंबाजी पाटोंळा
१ परसोंजी भोसले
१ वाघोजी सिर्के
१ कृष्णाजी घाटगे
१ मालोजी निंबाळकर
१ कृष्णाजी पवार
१ शंभनखान
१ मानाजी मोरे
१ नागोजी बलाल
१ शंकराजी राम
१ रायाजी जनार्दन
१ बालोजी बरवाजी
१ बाबाजी निळकंठ
१ चंदो नारायण
१ महादाजी नारायण
१ संभाजी वेकंटराव

३०

१ बलवंतराव देवकाते
१ बिरोजी पासरे
१ नेमाजी सिंदे
१ मालोजी थोरात
१ रामाजी गढधे
१ देवजी उगडे
१ बहिरजी बुर्गे
१ हिरोजी सेलके
१ केरोजी पवार
१ खादपे
१ उचले
१ पांडोजी आठोले
१ परसोजी सितोले
१ गणोजी सितोले
१ बाजी जळगे
१ रामाजी जळगे
१ मालोजी जळगे
१ सिदोजी रावजी बलकर
१ खंडेराव दाभाडे
१ येशवंत रावजी बलकर
१ बाजी रणनवरे
१ राघोजी बलाल
१ चंदोजी बिरदेव
१ रामाजी भास्कर
१ कृष्णाजी भट देऊ
१ गणेश तुकदेव
१ त्रिबक विठल
१ गणेश सिवदेव

३०

६०

हशम मावळे पावखलक असाम्या १००००० येक लक्ष याचे सरदार.

किता आसामी.	किता आसामी.
१ येसाजी कंक सरनौबत	१ येसु देरकर
१ सूर्याजी माळुसरा	१ बाळाजीराव देवकर
१ गणोजी देरकर	१ सोन दळवी
१ भीव दळवी	१ चांगोजी कडू
१ कोंडजी वळखले	१ कुडाळकर
१ त्रिंबक बाजी प्रभु	१ ढवळे
१ कोंडजी पारजद	१ तानाजी सावत
१ तानाजी मुदुसकर	१ तानाजी देरकर
१ दत्ताजी इदुळकर	१ राम दळवी
१ पिलाजी गणेश	१ मुधाजी सवदेगर
१ भीवाजी पारवे	१ तान सावत
१ मुधोजी होनकणा	१ कृष्णाजी भो॥
१ माल सावत	१ हिरोजी मराठा
१ विठोजी कडू	१ रामाजी मोरे
१ इन्द्रोजी गारवडे	१ तुलाजी कडू
१ भीवजी मोहान	१ तीमणा भणगा
१ नागोजी फर्जंद	१ तान स।वत मावल
१ माहादजी पारद	१ मानाजी माळुसरा
१ रायाजी माळुसरा	१ उमाजी पासलकर
१९	१९

३८

हत्ती व हातनी व छ्यावे नग गणतीस सुमार १२६०
पाणीयातील जहाजे व आरमार व मचवे सुमार ५००
याचे सरदाराचे नावे बी॥ तपसील.

१ दर्यासागर १ मायनाईक १ इभ्रामखान

३

उंट नफर व उंटण्या व पिले गणती सुमारी १५८४
याखेरीज माहाली मुलखी सरकारकून व आष्ठप्रधान—
याचे मुतालीक व सुभेदार व कारकून आसाम्या २५०० आडीच हजार

गड कोट व जंजिरे बुर्जे, यादी व नवे गड.

आपल्या राज्यातील गड किले — सुमार

१ रायगड तख्ताची जागा
१ राजगड
१ राजहउस गड
१ कोंडणा
१ पुरंधर गड
१ विराट गड
१ कमल गड
१ प्रौढ गड
१ वनगड
१ तुम दुर्ग उर्फ भुजबळ गड
१ गंड गंड गंड
१ गर्जींद्र गड
१ बंसत गड
१ सालोचगड
१ जवळगड

१ त्रींबक ऊर्फ सीबगड
१ उचेरी उर्फ प्रसन्नगड
१ हडसर उर्फ प्रवतगड
१ कुरूट उर्फ मेघगड
१ पाली उर्फ सरसगड

१ लुंगणागड
१ भिम ऊर्फ नांदगीरीगड
१ कोचे गड
१ रामसेजगड
१ कुभागड
१ प्रचीत गड
१ महिमत गड
१ वसंत गड
१ भुदर गड

बितपर्सालवार कि॥ कोट

१ कोट फोंड
१ कोट कडवड
१ कोट शिवेश्वर
१ कोट कोल्हाहर
१ कोट कोनागरुल
१ कोट गहजदुर्ग
१ कोट होलार
१ कोट कोठार
१ राजकोट
१ कोट मसुर
१ कोट सुपे
१ कोट वाई
१ कोट कुडाळ
१ कोट शिरोळ
१ कोट जावली
१ कोट कराड
१ कोट बतीस शिराळे,
१ कोट खानापुर
१ कोट खटाव
१ कोट मीर्ज
१ कोट अमदानगर
१ तालीकोट
१ कल्याण भिवंडी कोट
१ जुन्हेरकोट करनाटकातील कोट
१ कोल्हार कोट
१ बुरुट कैवळे कोट
१ बुध्दी कोट
१ मन कोल्हार कोट
१ कोट हलयाळ
१ कोट येलबर्गे
१ कोट कृष्णागीरी प्रगणा जगदेव

१ सुंदर गड
१ वारु गड
१ भूषण गड

१ मसी ऊर्फ मानगड
१ भास्कर गड
१ सुमन गड
१ बळवंत गड
१ मडवणा नगड

१ राहीगड
१ लोद गड
१ तोरणा ऊर्फ प्रचीतगड
१ केंजळा गड
१ नरगुंद उर्फ महिपत गड
१ खांदेरी जंजीरा
१ उंदेरी जंजीरा
१ कुलाबा जंजीरा
१ रत्नागीरी ज़ंजीरा
१ आजेनवेली जंजीरा
१ सुवर्णदुर्ग जंजीरा
१ विजादुर्ग जंजीरा
१ सिंधदुर्ग जंजीरा
१ भोरप ऊर्फ सुधागड
१ महिपाळ गड
१ वलभ गड
१ गंधर्व गड
१ भुदर गड
१ सागरगड तले
१ भिवंडी गड
१ भूपाळ गड
१ महिमान गड
१ मदन गड

प्रगणा जगदेव

१ जगदेव कोट
१ बीर्गथली दुर्गकोट
१ सुमलकोट

प्रगणा येलुर.

१ येलुर कोट
१ आजनुर कोट
१ कोट अरकट
१ त्रीनामली कोट
१ त्रीकाल नुर कोट

प्रगणा चंदी.

१ कोट कपनुर
१ त्रीवर्दी कोट
१ देवणा पठाव कोट
१ पाल कोट
१ चंदी बारा कोट
१ वृधाचल कोट
१ उपनुर कोट
१ श्रीसरगंपणचे कोट
१ धर्मपुरी कोट
१ तेलंगगीरी कोट
१ गरुड कोट
१ वेलागुड पूर कोट
१ अनुरकोट
१ हलनुर कोट
१ त्रीपासुर कोट
१ शामल कोट
१ भिवन दुर्ग कोट
१ दुर्वेन जेटी कोट
१ धारापुर कोट
१ अभ्रापुर कोट
१ वाळानुर कोट
१ चगमाव कोट
१ बेदनुर कोट

१ लहु गड
१ विसापुर गड
१ बुला गड
१ बिताळा गड

१ सुधाकर गड
१ तुंग उर्फ कठिण गड
१ मर्दन गड
१ सिंदी गड
१ त्रीगड वाडीगड
१ ठाके गड
१ जेहावा गड
१ अचेक गीरी गड
१ हर्ष उंबरे भुदर गड
१ माहुली गड
१ कुवारी गड
१ माकड गड
१ कनेरा गड
१ मोहेन गड
१ पटा गड
१ रुद्र माळवाडी गड
१ कोथळा गड

१ वीरगड धुमाळा
१ कापिल गड
१ सालेरी गड
१ महींद्र गड
१ रत्न गड
१ सेर्टगा गड
१ सेवळा गड
१ कोंबज गड
१ वेंकट गड
१ वर्धन गड
१ कांगोरी ऊर्फ मगल गड

१ कुलनुर कोट
१ बाळापुर कोट
१ कर्नाटकातील गड

प्रगणा जगदेव.

१ वारुग गड
१ कवळ गड
१ रंगण गड
१ सुदर्शन गड
१ महाराज गड
१ कृष्णा गर गड
१ रंम्य गड
१ शिद्धक गड
१ मलकार्जुन गड
१ जंवादी गड
१ कस्तुरी गड
१ रत्न गड
१ प्रदौल गड
१ मार्तंड गड
१ बहीरव गड
१ मल गड
१ राम गड

प्रगणा येलुर.

१ साजिरा गड
१ गोजीरा गड
१ प्राण गड
१ कैल्हास गड
१ महीमडण गड
१ दुभे गड
१ आनुर गड
१ देव गड
१ करनाटक गड
१ पलीवीड गड

१ वासोटा ऊर्फ व्याघ्र गड
१ समान गड
१ पवित्र गड
१ मच्छींद्र गड
१ पार गड
१ कलानीध गड
१ मल गड

१ कानाक गड
१ घन गड
१ पेहूर गड
१ कलवळे गड
१ मकरंद गड
१ बहीर ऊर्फ सारंग गड
१ सारंग गड
१ मनोहर गड
१ मन संतोष गड
१ हरीचंद्र गड
१ प्रलाद गड
१ मल्हार गड
१ विशाल गड
१ चंदन गड
१ तातवडा गड
१ परळी उर्फ सज्जन गड
१ पन्हाळा गड
१ मदन गड
१ श्रीमंत गड
१ नांदगीरी उर्फ कल्याण गड
१ मोरगीरी उर्फ गुणवंत गड
१ पांडव गड
१ रांगणा उर्फ प्रश्री गड
१ पराक्रम गड
१ जीवधन गड
१ रेवक गड

१ रसाल गड
१ गर्जन गड
१ वळवळ उकोल्हार गड
१ माणिक गड
१ मोती गड
१ रीस गड
१ व्याघ्र गड

प्रांत चंदीचंदावर.

१ राज गड
१ चंदी गड
१ चेन गड
१ कृष्णागीरी गड
१ सारंग गड
१ मुख्य गड
१ येसवंत गड चतराव जबली
१ जंबुक गड
१ मित्र गड
१ बहादुर गड
१ बहीरव गड
१ प्रताप गड
१ वांदन गड
१ हुफेबयान उर्फ सातारा
१ सदासीव गड
१ पावन गड
१ नवलमुद उर्फ मयोर
१ श्रीवर्धन गड
१ रसाल गड
१ विराट गड
१ खेळणा उर्फ विशाल गड
१ गगण बावण गड
१ कभाद्र गड
१ आबीत गड
१ सुमेर गड

१ मावणा गड
१ मंडण गड
१ तिकोना
१ बसल गड
१ सोन गड
१ आणकाई गड
१ दाते गड
१ महिनंद गड
१ प्रमोद गड
१ मल्हार गड
१ कल्या गड
१ सुंदर गड
१ नंदी गड
१ गणेश गड
१ वज्र गड
१ भास्कर गड
१ ठिराकुर गड (टिककुर गड)
१ भिम गड
१ आंबेरीराय गड
१ मकरंद गड
१ बातमगल गड
१ भूमंडणगड
१ महिपाळगड
गडकोट येकंदर

१ पठार गड
१ सिध गड
१ खाले गड
१ मृग हिरवाडी गड
१ जंगली जयगड
१ ठनकाई गड
१ श्रीरंग पटणचे गड
१ रजेन गड
१ मनोहर गड
१ कल्याण गड
१ हरीहर गड
१ करनाटकातील गड
१ चेन गड
१ श्रीवर्धन गड
१ ताल गड
१ मचेलाल उर्फ प्रकाश गड
१ मृगमल गड
१ सरस गड
१ कौरव गड
१ सोमशंकर गड

१ माणिकगड
१ जोदगीरीगड

सुमारी

येणे प्रमाणे आपले राज्य सालेरी किल्यापासोन गोदावरी नदी आलीकडे कुलदेश व वरघाट व तळघाट मुलूख प्रांत पहिला; व दुसरा देश मुलूख तुंगभद्रा पलीकडे देखील व वरघाट व कोल्हार व बाळापुर वगैरे व चंदी प्रांत व येलुर व कावेरी नदी पावेतो हा येक प्रांत; ऐसे दोन प्रांत मिळोन राज्य आपले आहे. त्याची तजवीज केली कीं संभाजी राजे यास पन्हाळ्यास ठेविले आणि त्याजवळ जनार्दनपंत सरकारकून व सोमाजी नाईक दौलत बाकी व बावाजी समसेर असे ही त्याजपासी देखरेखीस ठेऊन आणि संभाजीराजे याचे समाधान केले कीं, आपण रायेगडास जातो तेथे जाऊन धाकटे पुत्र राजाराम याचे लग्न करोन परत येतो. मग राज्यभाराचा विचार करोन कर्तव्य जे असेल ते करु. व तू वडील पुत्र आहे. सर्व प्रकारे भरंवसा तुमचा आहे. असे

शिवाजी महाराज छत्रपती असे बोलोन पन्हाळ्या किल्याहून फौज समवेत निघोन मजल दरमजल करोन रायेगडास दाखल जाहाले. नंतर तेथे सर्व मंडळींनी खुशाली केली व भांडीयाचे आवाज केले. व साखरा वाटल्या. शके १६०० कालयुक्त नाम संवतछर फसली सन १०८८ राजे शके ५ या सालीं धाकटे पुत्र राजारामराजे यासी प्रतापराव गुजर सरनोबत हा पूर्वी होता त्याची कन्या वधु नेमस्त केली. लग्न जाहाले. तिचे नांव जानकीबाई असे ठेविले. लग्नाचा मोठा मोछाव करोन दान धर्म आपार केला. नंतर च्यार पादशाई कडील मुलुख घेतला. ही किर्ती चौकडे जाहिर जाहाली. असा राजा पुन्ये प्रतापी मोठा शुर याणे राजे आक्रमण केले. तेव्हां पुढे आवरंगजेब पादशाहा यास सिवाजी महाराज छत्रपती याणी पारसी आर्जदास्ता लिहिली कीं त्याचा मराठी तरजमा केला. त्यातील सारौंष कीं नेकीची इछा करणार सत्य वचनी सिवाजीस ईश्वराची कृपा व पादशाहाची मेहरबानी हे सूर्याप्रमाणे प्रसिध आहे. त्याचा धन्य पणा मानून नंतर पत्र लिहितो की, प्रालब्ध योगाने हुजुरून निरोपासिवाय आला, परंतु येथा योग्य सेवेसी हाजर आहे. ही चांगली शेवा उत्तम प्रकारे हिंदुस्थान व इराण व तुराण व रुम व शाम येथील पादशाहास ब उमराव व मोंगल व राजे व राणे यास वगैरे लोकास जाहिर आहे. त्यापेक्षा आपले आतःकर्ण समुद्राप्रमाणे आहे त्यास हे विदितच जाहाले असेल. याज करिता कितीयेक गोष्टी आबळावृधाच्या कल्याणास्तव लिहिल्या जातात. आह्मी इकडे आल्यावर पादशाई खजिना रिकामा जाहाला व सारे द्रव्य खर्च जाहाले. याजकरिता हिंदुलोकापासून जेजिया पटीचे द्रव्य उत्पन करून पादशाईचा क्रम चालविला आहे, असे ऐकिण्यांत आले. त्यास पूर्वी अकबर पादशाहायाणी बावन वर्षे पादशाई केली. यामुळे येकंदर हिंदु वगैरे लोकांचे धर्म चांगले चालले व ते धर्म स्थापणेविसी मदत ठेवीत होते. खांा जगद्गुरु असी त्याची किर्ती जाहाली व त्यास हरयेक स्थळी येश येत होते. पुढे नुरोदीन ज्यांगीर पादशाहा याणी बेवीस वर्षे ईश्वरीलक्ष ठेवून पादशाई केली. नंतर स्वर्गास पोहोचले. उपरात शाहाज्याहा साहेब किराण पादशाहा याणी बतीस वर्षे पादशाहाई करून कीर्ती मिळविली जो पुरुष जिवंत असतात लवकीकवान व माघे ज्याची कीर्ती त्याजला अचळ लक्ष्मी प्राप्त जाहाली असे आहे. तेव्हां पादशाहा याणी जजीया पटी घेण्यास ते समर्थ होते; परंतु सारे लहान मोठे जन इश्वराचे आहेत असे जाणोन त्याणी कोणावर जुलूम केला नाहीं. याजकरिता सर्वांचे मुखी त्याची स्तुती आहे. ज्याची जसी नेत तसी त्यास बरकत. त्या पादशाहा याची द्रष्टी प्रजेचे कल्याणावर होती व आपले कारकीर्दीस कितीयेक किले व मुलूख गेले; बाकी राहीले तेही जातात. रयत लोक खराब आहेत व सौदागर पुकारा करितात की हरयेक माहालचे उत्पन लाखास येक हजार येणे कठीण जाहाले आहे. पादशाहाचे घरी दारिद्राचा वास जाहाला. तेव्हां प्रदरचे मंडळी आवस्ता कळतच आहे की कितीयेक लोकास पोटास मिळत नाही. त्याजवर जेजीया पट्टी ह्मणोन हिंदूलोकावर आपण कर बसविला. तो मुलगा जाहाला ह्मणजे दाहा रुपये

व मुलगी जाहाली ह्मणजे ५ रुपये असाच कर बसविला. या प्रकारचे कर्ण्यातच पुरुषार्थ पादशाहा समजतात व ते मुर पादशाहाचे नांव बुडवितात. असे जाहाले आहे. व कुराणांत इश्वर जगाचा व मुसलमानाचाच आहे येविसी वाइट आगर चांगले हे दोनी इश्वराने निर्माण केले आहे. हे रद करून महेजतीत येवन लोक बळी देतात व देवा-लयात हिंदुलोक घंटा वाजवितात. याजकरिता कोणाचे धर्मावर दोष ठेविल्यास ईश्व-राने लिहिले ते रद्द केल्यासारिखे होते. न्यायाचे मार्गाने जेजीया पट्टीचा कायेदा कवल गैर ज्यावर जुलुम जाहाला. त्याणे खेद करोन हाये हाये म्हणोन मुखाने धुर काढि-ल्यास त्या धुराने जितके लौकर जळेल तितके आम्ही जलदीने जळता इस बदास जाळ-णार नाहीं. ऐसे आहे. याजवर हिंदु लोकास पीडा करण्यातच धर्म आहे असे मनांत आले असल्यास राजा राजसिंग याजपासून जेजिया पटी आगोधर घ्यावी. मग इकडुन देण्यास कठीण नाहीं. परंतु गरीब मुंग्या चिलटासारखे आहेत. त्यास उपद्रव करण्यात मोठेपणा नाहीं. पदरची मंडळी आम्ही गवताने झाकितात हे आश्चर्य वाटते. राज्याचा सूर्य प्रतापाचा उदयाचळापासून तेजस्वी असो असे पत्र सिवाजी महाराज छत्रपती याणी औरंगजेब पादशाहास लिहिले. ते पत्र पाहोन पादशाहास पश्चाताप होवोन जेजिया पटीचा आमल नपुषेला हिजडियाचे स्वाधीन केला. नंतर परसोजी भोसले यास सेना साहेब सुभा हे पद देऊन बावन वराड व गोडवान झाडी व नागपूर व उमरावती या मुलखात त्याजबरोबर च्याळीस हाजार फौज देऊन रवाना तिकडे करून दिल्हे. मग ते येथून कूच करून मजल दरमजल करीत चालिले. तो त्या प्रांती दाखल होऊन त्याणी हुजूरचे आज्ञेप्रमाणें त्या प्रांती आमल बसवून आणि पर-सोजी भोसला सेनासाहेब सुभा हे फौजसमवेत नागपूर येथे राहिले. हे पूर्वी राहणार मलेघाटालगत बहिरव गडाखाली कुटुंबसुधा राहात होते. मग ते तेथून निघोन पांडव गडाखाली त्यास इनाम जमीन दिल्ही. याचे कारभारी ब्राम्हण कोलटकर व परसोजी भोसले हा मूळ पुरुष त्याच्या वौंशाचा विस्तार, यास पुत्र साबजी भो॥ यास पुत्र मुधोजी भो॥ यास पुत्र तिघे १ वडील पुत्र बापुजी भो॥, २ परसाजी भो॥, ३ सावजी भो॥ याचे वौंशाचा विस्तार नागपूर व उमरावती येथे आहे. शके १६०१ सिधार्थी नाम संवछरे फसली सन १०८९ राजे शेक ६ या साली सिवाजी माहाराज छत्रपती याणी आपले सापत्य जे बंधु चिरंजीव राजश्री वेंकोजी राजे माहाराज संस्थान चंदी-चदावर यास पत्र लिहिले. त्यातील मजकूर, तुह्माकडून फार दिवस पत्र आले नाहीं, तेणेकरुण आमचे चित्तास समानधान वाटेनाशे जाहाले. तुम्हाविसी आह्मास रघुनाथ नारायण हाणमंते याणी पेशजी पत्र लिहिले होते की, तुह्मी राज्याची आशा सोडून विध्यई होऊन स्वस्त बसला. तरी तुह्मी पहिल्याप्रमाणे आपल्या शरिरास जपत नाही ह्मणोन मनोउछाह करोन आला दिवस आपण मनात आणीत नाही तरीं तुमचे लष्कर उगेच बसले आहे, आणि तुह्मी राज्य कारभार सोडून विरक्तापणे वागू लागला. तेणेकरून आह्मास फार मोठी चिंता लागली

आहे. आह्मी आपले मनांत जाणतो की, आपले उभयेताचे पिते शाहाजी राजे माहाराज वजीर हे कितीयेक सावधपणे वागत होते आणि तुमचा हाली असा कसा स्वभाव हे तुह्मा योग्य नाही. त्यास तुह्मी ाजपासोन विरक्तपणा सोडून आपण स्वस्तपणे राहणे. कारभार करोन प्रजेचे पालण करावे आणि आपले पदरची मंडळी व फौज याचे संरक्षण करावे आणि सर्व कारभारी व सेवाधारी मनुष्यें याजपासोन सेवा घेऊन आपली पतिष्ठा आपण संभाळावी. तुह्मी आमचे कनिष्ठ बंधु आहा ह्मणोन तुमचा कळवळा येतो त्यास तुमची चांगली चालिची स्तुती आह्मी कानाने ऐकोन आमचे समाधान होईल असे करावे. व रघुनाथ नारायण हनमते हे तुम्हाजवळ आहेत तो आह्माप्रमाणें तुमचे फार उपयोगी पडेल. आपण राज्यकारभार करणे, तो त्यास विचारून करीत जावा. सूज्ञेप्रती काय विशेष ल्याहावे? हा आसिरर्वाद. शके १६०२ रौद्रनाम संवतसरे फसली सन १०९० राज शके ७ या साली शिवाजी महाराज छत्रपती हे रायगडीच होते. तेथेच माहाराज छत्रपती यांचे शरीरास व्यथा ज्वराची जाहाली, ते समई माहाराज पुण्यश्लोकी व त्रिकाळज्ञानी सर्व जाणते याणी आपला विचार पाहता तो औक्षमर्यादा जाहाली असे जाणोन जवळील अष्टप्रधान व सरकारकुन व कारकुन व कारभारी व सरदार व हुजरे वगैरे मंडळी यास बोलावुन आणिले. ते बि तपशीलवार.

सर कारकुन वगैरे.	सरदार व हुजरे मराठे लोक.
१ निळकंठ मोरेश्वर प्रधान	१ हैबतराव निंबाळकर सर लष्कर
१ प्रलाधपंत	१ संताजी घोरपडे समशेर बहादर
१ गंगाधर जनार्दन	१ बहीरजी घोरपडे विश्वासराव
१ रामचंद्र निळकंठ	१ मुधोजीराव सरखवस
१ आबाजी महादेव	१ सिदोजीराव नींबाळकर पंचहजारी
१ जोसीराव	१ गणोजी राजे सीरके मलेकर
१ बाळ प्रभू	१ हिरोजी फर्जंद कुवर
७	
१ बाबाजी घाडगे	१ संभाजी कावजी
१ बाबाजी कदम	१ महादजी पानसंबळ जामदार
१ सुर्याजी मडसरे	१ कृष्णाजी नाईक
१ महादजी नाईक	१ बहिरजी नाईक जासुद
११	११

येणे प्रमाणे मातबर लोक जवळ बोलाऊन आणिले आणि त्यास सांगीतले की; आपले आयुष्याची आवधी जाहली. आपण कैलासवासी श्रीचे दर्शनास जाणार. शरिर क्षीण देखोनच पनाळ्यावरील संभाजी राजे, वडील पुत्र, यास राज्याचा विभाग उभयता पुत्रास करोन देत होतो. ते समई वडील पुत्राने ऐकिले नाहीं. आता आपला सेवट निधान समय दिसतो. पहिले शहाजी राजे महाराज याचे वेळचे पुणे महाल व सुपे महाल चाळीस हजार होनाचे राजे होते. पुढे म्या सिवाजीने आपले पराक्रमाने एक क्रोडी होनाचे राज्य पैदा केले व गड व कोट व लष्कर व पागा व सिलेदार मिळविले. परंतु मज माघारे हे राज्य सौरक्षण करणार असा पुत्र दिसत नाही. कदाचित् धाकटा पुत्र राजाराम वाचला तर तो हे राज्य संभाळील व वडील पुत्र संभाजी राजे जाणता आहे. परंतु बुद्धी फुटक अल्प बुद्धी आहे, त्यास काय करावे. आपण तो प्रमाणच करितो. परंतु तुह्मी अष्ट प्रधान व सर कारकुन व मराठे सरदार व हुजरे कदीम राज्यातील माही-तगार आहा. तुह्मास गोष्टी कलल्या असाव्या ह्मणोन सांगतो आपणा माघारे संभाजी राजे राज्य राखतील व लष्कर त्याजकडे जोर तिकडेच मिळतील. राजाराम धाकटा पुत्र याजकडे लष्कर येणार नाहीं. याचा पक्ष पाद कोणी करणार नाहीं. उभयता बंधुस दोन राजे वाटुन देत होतो, परंतु त्याणी ऐकिले नाहीं ही गोष्ट सर्वांचे लक्षांत असावी. संभाजी राजे, लष्करचे मराठे व सर कारकुनाचा विश्वास त्यास येणार नाही. शेवट अबघे कारकुनास विश्वास देऊन धरतील आणि आपले वेळचे थोर थोर ब्राह्मण व आष्ट प्रधान व प्रभु यास मारिवितील व ब्राह्महात्या करितील. पुढे म्हराठे लष्करचे सरदार व सरनोबत पागेतील सरदार मारील, धरून इजत घेईल; लाहान माणशे याचा व गुलाम माणसे याचा पगड पडेल आणि थोर थोर लोकाची चाल मोडेल व संभाजी राजा कैफ खाईल व इसक बाजी करील व गड कोट देशात आनाईकी होईल. गड कोटाचा बंदोबस्त ठेवणार नाही. व चांगले मनुषाची बरदास्त करणार नाही व द्रव्य खजीनास सपुरण खर्च करील व सर्व राज्य गमावील. संभाजी राजे याचा गुण ऐकोन आवरंजेब पादशा हा दिल्लीहून चालोन येईल. भाणा-नगरचे राजे व विज्यापुरचे राजे माझे मागे दिलीवाले पादशा राज्य घेतील आणि शेवट संभाजी राजा यास दगा होईल. जसे जाधवराव वजीर व बारभाई मिळोन धांदल करोन जसी निज्यास शाईची पादशाई बुडवीली, तसेच संभाजी राजे राज्य बुडवितील. नंतर माझे वेळचे कारकून व मोठे ब्राम्हण आहेत त्यास संभाजी राजे वाचु देणार नाहीत. त्यातही उरल्यापैकी धनाजी जाधवराव व संताजी घोरपडे व बहीरजी घोरपडे हे त्याचे हातून जर करिता वाचले तर हे तिघे मोठे पराक्रम करतील. मोडले राज्य हे तिघे जणे पुन्हा म्हराठे सावरतील. येणे प्रमाणे सिवाजी माहाराज छत्रपती आपले स्वमुखे बोलले तेव्हा आष्टप्रधान यास सांगितले की मी राज्य संपादन केले. परंतु आवकाश थोडका पडला. सगळा वृक्ष तुटला. परंतु येक मुळीवर उभा राहिला. दिलीपद घ्यावयाचे माझे हातून राहिले. मज सिवाजीची ईच्छा त्रुप्त

जाहाली नाही. मी देव ब्राम्हणास आग्रहहार व कोणास जाहागीरा व इनाम व जमीनी ईनाम, लोकास देणगी दिल्ही नाही. ही माझी आशा राहिली; सबब मी पुन्हा सोभाग्यवती येसुबाईचे पोटी सिवनामे जल्म घेऊन ईच्छा पूर्ण करीन. हे पूर्वी गर्भादान समई त्या येसूबाईस मी नमस्कार केला. ती बाई माझी मातोश्री ह्मणोन अशी पूर्वीची खुण, आष्ट प्रधान यास आंतकाळ समई सांगेन ह्मणोन सर्वांस सांगितले. मग वडील पुत्र संभाजी राजे हे पनाळ्या किल्यावर नदरबंद आहेत व धाकटे पुत्र राजाराम राजे जवळ आहेत त्यास राज्यआभीषेक करून तख्तारूढ करावे आणि त्याचे नावचे सिके करून राज्यभार चालवावा. त्याचे आज्ञेत सर्वांनी वागावे व त्याचे हातून उतर कार्य करावे. असे आष्टप्रधान यास सिवाजी महाराज छत्रपती याणी आज्ञा केली व संभाजी राजे याचे हतून राज्यभार व्हावयाचा नाही; मग सर्वांचे कंठ दाटून आश्रुपात होऊन उदकश्रव जाहला. त्याजवर महाराज छत्रपती बोलले की, तुह्मी सर्वांनी कष्टी न होणे. हा मृत्यु सर्व लोकास आहे. या मागील कितीयेक उत्पन जाहाले आणि कितीयेक मेले. इतके बोलोन सर्वत्रास बसा ह्मणोन सांगीतले. आणि आपण श्री भवानीचे व श्री सांभाचे स्मरण व श्रीगुरु रामदास स्वामी यांचे व मातापिता यांचे स्मरण करीते जाहाले. व भागीर्थीचे उदक आणोन स्नान केले. भस्म धारण करोन रुद्राक्षमाळा धारण केल्या आणि योगे आभ्यास करून आत्मा ब्रह्मांडास नेऊन दश इंद्रये यकाग्राई करोन शुभ्र चक्षु प्राण आक्रमण करोन प्रयाण केले. शेम मजकुर चैत्र शुद्ध १५ या रोजी सीवाजी महाराज छत्रपती कैलासवासी शांत जाहाले. ते दिवशी आकाशवाणी जाहाली. तेव्हा सिवदूत विमान घेऊन येऊन राजीयास इमानात बसऊन जड देहे हा मृत्युलोकी ठेऊन शिवाजी माहाराज छत्रपती कैलासास गेले. मग राजियाचे देह्यास बेलाची व चंदनाची व तुळसीची काष्टे व कापुर घालोन दहन केले. त्याराञी धुम्रकेतु उदये पावला व नक्षत्रेपात होऊ लागला. व जोड धनुश पडली व धर्णीकंप जाहाला व आष्टदिशा धुपू लागल्या व श्रीशंभु-महादेव येथील तळ्याचे तीर्थाचे पाणी रगतमई जाहाले व पाण्यातील मछे बाहेर पडले व दिवाभीत बोलु लागली अशी नानाप्रकारची दुचिन्हें ते समई जाहाली. आणि कारभारी व कारकून व म्हराठे सरदार व हुजेरे यास अंतकाळ समई महाराज छत्रपती यांची आज्ञा जाहाली होती त्याप्रमाणे धाकटे पुत्र राजाराम राजे याचे हातून उतरकार्य करावे; त्याजवरून वडील पुत्र संभाजी राजे हे जवळ नाहीत म्हणोन कनिष्ट पुत्र राजाराम राजे याजकडून क्रिया करवीली. आणि दानधर्म उदंड केला. नंतर सिवाजी माहाराज छत्रपती याचे चरित्र जन्मप्रवर्ती पासून आमरणापर्यंत जाहाले. राजा साक्षांत सिवाचा आवतारी पुरुष मग आष्ट प्रधान यास आंतकाळ समई माहाराज छत्रपती याणी आज्ञा केली होती त्याप्रमाणे धाकटे पुत्र राजाराम राजे यास तख्ताआभिषेक करून त्याचे नावचे सिके चालऊन राजेभार चालता केला. नंतर संभाजी राजे हे पनाळ्या किल्यावर

ठेविले होते. त्याजपासी पूर्वी महाराज छत्रपती याणी कामगार व कारकून किलेदार त्याचे बंदोबस्तास होते. त्याचे नावचे पत्र अष्ट प्रधान याणी लिहिले कीं, सीवाजी महाराज छत्रपती कैलासवासी जाहाले. व राजाराम माहाराज यास आज्ञेप्रमाणे तख्ता आभिषेक करून त्याचे नावचे सिके चालऊन राजेभार चालता केला असे पत्र लेहून जासुद याजबरोबर देऊन रवाना केले. मग जासुद याणी पन्हाळ्या किल्यावर कामगार व कारकुन व किलेदार याजपासी पत्र द्यावे ते चुंकोन संभाजी राजे याजपासी दिल्हे. ते पत्र संभाजी राजे याणी वाचून पाहून त्यास मोठा राग आला की सिवाजी महाराज छत्रपती यास देव आज्ञा जाहाली व राजाराम माहाराज यास तख्ताभिषेक करोन राजेभार चालू केला. मी वडील पुत्र असता, असे मनात आणून बहुत कोप येऊन रागास आले. मग तेथील किलेदार व कामगार व कारकून व जासूद याचे पारिपत्य करोन पनाळ्या किल्यावरोन आपण लोक समवेत घेऊन निघोन सातारियास दाखल जाहाले. नंतर बाळाजी आवजी प्रभु चिटणीस यास धरोन पागरवाडीचे रानात अंबराईत नेऊन हात्तीचे पायास बांधोन ठार मारिला व आणखी ब्राम्हण तीन कारकून जिवंत धरून चुन्याचे भटीत घालोन ठार मारिले. हे संभाजी राजे मोठे कोपीष्ट होते. मग सातारियाहून निघोन लोकसुधा रायेगडास दाखल जाहाले आणि आपली सापत्ने मात्तोश्री सोयराबाई साहेब यासी खोलीत चिनुन मारिली. मग आष्टप्रधान याल बोलाऊन आणून जरे जबरीने त्यास विचारिले कीं मी वडील पुत्र राज्याचा आधीकारी असता मजला न विचारिता धाकटे बंधू राजाराम राजे यासी तुह्मी तख्ता आभिषेक करून याचे नावचे सिके करोन राजेभार चालत केला हे तुह्मी गैर केले; म्हणोन आष्ट प्रधान याणी विनंती केली कीं सिवाजी महाराज छत्रपती याणी आंतकाळ समई आष्ट प्रधान त्यास आज्ञा केली होती कीं, धाकटे राजाराम महाराज यास तख्ताभिषेक करावा व उत्तर कार्य त्याचे हातून करावे, या प्रमाणे आज्ञा जाहाली होती म्हणोन आह्मी केले. आता पुढे आपली आज्ञा होईल त्या प्रमाणे वागू. मग शके १६०२ रौद्रनाम संवछरे फसली सन १०९० राजे शके ७ मी॥ श्रावण शु॥ ५ या रोजी संभाजी राजे हे तख्तारूढ करून त्याचे नावचे सिके चालू करून ते राजेभार करू लागले. ते मोठे क्रूर होते. ते प्रजेयावर फार आपक होते. तेव्हा संभाजी महाराज छत्रपती हे रायेगडाहून लोक समवेत निघोन सातारियास आले. नंतर परेळी सजेनगडी श्री रामदास स्वामी होते त्यास मी स्वामी दर्शनास आलो असे सांगोन पाठविले. तो स्वामीनी त्यास सांगोन पाठविले की माझी प्रकृती बिघडली आहे तरी आपणास आमचे दर्शन व्हावयाचे नाही. आणि सिवबा याणे राजे केले त्याप्रमाणे तुह्मी सावधगिरीने राज्य करावे असे त्यास सांगोन पाठविले. नंतर शके १६०३ दुर्मती नाम संवछरे फसली सन १०९१ राजे शके ८ माघ व॥ ९ या रोजी श्रीराम-

दासस्वामी याणी आपले मनात आणिले कीं सिवबा याणी व आम्ही उभयताजी दक्षण देसी मानव देह्यासी येऊन आवतार घेतला होता आणि सिवबा कैलासास गेला. आपण आता राहावयाचे कारण नाहीं. हे मना आणून श्री रामचंद्राचे स्मरण करून परळी किल्यावर समाधिस्त जाहाले. नंतर शके १६०४ दुंदमी नाम संवछरे फसली सन १०९२ राजे शके ९ वैशाख व॥ ७ रोज गुरुवार नक्षत्र शत तारका त्रीतीये चरण आवसीचे दोन घटका रात्रीस संभाजी महाराज छत्रपती याची स्त्री येसुबाईसाहेब ही पिलाजी सिर्के मलेकर याची कन्या याच्या पोटी प्रथम पुत्र जल्म नाव सिवाजी राजे याचा बहीरव गडाखाली कोटमले येथे जल्म जाहाला. पुत्र उछाहा दानधर्म वगैरे आपार केला. मग पुढे संभाजी महाराज छत्रपती हे राज्यकारभार करू लागले. नंतर पूर्वी कैलास वासी सिवाजी महाराज छत्रपती याणी श्री शंभूचे तळ्याची ताल बांधावयाकरिता द्रव्याच्या पाच घागरी संकल्प करोन त्याणी भंडार घरी ठेविल्या होत्या. तेच द्रव्य संभाजी महाराज छत्रपती याणी उत्तरेचे बाजुची तळ्याची ताल चिरेबंदी बांधली, त्याजकडे सर्व द्रव्य खर्च केले. व या खेरीज आणखीही आपण केले आणि सिवाजी महाराज छत्रपती याचे पुण्य सामर्थे करोन संभाजी महाराज छत्रपती हे राज्यभार करित असता क्रूर कर्मे व काही ब्राम्हहात्या व सापत्न मातोश्रीची हात्या व शुद्रादिकाच्या हात्या व परस्त्रीयासी गमन घडल्या. त्यातच एक ब्राह्मण सोवळ्याने जात असता राजा सिकारीस सिध होऊन बाहेर निघाला. तो आकस्मात ब्राम्हण बोडका आला तो आपशकुन जाहाला म्हणोन हाती तिरकमान सिध होती त्यावेळेस तात्काल त्या ब्राम्हणास तीर मारोन तो ब्राम्हण मृत्यू पावला आणि राजे माघारे फिरोन आपले वाडयांत गेले. मग राज्यास पछाताप जाहाला कीं, मी निरआपराधी ब्राम्हण माझे हातून मेला हे वाईट जाहाले. असे मनात आणिले व संभाजी महाराज छत्रपती याजपासी हिंदुस्थानी कनोज्या ब्राम्हण कबजी बाबा म्हणोन होता. तो माहाराजाचे फार कृपेत वागत होता. त्याजवर मोठा विश्वास होता. त्याचे समताने राजेही वागू लागले व बाबा याकुब याजवर आती प्रीति होती. या उभये-ताच्या नादाने वागू लागले. नंतर संभाजी माहाराज छत्रपती हे सातारियाहून निघोन रायेगडास गेले. तेथे रघुनाथ नारायण हाणमंते हे चंदीचंदावराकडे होते, तो काही द्रव्य घेऊन राजे दर्शनास रायेगडी आले. मग द्रव्य राजियास देऊन अर्ज केला की मी वडलोपार्जीत शेवा करीत आलो, तरी आपण माझी प्रार्थना ऐकावी. की वडीलाचे वेळची जुनी मनुष्ये याचा प्रतिपाळ करण्याचा आधीकार आपल्याकडे आहे. असा मोठा धीर धरोन हाणमंते याणी विनंती केली कीं, आपण जुनी मनुष्ये मारली याणे तुमचे कल्याण होणार नाही. असे हाणमंते याणी विनंती केल्यावरून त्याजवर कोपायमान होऊन त्याची मोठी अप्रतिष्ठा करून त्यास रायेगडाहून लोटून दिले; तो ब्राम्हण ठार मरण पावला नंतर लोक समवेत निघोन समागमे येसुबाईसाहेब व चिरंजीवसुधा संगमेश्वर किल्यावर जाऊन राहिले. मग कबजीबाबा हा आघोर अनुष्टान करोन राजे यास

आभये देऊन सांगो लागला की, जोपर्यंत शत्रु येईल त्यास मी पाणी सिंपून भस्म करीन असे माझे मंत्राचे सामर्थ्य आहे. त्याजवरुन संभाजी महाराज छत्रपती यास मोठा विश्वास वाटला. नंतर शके १६०८ क्षयेनाम संवछरे फसली सन १०९६ राजे शके १३ या साली दिलीहून आवरंगजेब पादशा फौजसुधा निघोन मजल दर मजल करीत, दक्षण देसी तुळापुर मुकामी येऊन फौजसुधा मुकाम करून राहिले. मग तेथे पादशाहानी हातीची तुळा केली ह्मणोन त्या गावचे नाव तुळापुर असे ठेविले. त्या गावाचे पूर्वी नाव खडकी असे होते. नंतर त्याणी फौज संभाजी महाराज याजवर रवाना करून दिल्ही. तेव्हां छत्रपती महाराज हे संगमेश्वराच्या किल्यावर होते. तेथे कबजी बावा ब्राम्हण हिंदुस्थानी दरवाज्याचे खोलीत आघोर आनुष्टान रेडे मारून त्याचे रक्तात धोत्रे भिजऊन पाणी सिंपून बसले होते; तो तेथे पादशाहाचे लोक किला चढावयास लागले हि खबर संभाजी महाराज छत्रपती यास सांगितली, तो त्याणी सांगितले की कबजी बावा दरवाज्यात आहेत ते निवारण करतील. त्याचे भरंवशावर स्वस्त आहो. तो किल्याचे दरवाजा चढोन आले आणि पाहातात तो दरवाज्याच्या खोलीत कबजी बावा आनुष्ठाणास बसून पाणी सिंपीत होते. त्यात येक लोकातील पठाण सरदार होता, त्याणे हे पाहोन कबजी बावा याचे डोचकीत लोखंडाचा सोटा घालून त्यास ठार मारिले. नंतर राजियाचे वाड्यात सिरोन संभाजी राजे यास व त्याचे स्त्रीस व त्याचे चिरंजीव सिवाजी राजे व आष्ट प्रधान या समवेत घेऊन तुळापुर मुकामी पादशाहापासी नेले. तेव्हा सिवाजी राजे यास संभाळावयाकरिता जोत्याजी केसरकर समागमे होते. नंतर आवरंगजेब पादशाहा याणी संभाजी महाराज यास बोलाऊन नेले. तेव्हां राजे याणी पादशाहास खुर्नुसान न करिता तसेच धटाईने कचेरीत उजवे बाजूस जाऊन बसले. नंतर दुसरे दिवसी पुन्हा मागती पादशाहाने राजे यास बोलाऊन नेले. तेथे मुळीच डेऱ्याचे दार लहान केले होते कीं राजे वाकून येतील ह्मणजे खुर्नुसा केल्या दाखल होईल. परंतु राजे याणी डेरियाचे दारात पाय आधी घालावे आणि तसेच खुर्नुसा न करता उजवे बाजूस जाऊन बसावे असा राबता चालविला. तेव्हां आवरंगजेब बादशाहा यास मोठा घुसा येऊन संभाजी महाराज यास विचारीले कीं, आमचे तगारीत जेवावे. असे पादशाहाने बोलल्या नंतर संभाजी महाराज याणी उत्तर दिघले कीं तुमची झुलपुकार बेगम आम्हास यावी ह्मणजे तुमजे फुडयात जेवितो. त्याजवरून आवरंगजेब पादशहास मोठा घुसा येऊन संभाजी महाराज याचे डोळ्यात सळ्या फिरऊन डोळे तबीबकडून काडविले. नंतर संभाजी महाराज छत्रपती हे कैलासवासी तुळापुर मुकामी शके १६१० विभव नाम संवछरे फसली सन १०९८ राजे शक १५ फालगुन व॥ ३० या रोजीं जाहाले. नंतर आष्टप्रधान याणी सिवाजी राजे हे लहान होते त्याचे हातुन उतर कार्य कराविले. आण दान धर्म केला. नंतर

पादशहा याणी आपले कुललष्करात हुकूम दिला जे सर्वांनी कचे आन, भटारी याजकडून करउन विकावयास बाजारात हुकूम दिल्हा कीं, हिंदु व मुसलमान याणी कचे आन खावे असा हुकूम दिल्हा. नंतर पादशहाकडील जितके हिंदु मराठे उमराव सरदार मोठे होते त्यांचा व मुसलमान लोकाचा बिगडाबिगड होऊन जितके हिंदु लोक त्या लष्करातून प्रथक डेरे देऊन उतरले. नंतर पादशहा याजकडील मुसलमान लोकानी व वजीर व उभराव व सरदार याणी आवरंगजेब पादशहास आर्जे केला कीं, तुह्मी दक्षणचे राज्य घ्यावयास आला तेव्हा तुह्मी असा बिघड केला, तर तुमचे हातास राजे येऊन फत्ते कसे होईल. मग पादशहा याणी सर्वांचा आर्जे मान्य करून तो हुकूम माघारा फिरऊन ज्याचे त्याणी आपआपले धर्मानी वागावे, असे हिंदु लोकाचे समाधान करून सर्व हिंदु लोक लष्करांत घेऊन आले. मग हिंदु लोक पादशाहास आर्जे केला कीं, आमचा हिंदुचा राजा छत्रपती यास ठार मारिले व आह्मासही बाटवयाचा हुकूम दिल्हा होता असे बोलले. मग पादशहा याणी सर्व हिंदु लोक अमीर उमराव व सरदार याचे बहुत प्रकारे समाधान करऊन समजूत केली. नंतर कैलासवासी संभाजी माहाराज छत्रपती याणी पूर्वी वडिलाचे वेलचा पद्मनाभा प्रतिनीधी होता त्याचे प्रतिनीधी पद दूर करोन नवीन गदाधरपंत वाराणासीकर हे पूर्वी आमचे दिल्लीहून येतेसमई वाराणासीस फार उपयोगी पडले. स॥ त्याजला प्रतिनीधी पद देऊन वस्त्रे आळंकार दिधले आणि त्याचे नावचे सिक्के करून त्यास दिल्हे. त्याणी काही दिवस आपले नाव प्रतिनीधी पद चालऊन त्याणी प्रतापगडचे श्री देवीस गाव नेमून दिल्हे, ते गाव चालत आहे. त्या पत्रावर सिक्के आपले नावचे करून दिल्हे. पुढे काही दिवसानी गदाधरपंत प्रतिनीधी हे देवआध्यान जाहाले. नंतर संभाजी महाराज छत्रपती कैलासवासी जाहाल्यानंतर शके १६११ शुक्लनाम संवछरे फसली सन १०९९ राजेशक १६ या साली राजाराम माहाराज याणी परशराम त्रिंबक यास प्रतिनीधी पदाची वस्त्रे दिल्ही. मग राजाराम महाराज याणी आपली स्त्री ताराउ साहेब व वडिल पुत्र सिवाजी राजे व परशराम त्रिंबक प्रतिनीधी व आनाजी दत्तो सचीव असे त्रिवर्गास सांगितले कीं वडिल पुत्र सिवाजी राजे हे तुह्मापासी ठेविले आहेत तरी तुह्मी सर्वांनी राज्याचा बंदोबस्त चांगला ठेवावा. आणि आह्मी धाकटे पुत्र संभाजी राजे यास बरोबर घेऊन करविरास जातो. असे सर्वांस सांगोन मग आपण सातारियाहून चिरंजीवसुधा व काही लोक घेऊन करविरास दाखल जाहाले. नंतर तेथील राज्याचा बंदोबस्त करून त्या संस्थानावर धाकटे पुत्र संभाजी महाराज याजला तेथे ठेऊन त्यास सांगितले की आपण राज्य कारभार करून राज्य चालवावे. मग आपण तेथून निघोन लोकसुधा चंदिचंदावरास गेले. तेथे जाऊन च्यार वर्षे चंदिचंदावरचे मुकामी राहीले तेथून सातार संस्थान व करवीर संस्थानाचा बंदोबस्त ठेऊन तेथे काही लोकास सनदा पत्रे करून दिल्ही. नंतर इकडे ताराउ आईसाहेब व वेडे सिवाजी राजे यांचे लोभात परशराम

त्रिंबक प्रतिनीधी व आनाजी दत्तो सचिव हे उभयता फार लोभात वागू लागले व त्याच्या व याच्या दुधाभाताच्या क्रिया जाहाल्या की आह्मी आपला पक्षपात सोडणार नाही. व थोरले संभाजी माहाराज याचे पुत्र सिवाजी महाराज हे दिलीकडे गेले आहेत, त्याजकडे फितव्यात मिळणार नाही, असे उभयतानी नेम ठरविला. नंतर राजाराम महाराज परत चंदिचंदावराहून काही लोक समागमे घेऊन करवीरास आले. तेथे कनिष्ट पुत्र संभाजी महाराज यास भेटून तेथील राज्याचा बंदोबस्त पाहोन तेथे काही दिवस राहून मग तेथून कुच करोन लोक सुधा सातारियास दाखल जाहाले. तो वडील पुत्र सिवाजी राजे व आपली स्त्री ताराउ साहेब व प्रतिनीधी व सचिव यांचा भेटी जाहाल्या. नंतर सातार मुक्कामाहून निघोन सिंव्हगडास गेले. मग शके १६१७ युवा नाम संवछेरे फसली सन ११०५ राजे शक २२ यासाली राजाराम माहाराज सिंव्हगडी फालगुन वद्य ९ रोजीं कैलावासी शांत जाहाले. हे वर्तमान सातार मुक्कामी नाराउ आईसाहेब व त्याचे पुत्र सिवाजी राजे यास ही खबर कळोन त्याणे फार खद केला. नंतर ताराऊ आईसाहेब व चिरंजीवसुधा सातारियाहून निघोन सिंव्हगडास गेले. त्याचे हातून उतर कार्य क्रिया कराविली आणि दानधर्म केला. मग त्याचे नावचे लिंग प्रतिमा एक साळोख करून बसविली. त्याचे खर्चास एक गाव नेमून दिल्हा. मग ताराऊ आईसाहेब व सिवाजी राजे व प्रतिनीधी व सचीव याणी तेथील संस्थानाचा बंदोबस्त करून दिल्हा नंतर ताराऊ आईसाहेब याची स्वारी परत सातारियास आली. मग सिवाजी महाराज दिलीस औरंगजेब बादशाहानी नेल्यावर पाठीमागे राजाराम महाराज याची स्त्री ताराऊ आईसाहेब ही सोनोजी मोहिते हंबीरराव याची बहीण याचेजवळ धाकटे सिवाजीराजे होते. त्यास वेडे सिवाजी राजे असे लोक ह्मणत होते. त्यास ताराऊ आईसाहेब याणी आपला पुत्र म्हणोन सिवाजी राजे यास मंचेकारुढ करून त्याचे नावचे सिके करून ताराऊ आईसाहेब राजभार चालवीत होती. तेव्हां आलमगीर गाजी पादशाहा हे तुळापुर मुकामाहून दौलताबादेस लष्कर सुधा पादशाहा चालून गेले आणि तेथील पादशाहाजादी व तीचा मुलगा यास कैद करोन दौलताबादचे किल्यासुधा राजे काबीज करोन घेतले. आणि फराकाबाद म्हणोन गाव होता त्या गावचे नाव मोडून औरंगाबाद असे नाव ठेऊन तेथे किला बांधून बावन पुरे वसविले आणि आलमगीरी पैशाची टकसाळ घालून पैसे पाडिले व औरंगजेब व आलमगीर पादशाई नांवे दोन परंतु एकच पुरुष म्हणोन आपले नावचे पैसे पाडिले व हैदराबादेस फौजसुधा जाऊन तेथील राज्य काबीज करोन पादशाई घेतली. त्यागावचे पूर्वीचे नाव भागानगर असे म्हणत होते. मग तेथून फौजसुधा कूच करोन, विजापुरास चालोन जाऊन, सुलतान सिकंदर पादशाहा यास लढाई करोन कैद केले आणि विजापुरची पादशाई घेतली. अशा तीन पादशाई राजे काबीज करोन मग सिवाजी महाराज व त्याची मातोश्री

येसुसाहेब व ज्योत्याजी केसरकर असे पादशाहानी समागमे घेऊन दिल्लीस माघारे कूच करोन मजल दर मजल अवरंगजेब पादशाहा दिलीस दाखल जाहल्यावर पादशाहा याचे मातोश्रीने पादशाहास वोवाळावयास आली परंतु पादशाहास वोवाळले नाही. याचे कारण तुह्मी सदरहु तीन राजे आपले बरोबरीची बुडविली व बहुतांची रोटी गमाविली. पादशाहा याणे तीन राजे कायम ठेविली असती तर तुम्हास वोवाळले असते. व तुम्हास किताब मोठा शहान शहा पादशाहा जाहाला असतास. आता तुम्हास एकेरी नाव पादशाहा म्हणतील व जेन लोकही निंदा करतील व तुजला शहानशहा पादशाहा कोणी म्हणणार नाहींत. तेव्हा आवरंगजेब पादशाहास मोठा पछाताप जाहाला की, मी हे फार वाईट केले. मग आपले मनांत उगाच राहिला. नंतर औरंगजेब पादशाहाची लेक झुलपुकार बेगमसाहेब याचे लग्न करावयास लागले. तो झुलपुकार बेगम साहेब इणे औरंगजेब पादशाहास अर्ज केला की संभाजी महाराज याणी मजवर निगा ठेवली. तोच माझा खावद. इतर पुरुष जितके पृथवीत आहेत तितके मजला औरंगजेब पादशाहा समान. माझे लग्न तुह्मी करू नये. इतकियावर तुह्मी जबरी केल्यावर मी प्राणत्याग करीन असे पादशाहास अर्ज केला. मग पादशाहायाणी तिचे लग्न केले नाही. आणि पादशाहास तिणे आणखी अर्ज केला की संभाजी माहाराज याचा पुत्र सिवाजी महाराज हाच माझा पुत्र. मी याची मातोश्री. असा अर्ज केल्यावर औरंगजेब पादशाहा याणी बेगम साहेब याचा अर्ज मनास आणून सिवाजी माहाराज याजवर मोठी कमाल मेहेरबानी करू लागले. नंतर पादशाहा याचे मनांत आले की बेगम साहेब याचा पुत्र आमचा नातु पोतरा. मग पादशाहा याचे मनांत आले शिवाजी महाराज याचे लग्न करावे ह्मणोन एक मोठा येवन पठाण सरदार होता त्याची कन्या नेमस्त केली. ते समई झुलपुकार बेगम साहेब व जोत्याजी केसरकर वकील या उभयताने पादशाहास अर्ज केला की हा क्षत्रीय राजा आहे यांस मुसलमान करू नये. असा पादशाहास आर्ज केल्यावरून पादशाहा याणी बेगमसाहेब व जोत्याजी केसरकर वकील यास सांगितले की याचे कोणी जातभाई शरीरसंबधी येथे हिंदु कोणी असतील त्याचा शोध करून मुलगी चांगली पाहून नेमस्त करावी. मग त्याणी रुस्तुमराव जाधवराव सिंदखेडकर हे पादशाहाचे पदरी दिलीस होते. त्याची कन्या वधु तिचे नाव आंबीकाबाई ही पाहून नेमस्त केली. नंतर पादशाहा यास बेगमसाहेब व केसरकर वकील याणी औरंगजेब पादशाहास खबर दिल्ही. मग पादशाहा याणी सिवाजी महाराज याजवर दिवसादिवस मोठी कमाल मेहेरबानी करून हा आपले लेकीचा लेक ह्मणोन त्याचे लग्न पादशाहा याणी आपण जातीने उभे राहून बहुत द्रव्य खर्च करून सात बिघ्याचा मांडव घालोन लग्न उछाह दिलीस मोठा सिवाजी महाराज याचा केला. आणि जाधवराव याणी आपले दासीची मुलगी हिरुबाई आंदण दिल्ही. पुढे लग्न समारंभ जाहाल्यानंतर

पादशाहाचे भेटीस नवरानवरी न्यावयाची ती झुलपुकार बेगमसाहेब व जोत्याजी केसरकर वकील याणी मसलत करून खासी नवरी होती तीस महालांत ठेवली आणि त्याचे आंळकार वस्त्रेभूषणे ईरुबाईचे आंगावर आढून पदरास गाठी देऊन हीच नवरी ह्मणोन कचेरीस नेली. असा सिधात केला जर करितां आह्मी खासी नवरीस कचेरीस नेली तर पादशाहा याणी आपले तोंडातील ताबूळ खातल्यास नवरी बाटेल असे मनांत आणून मग सिवाजी माहाराज व विरुबाई या उभयतास तळातुळण पादशाहाचे भेटीस नेली. समागमे बेगम साहेब जोत्याजीराव केसरकर वकील हे घेऊन गेले. नंतर पादशाहा याणी दुरून पाहताच पादशाहा हा खादाचा आवतार ह्मणोन उभयताकडे पाहाताच सांगितले की सिवाजी महाराज ही तुमची दुलण नव्हे. हे तुह्मी कृत्रीम केले. बेरे असो. ह्मणोन जवळ बोलाऊन उजवे माडीवर सिवाजी महाराज यास बसविले व डावे मांडीवर विरुबाईस बसविली. आणी उभयतास दुवा-दिवा दिल्हा की हीच तुमची राणी तुह्मी उभयतानी राज्य करावे. असा आंतःकरणापासून दुवा देऊन वस्त्रे भूषणे आळंकार देऊन उभयतास आपले मकानास रवानगी करून दिल्ही. मग आवरंगजेब पादशाहा याचे वरप्रदाने करोन त्या विरुबाईनी राज्य कारभार तेहेतीस वर्षे केला. मग एके दिवसी सिवाजी माहाराज हे आवरंगजेब पादशाहाचे भेटीस व झुलपुकार बेगमसाहेब व जोत्याजीराव केसरकर वकील असे ती त्रीवर्ग गेले. तो पादशाहा याणी तिघाजणास पाहाताच त्यात सिवाजी महाराज याचे स्वरूप मोठे सोम्य पाहिले आणि पादशाहा बोलिले कीं सिवाजी महाराज याचे बाप संभाजी महाराज हे मोठे बाड होते. हे सिवाजी महाराज मोठे साव मनुष्य आहेत. हे खेरे सांव आहेत असे पादशाहा स्वमुखे ह्मणो लागले. तेच नाव जगविख्यात सिवाजी नांव होते ते आवरंगजेब पादशाहा याणी दूर करून शाहु महाराज असे नाव ठेविले. तेच नाव चालू लागले. नंतर झुलपुकार बेगमसाहेब इणे आपले बाप आवरंगजेब पादशाहास अर्ज केला की, मी आपली लेक व हा माझा लेक ह्मणवितो. शाहु महाराज हा आपला नातु म्हकवितो. त्यास त्याणे कोठे राहावे त्यास पादशाहामी काही त्या संस्ता करून द्याव्या. असा अर्ज केल्यावरून पादशाहाची कमाल मेहेरवानगी शाहु महाराज याजवर होऊन दक्षणदेसीचे साहासुभे राज्य इनायेत व सरदेशमुखी दाहा रुपये शेकड्याची बाब याजला दिल्ही. येणेप्रमाणे शाहु महाराज याचे नावे सनदा आवरंगजेब पादशाहाचे स्वहस्ते गंधाचे पज्य उठवोन दिल्हे. त्या सनदेवर सिका नाही. गंधाचे पज्य हेच सिके. त्या सनदा कायेम आहेत व ते वेळेस शाहु महाराज यास वस्त्रे भुषणे व जड जवाहीराचे आळंकार व मोर्चेलाची जोडी व हिंदु पद पादशाईचे पद दिल्हे व बरोबर तैनातीस मोठे मोठे उमराव त्यास येक येक मार्च कचे आधीकारी त्याचे समागमे देऊन ते उमराव बी तपसीलवार :—

१ निंबालकर फलटणकर	१ निंबालकर दहिगावकर
१ घोरपडे मुधळकर	१ घोरपडे बहादुर वडीकर

१ घाटगे जुंझारराव मलवडीकर

१ माने झसवडकर

१ डफळे हुलजतकर

असे उमराव व फौज औरंगजेब पादशाहा याणी समागमे देऊन दक्षण देशी जाण्यास हुकूम दिल्हा. नंतर मातोश्री येसुबाई साहेब व चिरंजीव सिवाजी ऊर्फ शाहु महाराज व जोत्याजीराव केसरकर वकिल व महाराज यांचा स्वार व उमराव फौज सुधा झुलपुकार बेगम साहेब याचा निरोप घ्यावयास त्याचे हवेलीस गेले. त्यावेळेस झुलपुकार बेगम साहेब बोलली कीं तुह्मी माझे लेक मी तुमची मातोश्री ह्मणवीती. त्याणे परस्थान मोहेर्तीने पिराचे पंज दिल्हे. त्यास तुह्मी दर गुरुवारी ऊद जाळून त्या पंज्याची प्रार्थना करीत जावी आणि त्या पंजापासी तुमचा इमान असावा. ह्मणजे तुह्मास येश येईल व तुमचे राज्य कायम राहील व तुमची वौश विर्धी वाढेल. असा झुलपुकार बेगमसाहेब याणी आपले दिलापासून दुवा देऊन नंतर जोत्याजीराव केसरकर वकील यास ही त्या प्रमाणे सांगितले आणि तुह्मी दक्षण देशी जाऊन साहा सुभ्यावर आपला आमल बसऊन व सरदेशमुखीचा आमल चालता करोन नंतर फौज इकडे रवाना करून देणे. मग मजला तिकडे दक्षण देशी घेऊन जावे. याप्रमाणे सांगोन शाहु महाराज व त्याची मातोश्री येसुबाईसाहेब यांची रवानगी करून दिल्ही. मग इकडे दक्षण देशी फौज सुधा कूच करोन मजल दर मजल निघोन आले तो वाटेने येते वेळेस पारध ह्मणोन गाव सातपुड्याचे बारीचे तोंडी आहे. तेथे शाहुमहाराज फौज सुधा मुकाम करून डेरे देऊन राहिले आणि त्या गावात लष्करची कईभ राहावयास गेली तेथे लोखंडे याणी गडीतून गोळी वाजविली आणि लढू लागले. नंतर महाराज याची फौज तयार होऊन गडीस मोर्चे बसविले. लोखंडे याचे गडीस तोफा लावल्या आणि महाराज याची स्वारी पालखीत बसोन दाखल जाहाली. नंतर गडीची भिंत येक बाजूची पाडली. त्या वाटेने त्या गर्दीतून येक बाई लोखंड्याची सून येक मुलगा कडेस घेऊन महाराजापासी आली. महाराजास विनंती केली की मी लोखंड्याची सून आहे. लोखंड्यावर गर्दी जाहली. अशी विनंती करोन तो मुलगा कडेस होता तो शाहु महाराज याचे पालखीत टाकिला आणि विनंती केली की या मुलाचे पालग्रहण करणार व माझेही संरक्षण करणार स्वामी समर्थ आहेत. तो इतकियात जासूद याणी खबर दिली की महाराज लोखंड्याची गडी घेतली सरकारची फते जहाली. मग महाराज याणी त्या मुलाचे नाव स्वमुखे फतेसिंग असे ठेविले आणि त्या मुलाचे आईस समागमे घेऊन लष्करात आले. त्या मुलाचे मातोश्रीस वस्त्रे भूषणे देऊन तीची मोहराने वोटी भरून त्यातून लोखंडे जे राहिले होते त्यास बोलाऊन आणून आभये देऊन त्याजला पाच गाव पारध सुधा मोकासे इनाम करून दिल्हे. मग त्या मुलास स्वारी बरोबर घेऊन तेथून कूच करोन मजल दरमजल चालोन चंदन वंदन किल्याखाली लष्कर सुधा मुकाम करोन डेरे देऊन उतरले.

शके १६२८ वयेनाम संवछरे फसली सन १११६ राजे शक ३३ या साली शाहु महाराज दिलीहून निघोन परत दक्षण देशी आले. तो राजाराम महाराज याची स्त्री मातोश्री ताराउ आईसाहेब याणी शाहु महाराज दिलीस गेल्यावर पाठी मागे ताराउ आईसाहेब याणी आपला पुत्र ह्मणोन धाकटे वेडे सिवाजी राजे यास मचकारूढ करोन त्याचे नावचे सिके करून आपण राज्यभार चालवित होती. त्याजकडे परशराम त्रिंबक प्रतिनीधी व आनाजी दत्तो सचिव व काही लोक मातोश्री ताराउ आईसाहेब यास मिळोन शिवाजी ऊर्फ शाहु महाराज हा तोतीया बड ह्मणोन सर्वांनी ठराऊन ते राज्याचे अधिकारी असता त्यास बड तोतीया असे ह्मणोन सिवाजी ऊर्फ शाहु महाराज याजबरोबर मातोश्री ताराऊ आईसाहेब व धाकटे वेडे सिवाजी राजे हेच सिवाजी राजे ह्मणोन कायेम करोन व परशराम त्रिंबक प्रतिनिधी व आनाजी दत्तो सचीव व काही मातबर लोक ताराऊ आईसाहेबाकडे मिलाफी होऊन चंदनवंदन दोनी किले बलकाऊन खंदक भवते खाणून मोर्चे बसऊन ताराऊ आईसाहेब सिवाजी ऊर्फ शाहु महाराज याज बरोबर दोन वर्षे लढाई करीत होती. नंतर शके १६२९ सर्वजीत नाम संवछरे फसली सन १११७ राजे शके ३४ यासाली शिवाजी ऊर्फ शाहु महाराज याजकडिल सर्व लोक किल्यासी लढत होते. तेव्हा शाहु महाराज आपण येकटेच तेथून निघोन किल्यानजीक एक गाव बनवडी ह्मणोन आहे तेथे जाऊन एक बाई ह्मातारी तिचे घरी गेले आणि त्या बाईस बोलले की, मजला भूक लागली आहे. मजला जेवावयास घाल. मग त्या बाईने हे शाहु महाराज वोलखले नाही. कोणीतरी महाराजाचे लष्कराचा लोक आहे, तेव्हां त्या बाईने पितळीत भाड्यातील उन उन कण्या घालोन वर दूध वोतीले. तेव्हां शाहुमहाराज याणी गडबडीने जलदीने उन उन कण्याचा एक घास घेतला. त्याने तोंड भाजले. तेव्हां बाई बोलली की, अरे बाबा असा का शाहु महाराजासारखा वेडा का जाहालास ? मग महाराज बोलले की, मी कसा वेडा जाहालो हे सांगावे. तेव्हां बाई बोलो लागली की, भवताल्या आदी कण्या खाव्या, मग मधल्या खाव्या. असे शाहु महाराज करीत नाहीत. आधी किले घेतात त्याणे मुलुख हातास येत नाही. तर आधी मुलुख काबीज करावा, मग किले घ्यावे, असे महाराज करीत नाहीत. जसा सेतास माळा तसे किले मुलखास माळा, असे ह्मातारीबाईने शाहुमहाराज यास सांगितले. त्याप्रमाणे त्याणी आधी किल्याभवते गाव घेऊन आपला अमल बसऊन आणखी म्हातारीबाईने सांगितले की, आधी घ्यावा आलख, मग घ्यावा पालख, मग घ्यावा चंदन, मग घ्यावा वंदन. असे ओळीने एकाखाली येक किले जेर आहेत; तेव्हा शाहु महाराज याचे मनांत विच्यार येऊन त्यास बोध होऊन त्या प्रमाणे किले सर करीत चालिले. नंतर ताराऊ आईसाहेब व चिरंजीव सिवाजी राजे व परशराम त्रिंबक प्रतिनिधी व अनाजी दत्तो सचीव व या सुधा व लोक घेऊन तेथून निघोन शहर सातारा येथे दाखल जाहाले. नंतर शाहु महाराज याची स्वारी मागाहून सातारियास दाखल जाहाली. मग त्याणी भेद करून सातारिया

किल्यावर पादशाई चाकर शेखामिरा ह्मणोन मुत्यार किलेदार त्याचे स्वाधीन किला होता, त्यास आपलासा करून सख्य करून घेतला. नंतर किला स्वाधीन जाहाला. मग शाहु महाराज याणी ताराऊ आईसाहेब त्याचें पुत्र ह्मणविले ते सिवाजी राजे असे दोघास नजरबंद सातारे किल्यावर ठेवले. नतर परशराम त्रिंबक प्रतीनिधी व आनाजी दत्तोपंत सचीव हे दोघाजणास शिक्षा केली. आणि हे दोघेजणे शाहु महाराज यास बेबदल बैमान होऊन ताराऊ आईसाहेबाकडे मिलाफी जाहाले सबब परशराम त्रिंबक प्रतिनिधी यास शाहु महाराज याणी कैद करून बेडी घाळून सातारे किल्यावर ठेविले. मग शाहु महाराज याणी त्याचे प्रतिनिधी पद दूर करोन नारो शंकर राजे बहादर मालेगावकर याजकडे पद सांगितले. ते महाराजाचे हुकमाप्रमाणे प्रतिनिधी पद चालऊ लागले. नंतर ही खबर आनाजी दतो सचीव याणी ऐकोन त्याणी धास्त घेऊन आपले वाड्यातून रात्रीस पळोन भोहारास गेले. तेथे जाऊन या जरबेमुळे त्याणी संन्यास ग्रहण घेतले. तो मागाहून शाहु महाराज याणी जासुदा हाती अनाजी दतो सचीव यास आज्ञापत्र पाठविले कीं तुमचे भेटीचे प्रयोजन आहे. तर पत्र दाखल होताच निघोन सातारियास यावे. तेव्हा अनाजी दतो सचीव याणी मनात दहशेत आणून या जरबेमुळे निरानदीचे डोहांत जळसमाध घेऊन या भयाने मृत्य पावले. ज्याची करणी त्यास कामास आली व आणखी काहीं मोठे मोठे सरदार लोक फितव्यांत मिळोन त्याणी ही जरब घेऊन चौकडे च्यार वाटेने गेले. जसे मुंग्यास पर फोटोन त्याची आवस्था जाहाली त्या प्रमाणे सर्वाची गत जाहाली. आणि ताराऊ आईसाहेब सिवाजी राजे याचे शाहु महाराज याणी बंड मोडिले. मग तिकडे दिलीस शके १६२८ वय नाम संवछरे फसली सन १११६ राजे शक ३३ या साली आवरंगजेब पादशाहा याची स्त्री तिचे नांव आजमत पादशाहाज्यादी याचे पोटी वडील पुत्र बहादुरशाहा व धाकटे पुत्र अजमशाहा व कन्या एक तिचे नाव झुलपुकार बेगम साहेब व औरंगजेब पादशाहा हे दिलीत पादशाई करीत होते. तेव्हां दिली शहर व जन लोक दरोबस्त त्याची निंदा करू लागले की, दक्षण देशी स्वारी करोन जाऊन तिन राज्य आपले बराबरीची बुडविली. बहुताची रोटी गमाविली व त्याचे मातोश्रीने त्यास वोवाळले नाही. कारण की तीन राज्य कायम ठेविली असती तर तुजला शाहानशाहा पादशाहा किताब मिळाला असता व जन लोकही तुजला शाहानशाहा पादशाहा ह्मणते. आतां तुजला येकेरी नाव औरंजेब पादशाहा म्हणतील या मुळे तुजला वोवाळण्याचे कारण नाही. म्हणोन असा पादशाहाचे मनांत पछाताप होऊन हे म्या मोठे फार वाईट केले असे आपले मनांत आणून मग औरंगजेब पादशाहा दिलीहून फौजसुधा निघोन दक्षण देसी आले आणि शाहु महाराज यास दक्षणचे साहा सुभे वगैरे राज्य दिले आहे ते कसे वहिवाट करीतात ते पाहून शाहु महाराज याची भेट घेऊन मग मकेस निघोन जावे असा मनात पक्का विच्यार करून समागमे पुत्र आजमशाहा व झुलपुकार बेगम साहेब यासुधा मजल दरमजल फौजसुधा दक्षण देशी मौजे मानपूर

प्रगणे ब्रम्हपुरो नजीक पंढरपूर येथे आवरंगजेब पादशाहा याणी पूर्वी विजापुरची पादशाही घेतली त्या वेळची छावणी होती तेथे लष्करसुधा उतरले व बेगमसाहेब आपले लष्कर घेऊन भीमा नदीचे पलीकडे बेगमपूर तेथे वसविले आणि तेथे राहिले. व आवरंगजेब पादशाहा भीमा नदीचे आलीकडे लष्कर सुधा उतरले. तेथे तख्ताची जागा आहे. मग पादशाहा याचे काही शरीरास आजार होऊन शके मजकुरी मि॥ पौष व॥ ३० रोज शुक्रवार या रोजी मौजे माजनूर परगणे ब्रम्हपुरी नजीक पंढरपुर येथे आवरंगजेब पादशाहा हे हाक जाहाले. त्याचा धाकटा पुत्र आजमशाहा बरोबर होता. त्याणे पादशाहा याची ताबूत आवरंगाबादे नजीक रोजे येथे नेऊन कबर बांधली. तेव्हा शके १६२८ व्ययनाम संवछरे फसली सन १११६ राज शक ३३ या साली दिलीस वडील पुत्र बहादुरशाहा यास राज्य अधीकार जाहाला. मि॥ फालगुण श्रु॥ १ रोजी जाहाला. मग शके १६२९ सर्वजीत नाम संवछरे फसली सन १११७ राज शक ३४ या साली आवरंगजेब पादशहा यासच आलमगीर गाजी असे ह्मणत होते. त्याचे पाठी मागे बहादुरशाहा पादशाई करू लागले. पुढे आजमशाहा दिलीस जाऊन राजा साठी उभयता बंधु भांडू लागले. मग उभयतांची लढाई होऊन आजमशाहा त्या लढाईत कतल ठार जाहाले. नंतर बहादुरशाहा पादशाहा हे दिलीस पादशाई करू लागले. नंतर ईकडे शके १६२९ सर्वजीत नाम संवछरे फसली सन १११७ राज शक ३४ या साली धनाजी जाधवराव सेनापती हे पूर्वी शिवाजी महाराज छत्रपती याजकडून करवीर प्रांती पन्हाळ्या पलीकडे फौज घेऊन विजापुरचे पादशाहा याचे फौजेशी व दिलीवाले मोगलाचे फौजेबरोबर लढाई करीत होते. ते मोठे पराक्रमी शूर होते. ते यवन लोकास फार लढाई करीत तेव्हां ते यवन लोकास मोठे वरीष्ठ होते. ते यवन लोक घोडा पाणी पाजावयास गेले ह्मणजे घोड्याने टाप आगोदर वाजवीत होते. ते यवण लोक घोड्यास ह्मणत कीं तुला धनाजीराव सेनापती पाण्यात दिसतो की काय असे यवन लोक बोलत. ते पनाळ्या किल्याकडून परत सातारियाकडे शाहु महाराज याचे दर्शनास येत होते. तो वाटेने कसबे उमरजेवर लष्कर सुधा उतरले होते. त्याचे काही शरीरास आजार होऊन मृत्य पावले. नंतर त्याचे चरंजीव चंद्रसेन जाधवराव ते सेनापतीचे काम चालवित होते व बाळाजी विश्वनाथ भट श्रीवर्धनकर त्याचे पदरी पूर्वी कारकून होता हे उभयता मिळोन फौज घेऊन यवन लोकांसी लढाया करित होते. या उभयताचे वाकडे येऊन बनेनासे जाहाले. मग बाळाजी विश्वनाथ भट हे हुजूर येऊन शाहु महाराज याचे पायावर डोई ठेऊन विनंती केली कीं, मी हुजूरचरण उचलोन शेवा चाकरी करोन राहीन. असा अर्ज केल्यावरून त्यास खासगीत ठेऊन घेतले. नंतर दिवसान दिवस त्यानी मर्जी संपादन करून ऐकनिष्ठपणे अंतःकरणापासून सेवा करू लागले. त्याजवरुन शाहु महाराजानी मनात आणीले की हा विश्वासुक चाकर आहे. मग शाहु महाराजाची असी खातरी जाहली कीं, त्याचे महाराज बोलणे मान्य करू लागले. नंतर बाळाजी विश्वनाथ याणी महाराजास विनंती

केली कीं, चंद्रसेन जाधवराव हे सेनापतीचे पद याजकडे आहे ते दूर करोन त्रिंबकराव दाभाडे तळेगावकर यास पद द्यावे. असे समजाविल्यावरून जाधवराव याजकडील सेनापतीचे पद दूर करोन त्रिंबकराव दाभाडे यास सेनापतीचे पद देऊन वस्त्रे भूषणे दिलीं. ते सेनापतीचे काम आज्ञेप्रमाणे करू लागले. नंतर त्रिंबकराव दाभाडे सेनापती याचे पदरीं दमाजी गायकवाड हा जासुदाचा नाईक होता. त्यास आपले निशाण देऊन काही बरोबर फौज देऊन गुजराथ बडोदे सुभ्याचे काम त्यास सांगोन रवाना करून दिले. ते दाभाडे याचे निशाण दमाजी गायकवाड याणी वागविले ते तिकडेच राहिले. त्याणी इमान धरले की आह्मी जासुदाचे नाईक ते नित्य जासुदाच्या काम्याची पूजा करोन अन्न घेत होते. मग दमाजी गायकवाड याजपासोन असी वहिवाट चालत आली तीच चाल तेथे आहे. नंतर शके १६२९ सर्वजित नाम संवछरे फसली सन १११७ राज शक ३४ या साली झुलपुकार बेगमसाहेब ही औरंगजेब पादशाहा बरोबर आली होती ती बेगमपूर येथे राहिली. ती बेगमसाहेब याणी जोत्याजीराव केसरकर वकील याणी पूर्वी दिलीस दक्षण देशी न्यावयाचा करार केला ह्मणोन जोत्याजीराव केसरकर वकील यास पत्र झुलपुकार बेगमसाहेब याणी पूर्विच्या कराराप्रमाणे घेऊन जावे असे लिहून पाठविले. ते पत्र जोत्याजीराव केसरकर याणी पाहून शाहू माहाराज यास विनंती करोन ते पत्र दाखविले आणि आपण बेगम साहेब यासी पूर्वी आणावयाचा करार त्याप्रमाणे घेऊन जावे असे पत्र पाठविले आहे. मग बाळाजी विश्वनाथ व आष्ठ प्रधान व मोठ मोठे ब्राम्हण मिळोन शाहु महाराजास विनंती केली की आम्ही हिंदुलोक व ते यवन लोक याजला आणावे तर हिंदु लोकाचे धर्मास वागणुकीस बाध येतो असा अर्ज केला याजकरिता बेगम साहेब यास आपण आनू नये असे सर्व मंडळीनी अर्ज केल्यावरून शाहु महाराज याणी जोत्याजीराव केसरकर वकील यास सांगितले कीं आपणच पत्र लिहावे. मग त्याजवरून केसरकर वकील याणी महाराजास अर्ज केला कीं खुद्द आपण पत्र लिहिणे. तेव्हा शाहु महाराज याणी झुलपुकार बेगम साहेब यास आपले नावचे पत्र लिहिले. त्या पत्रात मजकूर लिहिला कीं तुम्हास मागाहून विचार पाहोन न्यावयाचा उद्योग करू असे पत्र बेगम साहेब यास लिहिले. त्यावरून ते पत्र बेगम साहेब याणी वाचून पाहिल्यावर त्याणी मनात आणिले की शाहु महाराज व जोत्याजीराव केसरकर वकील हे एकचित्त नाहीत. हे उभयतात बिघाड आहे. म्हणोन वकील याचे पत्र यावे ते शाहु महाराज याणी आपले नावचे पत्र पाठविले. त्यास शाहु माहाराज हे मजविसी बेबदल बैगान जाहाले आता मजला विसरले. असे बेगम साहेब याणी मनात आणून मोठा धुसा येऊन बोलू लागली की मी आजपर्यंत आपले नेतीने वागणूक केली. माझा पुत्र म्हणोन हे माझी इछा पूर्ण करतील असी म्या इमाने वर्तणूक केली. मग बेगम साहेब ती मोठी पुण्यवान माहान जीवत सती इणे आपले मनात खेद करून मोठा धुसा आणून तळतळून जमीनीवर हात आपटून शाहु महाराज व जोत्याजी केस-

रकर वकील या उभयता दोघा जणास झुलपुकार बेगम साहेब याणी आपले मुसलमान भाशेने बाद दुवा दिल्ही की या दोघाचा खाना खराब सत्यनास व बेलबडो व जड कटो असी बद दुवा आपले मुखाने दिल्ही. तेव्हां ते वेळेस झुलपुकार बेगम साहेब हाक जाहाली. तिचे पदरचे यवन लोक मोठे मोठे याणी तिची कबर बांधली म्हणोन त्या गावचे नाव बेगमपुर असे जनलोक ह्मणतात. तेच नाव चालत आहे. नंतर शके १६३० सर्वधारी नाम संवछरे फसली सन १११८ राजशक ३५ माघ शु॥ १ या रोजी जन्म नाव सिवाजी राजे ऊर्फ शाहु महाराज थोरले यास मोठे मोठे ब्राह्मण वैदिक सर्व शास्त्र जाणते याणी मंगळस्नान घालून आभिषेक संचन केला. मग तख्तारूढ होऊन पधती प्रो॥ सर्व साहित्य सिध करून त्याचे हातून सोडश माहादाने देऊन व आष्ठ प्रधान व नीलकंठ मोरेश्वर पिंगले हे पावखलक याचे सरदार व आणखी मातबर सरदार व हुजरे वगैरे पधतीप्रमाणे उभे राहिले व आष्ट प्रधान आष्टखांबी उभे केले आणि ब्राह्मणास वगैरे लोकास दान धर्म पधरा लक्ष सात हजार एकंदर खर्चाची गणना जाहाली व सर्वास व ब्राह्मणास व जटाधारी संन्यासी व षद्दर्शनीयास दानधर्म आनुक्रमे देऊन त्याची रवानगी केली. नंतर आठ प्रधान यास पधतीप्रमाणे बक्षीस दिल्हे. मग शाहु महाराज छत्रपती तख्तारूढ सातारा येथे जाहाले येवीसी श्लोकः--

प्रधान आमात्य सचीव मंत्री । सुमंत न्यायाधिश दिव्य शास्त्री ॥
सेनापती त्यांत असे शहाणा । अष्ट प्रधानी नृप मुख्य जाणा ॥

नंतर शाहु महाराज छत्रपती याणी कारणपरत्वे आपले उपयोगी पडले त्यास पदे नेमून दिल्ही. बीतपसील नावनीसी.

१ मोरो त्रिमल पिंगले पेशवे प्रधान
१
१ आनंदराव रघुनाथ सुमंत
१ रघुनाथ मुद्गल दिवे शास्त्री पंडितराव
१ रामचंद्र नीळकंठ पंत आमात्य
१ नारो राम मंत्री
१ होनाजी अनंत न्यायाधीश
१ त्रिंबकराव दाभाडे सेनापती

शके १६३१ विरोध कृत नाम संवछरे फसली सन १११९ राजशक ३६ यासाली शाहु महाराज छत्रपती यास स्मरण जाहाले की, माहातारी बाई ईणे आम्हास पेशजी ईतकारक सांगितले होते ते उपयोगी पडले. सबब त्याजवरून एक जासुदजोडी यास आज्ञा केली की, तुम्ही मोजे बनवडीस जाऊन त्या बाईचा शोध करून तिजला घेऊन हुजूर यावे. मग ते जासुद याणी स्वामी आज्ञे प्रमाणे त्या गावी चौकशी करोन त्या म्हातारी बाईस घेऊन आले. नंतर शाहु महाराज याणी त्या बाईस पाहून हीच त्या म्हातारीस ओळखून तिजला साडी चोळी नसऊन तिची मोहोराने ओटी भरोन शाहु महाराज छत्रपती त्या म्हातारी बाई कृपाळु होऊन मौजे बनवडी या गांवी एक चाहूर जमीन त्या बाईच्या नावे ईनाम वौंषपरंपरेने असी राज्य पत्रे करून त्या म्हातारी बाईस दिल्ही. नंतर शके १६३२ विकृती नाम

संवछरे फसली सन १९२० राज शक ३७ या साली परशराम त्रिंबक प्रतीनिधी हे मातोश्री ताराऊ आईसाहेब याजकडे मिलाफी होऊन शाहु म्हाराज यास बंड तोतिया ह्मणत होते. सबब प्रतिनिधी यास साताऱ्या किल्यावर कैदेत ठेविले होते. तेव्हा काही अष्ट प्रधान मिळोन याणी शाहु महाराज छत्रपती यास सर्वानी विनंती केली कीं, प्रतिनिधी हे राज्याची प्रतिमा यास कैदेतून मोकळे करावे. नंतर शाहु महाराज छत्रपती याणी सर्वाचा अर्ज मान्य करून त्याचा बंदमुक्त केला. मग शाहु महाराज छत्रपती त्याजवर स्वामी कृपाळु होऊन त्याणी परशराम त्रिंबक प्रतिनीधी याचे पद नारो शंकर राजे बहादर माळेगावकर याजकडे पेशजी प्रतिनिधी पद सांगितले होते ते त्याजकडून पद दूर करोन ज्याचे त्यास परशराम त्रिंबक यास प्रतीनीधी पदाची वस्त्रे दिल्ही. नंतर शाहु महाराज छत्रपती यास ते समई आष्ट प्रधान याणी आर्ज केला की आनाजी दत्तो सचीव याणी स्वामीद्रोह करून स्वामी सेवा न करितां आपण मृत्य पावले. नंतर त्याचें वौंषापैकीं शंकराजी नारायण हली येथें आहेत. त्यास ज्याचे त्यास सचीव पंत पद द्यावे. मग शाहु महाराज छत्रपती स्वामी कृपाळु होऊन कांही आष्टप्रधान याचा अर्ज मान्य करून स्वामी कृपाळु होऊन शंकराजी नारायण यास सचीव पंत पदाची वस्त्रे दिल्ही आणि असे ठरविले कीं त्याजकडे सरंजाम जाहागीर वगैरे आहे त्या पैकी त्याने पिलखान्याचा खर्च साल दरसाल चालवावा. त्याप्रमाणे त्याणी मान्य करून आपले काम करू लागले. नंतर कैलासवासी संभाजी महाराज याणी बाळाजी आवजी प्रभु चिटणीस त्यास हत्तीचे पायासी बांधून मारिले. त्याचा लेक खंडेराव प्रभु यास शाहु महाराज छत्रपती याजवर स्वामी कृपाळु होऊन त्यास चिटणीसी धंदा सांगितला; ते आज्ञे प्रमाणे काम करू लागलें. नंतर शाहु महाराज छत्रपती याणी मोरो अपाजी कुलकर्णी आधळी मलवडीकर याजवर स्वामी कृपाळु होऊन त्याचे स्वाधीन कलमदान केलें आणि त्यास कलमदानाचा हुदा सांगितला. ते स्वामी आज्ञे प्रमाणे येक निष्ठेने स्वारी शिकारी बरोबर सेवा चांकरी करू लागले. मग आठरा कारखान्याचे दरख ज्याचे त्यास प्रथक प्रथक नेमून दिल्हे. ते स्वामी आज्ञे प्रमाणे आपली आपली कामे करू लागले. नंतर शके १६३३ खर नाम संवछरे फसली सन १९२१ राज शक ३८ या साली शेख मिरा हा पूर्वी साताऱ्या किल्यावर पादशाई नोकर होता. तो शाहु महाराज छत्रपती यास साह्य होऊन त्याजकडे मिळाला. सर्व किल्याची मालकी त्याजकडे असता त्याणी शाहु महाराज छत्रपती यास किला सर करून दिला तो पादशाही नोकर असतां शाहु महाराज छत्रपती याचे उपयोगी पडला, सबब त्यास गाव जहागीर सरंजाम वगैरे करून त्याचे नावे दिल्हे. नंतर शके १६३४ आनंद नाम संवछरे फसली सन १९२२ राज शक ३९ या साली शाहु महाराज छत्रपती याणी जोत्याजी राव केसरकर यास मोठी योग्यता देऊन त्यास गाव मोकासें वगैरें त्याचे नावे ईनाम करून दिल्हे आणि शाहु महाराज छत्रपती याची बालपणापासोन येक निष्टपणे त्याणे सेवा केली व

त्याची सेवा घेतली; सबब महाराज छत्रपती स्वामी त्याजवर कृपाळु होऊन जोत्याजी राव केसरकर यास सरदेशमुखचे वतनाचे आमलाचे वतीनी गुमास्ते केले व आठरा कार-खान्यावर आधीकार देऊन दरख नेमून दिल्हे. व जरीपटका त्याने स्वारी बरोबर हतीवर पुढे धरावा व शहर सातारा येथे सरकारी होळी वाड्यापुढे होईल तीस त्याणी पोळी बांधावी व पूजा करावी. याप्रमाणे मानपान करून दिले व गुरुवार पेठेत दिलीहून आले तेव्हां तेथे उत रले होते त्याणी पेठ वसाहत केसरकर याणी केली. त्या पेठेची जकात माफ व कानु कायदे वैगेर त्याजकडे चालवावें असी राजपत्रे सरकारातून करून हिल्ही. पुढे काही दिवसानी शाहु महाराज छत्रपती याणी जोत्याजीराव केसरकर यास आज्ञा केली की तुह्मी आपले लग्न करावे. तेव्हा शाहू महाराज छत्रपती याचे पायावर डोई ठेऊन जोत्याजीराव केसरकर याणी स्वामीस अर्ज केला की माझी उमर ८० वर्षांची जाहाली व माझे म्हातारपण जाहाले. आता लग्न करोन उपयोग नाही. ह्मणोन शाहु महाराज छत्रपती याणी शिरी हात ठेविला आणि स्वमुखे अंतःकरणापासोन आसीर्वाद दिल्हा की तुह्मी लग्न करावे ह्मणजे तुम्हास दोन पुत्र होतील. त्याजवरून जोत्याजीराव केसरकर याणी आपले मनात विच्यार केला की शाहु महाराज छत्रपती हे शिवाचा आवतारी पुरुष त्याणी आसीर्वाद दिल्हा. तीच स्वामी आज्ञा प्रमाण मानून तेव्हा मनात आणिले की आता लग्न करावे. नंतर जोत्याजी केसरकर याणी लग्न केले. पुढे काही दिवसानी त्यास दोन पुत्र जाहाले. केसरकर हे पहिले राहणार त्याचा ठिकाणा सावताचे वाडी नजीक केसरी ह्मणोन गाव आहे त्या गावचे वतनदार ह्मणोन केसरकर नाव पडले. तेच नाव चालू लागले. जोत्याजी केसरकर याणी शाहु महा-राज छत्रपती याची सेवा येक निष्ठपणे केली व शाहु महाराज छत्रपती याचे दिलीस उपयोगी पडले; सबब त्यास मानपान मोठा किताब योग्यता त्यास दिल्ही. नंतर शके १६३५ विजयनाम संवछरे फसली सन ११२३ राज शक ४०या साली शाहू महाराज छत्रपती याजपासी बाळाजी विश्वनाथ उपनाव भट श्रीवर्धनकर याणी येक निष्ठपणे सेवा करू लागले. आणि परशत्रूवर फौजसुधा चालोन गेले त्या फौजेचा मोड करून ती फौज लुटोन बरबाद केली आणि शाहु महाराज छत्रपती याचे पुण्य सामर्थ्ये करून यश आले. नंतर स्वारी करोन शाहु महाराज छत्रपती याचे दर्शनास आले. नंतर शाहू महाराज छत्रपती याणी बहीरो मोरेश्वर पिंगळे पेशवे प्रधान त्याचे बरोबर फौज देऊन त्यास परशत्रूवर रवाना करून दिल्हे. त्याणी लढाई करोन त्या लढाईत फत्ते जाहाले नाहीं; ह्मणोन शाहु महाराज छत्रपती याणी मोरो त्रिमल पिंगळे पेशवे मुख्य प्रधान याचे पद दूर करून बाळाजी विश्वनाथ यास स्वामी कृपाळु होऊन पेशवे प्रधान पदाची वस्त्रे दिल्हीं. नंतर पूर्वी उदापुरचे राणाजी याची चाल असी आहे तीच चाल कैलास-वासी थोरले सिवाजी महाराज छत्रपती हे तख्तारूढ जाहाले ते समई आसोजी मोहिते हंबीरराव यास सेनापती पद दिल्हे. त्यात नृपमुखे राजा छत्रपती याणी लढाईचे प्रसंगी हातीचे हाउद्यात बसून तयार होऊन जावे, तेव्हा सेनापती यास पुढे हात्तीवर

माहुताचे जाग्यावर बसऊन त्यास समागमे घेऊन जावे. सेनापती हा सेनेचा पती याणे कादी परशत्रूसी मिळोन फंद फितूर आपले फौजेत केल्यास मुख्य राजा छत्रपती याणी सेनापती यास तत्काळ ततूक्षणी त्यास मारावे असी चाल पहिली आहे. नंतर शके १६३६ जयनाम संवछेरे फसली सन ११२४ राज शक ४१ यासाली शाहु महाराज छत्रपती हे दिलीहून येते समई पारध येथून लोखंडे याचा लहान मुलगा फतोसिंग भोसला आणिला होता. त्याचे लहानपणापासून पाळग्रहण करून त्यास पालक पुत्र असे ह्मणवित होता. तो आपले उमेदीत आल्यानंतर त्या फतेसिंगास मोठी योग्यता देऊन त्यास आकलकोट प्रगणा सरंजाम जाहागीर चाकरीबदल करून दिल्हा. व शाहु महाराज छत्रपती याचे सरकारी मोकास बाबेचा चौथाईचा आमल मोगलाई सुधा वगैरे त्याजबरोबर समस्त राजे कार्य सेनाधुरंधर विश्वासनीधी राजेमान्य राजेश्री सिदोजीराउ निंबालकर खरडेकर यास शाहु महाराज छत्रपती याणी असे पद देऊन त्याचे निसबतीस खासगी हुजूरची ४०००० चाळीस हजार फौजेचा आधिकार देऊन फतेलस्कर असे त्या फौजेचे नाव ठेऊन या उभयतास आकलकोट प्रगणा व मोगलाई मुलकात वगैरे येथे रवाना करून दिले. तेव्हा ते तिकडे उभयता जाऊन मोकास बाबेचा चौथाईचा आमल मोगलाई सुधा वगैरे बंदोबस्त त्याणी सरकारी आमल बसून व फतेसिंग भोसला व समस्त राजेकार्ये सेनाधुरंधरविश्वासनिधी राजमान्य राजश्री सिदोजी राउ निंबालकर हे उभयता मिळोन शाहु महाराज छत्रपती स्वामी याचे आज्ञेप्रमाणे तेथील सरकारी आमलाचा वसुल घेऊन हुजुर खजिन्यात ऐवज रवाना करू लागले. असी वहिवाट त्याणी चालविली. नंतर शाहु महाराज छत्रप्रती याचे घरचे ते पालक पुत्र फतेसिंग भोसला असे ह्मणवितात व वरकड लोखंडे पारध येथे आहेत ते लोखंडे ह्मणवितात. शके १६३६ जयनाम संवछेरे फसली सन ११२४ राज शक ४१ यासाली शाहु महाराज छत्रपती स्वामी यास विरुबाईने आर्ज केला की मी समुद्र स्नानास जाऊन येते. मग उत्तम असे ह्मणोन छत्रपती याणी आज्ञा दिली. मग बसवंतराव कासुरडे यास समक्षे आज्ञा केली कीं, तुह्मी मर्जी बरोबर तुह्मास चाकरीस नेमीले आहे. तेव्हा बसवंतराव कासुरडे याणी आपले मनात विच्यार केला कीं ही चाकरी कठीण नाजुक जनानखान्याची फार आवघड आहे. आपली हुरमत कसी वाचेल कोणी काही समजाविल आणि आपल्यावर येखादी बलाई येईल. नंतर स्वामी आज्ञा प्रमाण मानून मग बसवंतराव याणी आपले हाताने......चाकूने उतरोन येका डब्यात घालून शाहु महाराज छत्रपती यास येऊन अर्ज केला की मी सरकार चाकरीवर जाणार. माझी जिनस आपले जामदारखान्यात ठेवावी. मी कामगीरी करून आल्यावर माझी वस्त मजला द्यावी. नंतर शाहु महाराज छत्रपती याणी बिरुबाईची व वसंतराव कासुरडे याची रवानगी करून दिल्ही. त्याजबरोबर लोक लोकपाळ व हात्ती व घोडे फरासखाना वगैरे सरंजाम देऊन रवानगी करून दिल्ही. नंतर जेथे मुकामास विरुबाई व

बसवंतराव हे येका पलंगावर निजत होते. तेव्हा मजल दरमजल घोटागरास दाखल जाहाले. येथे समुद्र स्नान करून दान धर्म उदंड ब्राम्हणास केला. नंतर परत माघारे मुकाम क्षेत्र चिपलुन तेथे परशरामाचे दर्शण करून व भार्गवरामबावा महान साधु याचे दर्शन घेऊन विरुबाई बहुत संतोष जाहाली. तेथे द्रव्य उदंड ब्राम्हणास दान दक्षणा खर्च केले. मग तेथून निघोन परत दररोज मुकामी उभयता यका पलंगावर निजत होती असी या रीतीने सातारा येथे दाखल जाहाली. तो शाहु महाराज छत्रपती यास समागमे लोक गेले होते, त्याणी येकांती महाराज यास जाहाला मजकूर उभयेताची खबर दिल्ही. त्याजवरून महाराज यास सौषय येऊन उगेच राहिले. तो दुसरे दिवशी बसवतराव कासुरडे राज्य दर्शणास आले आणि शाहु महाराज छत्रपती यास अर्ज केला कीं मी जामदारखान्यात डबा ठेवावयास दिल्हा तो स्वामीनी समक्ष पाहून धावा. मग जामदारखान्यातून डबा आणून त्या डब्यात पाहातात तो ...... वाळून लाकडासारखे असे सर्व मंडळीनी पाहिले. तेव्हां महाराज छत्रपती याचा संषय दूर जाहाला आणि मनात आणिले की हा इमानी चाकर. बसवंतरावआपा कासुरडे खोज्या होण्याचे कारण हेच. त्या दिवसापासून खाशा महालाकडे खोजे यास दरख देऊन त्याची नेमणूक केली. त्याजवर मोठी कृपा दिवसा दिवस व त्याची योगता वाढली व त्यास गाव मोकासे इनाम शाहु महाराज छत्रपती याणी त्याची नावे सनदा करून दिल्या. पुढे काही दिवसानी शाहु महाराज छत्रपती हे येक दिवस त्याचे मनास आले कीं बसवंतराव खोजे हे हुशार आहे किंवा गाफल आहेत. तो खोजे हे दरुनी माहालाचे दारात बसले होते. तेव्हा शाहु महाराज दोन प्रहर रात्रीस बसवंतराव खोजे याची परिक्षा पाहाण्याकरिता खोजे यास खबर न देता आपले मुकाटयाने माहालात जावयास लागले. ते समई बसवतराव खोजे याणी शाहु महाराज याचे हातास धरुन माहालाबाहेर घालऊन दिल्हे आणि खोजे याणी महाराजास विनंती केले कीं, उद्या पारिपत्यें करावयाचे ते आताच पारपत्यें करावें. परंतु हा गरिबाचा कारखाना नव्हे. हा राज्याचा जनानखान्याचा कारखाना आहे. तेव्हा महाराजाने खोजे यास आगाऊ हुकुम घ्यावा, त्याप्रमाणे खोजे याणी महालची तयारी करावी. चाल पूर्वीपासून महाराजाचे घरची चाल आहे. नंतर दुसरे दिवसी बसवंतराव खोजे याजवर शाहु महाराज छत्रपती कृपाळू होऊन खोजे यास उदंड द्रव्य बक्षीस दिल्हे. आणि त्या दिवसापासून त्याची योग्यता वाढविली. नंतर शके १६१७ मनमथ नाम संवछेरे फसली सन ११२५ राजशक ४२ यासाली शाहू महाराज छत्रपती याचेवेळेस वर्तमान जाहाले, ते पूर्वी कैलासवासी थोरले सिवाजी महाराज छत्रपती याणी राज्य आक्रमण केले, त्याणी आंतकाळ समई रायगड येथे आष्टप्रधान व सर्वत्र मंडळीस सांगितले की, आह्मी पुन्हा सिवनामे जन्म घेऊ. माझी आशा पूर्ण जाहाली नाही. ह्मणोन तेच पुन्हा दुसरियाने मागती जन्म घेऊन त्याचेच जन्मनाव सिवाजी राजे असे

ठेविले. पुढे काही दिवसानी तेच दिलीस गेल्यावर येथून परत दक्षणदेशी आल्यावर शाहु महाराज छत्रपती जगविख्यात नाव चालु लागले. त्यास सर्वत्रानी असे समजावे कीं, हे साक्ष्यात सिवाचा आवतार ह्मणोन सर्वाचा उधार कर्ण्याकरिता आपण आवतार घेतला. हा राजा मोठा पुण्यश्लोक पुण्यपरायण धार्मिक. याचे द्वात्र व मोठे व दानशूर याची देव ब्राह्मणाचे ठाई आती निष्ठा. हा सिवभक्त मोठा. यास पूर्वी सिवाचे वर प्रदाने करून राजे करण्यास निर्माण जाहाले. हे मोठे पुण्य प्रतापी पुण्य पुरुष व तसेच दानशूर आणि सर्वास देहणगी लहान थोरास आनुक्रमे देणे देऊन कीर्ती जगविख्यात त्याणी केली व आपले राज्यात सर्वाचा जीर्ण उधार केला. शाहु महाराज छत्रपती याणी पूर्वजन्मी बद्रीकाश्रमी तप आनुष्ठाण केले, ते समई त्याजपासी सेवाधारी दोन मनुषे होती. ते, बसवंतराव आपा खोजे व विरुबाई. याणी पूर्वजन्मी आनुष्ठान केले, ते समई हाताखाली बेलफुले तुलसी गंध उगाळून दिल्हे व धुणी पाणी जागविली व येकनिष्ठपणे शेवा पूर्वी उभयेतानी केली होती. ही खूण जाणोन यामुळे शाहु महाराज छत्रपती याची या उभयेतावर पूर्ण कृपा होती. शाहुमाहाराज छत्रपती याचे राज्यशेवक सेवाधारी दोघेजण बसवंतराव आपा खोजे कासुरडे व विरुबाई हे उभयता महाराजाची प्रीतिपात्रे दोघे होती. बसवंतराव आपा खोजे कासुरडे हे जातीचे वौषवाणी होता व विरुबाई ही जातीची वाणीन होती. यामुळे जाती आभिमान येकमेकाचा वागवीत होती. व येकमेकास बहिण भाऊ असे ह्मणत होते. व बसवंतराव आपा खोजे हे राज्य शेवक याणी येऊन शाहु महाराज छत्रपती यास आर्ज केला की मी द्रव्य संपादन केले ते स्वामीनी जामदारखान्यात ठेवण्याविसी आज्ञा लहावी. त्याजवरून शाहु महाराज याणी बसवंतराव खोजे यास आज्ञा केली कीं तुमचे द्रव्य आमचे उपयोगी नाही. तर तुह्मी आपले द्रव्य खर्च करून कोठेतरी कीर्ति करावी. मग स्वामी आज्ञेवरून बसवंत-राव खोजे हे श्री शंभूचे स्थळी जाऊन पूर्वीचे देवालय हेमाडपंती सिंगण राज्याचे वेळचे होते; ते उकलोन नवे बांधोन त्या देवळास चिर्‍याची खाण काढोन डाकाले व पदारे नजीक बारामती तेथून दगड आणून देवालय बांधिले आसा पुण्य मार्ग केला. श्री शंभू महादेव याचे देवालय बांधोन त्याणी आपले नाव श्री सन्मुख उमऱ्या लगत घातले की 'चरणी तत्पर बसवंतराव निरंतर' असी अक्षरे कासवाचे लगत लीहिली आहेत. त्या नावावर यात्राकरु लाखो मनुष्ये याचे पाय लागतात असा पुण्य प्राणी तो होता. त्याणी मोठी कीर्ति केली व पूर्वी शकरा पटण ऊर्फ नाते पुते येथे पादशाई आमलात तेथे यात्रा प्रतिवर्षी भरत होती. तेव्हा बसवंतराव खोजे शेवक याणी तेथील यात्रा मना करून सिकराखाली यात्रा भरावयास सरकारचे सिक्यासुधा कौल दिल्हा. तेलंगण व वराड व पुणेदेश व भीमातीर व फलटणदेश व वाईदेश व कराडदेश व करवीर व करणाटक व तळकोकणसुधा आष्ट दिशास दिल्हे; त्या प्रमाणे यात्रा सिखराखाली भरावयास लागली. नंतर राजे शेवक बसवंतराव आपा खोजे याणी

शेहेर सातारा येथे कर्जे लगत्त पेठ बसविली. तिचे नाव बसापाची पेठ व वेणा नदी-पलीकडे त्याणी वाडी वसाहात केली; तेचे नाव बसापाची वाडी असे लोक ह्मणतात. व बसवंतराव आपा खोजे राजे शेवक मोठा पुण्यप्राणी होता व विरुबाई याणी भार्गवरामबावा यास धावडसीस आणून ठेविले आणि शाहु महाराज छत्रपती याचे आज्ञेवरून त्यास विरुबाईने गुरु केल्या दिवसा पासून ते संस्थान विरुबाईचे हाताचे; व कसबे निंब येथे शाहु महाराज छत्रपती याची सरकारी शेरीची जमीन त्या जमिनीत विरुबाईने आपले हातची विहीर मोठी बांधली. उदंड द्रव्य खर्च केले. त्या विहिरीवर कमानी दरवाज्यावर चिऱ्यावर कोरून आपले नावची आक्षरे लिहिली व तेथे बाग केला. त्या बागे लगत बसवंतराव खोजे याणी दक्षणचे बाजूस वाडा बांधिला. शाहु महाराज छत्रपती याची स्वारी बागेत गेली ह्मणजे आपल्यास राहावयाकरिता; व विरुबाईने परळी किल्यावर रामदास स्वामीचे समाधी सन्मुख येक तुलसी वृंदावन चुनेगची आपले नावचे बांधिले; व श्री शंभू महादेव येथे श्री शंभूचे सन्मुख विरुबाईने येक दिपमाळ बांधिली. तिजवर आपले नाव घातले व दुसरी दिपमाळ श्रीचे सन्मुख मातोश्री ताराऊ आईसाहेब महाराज याणी बांधिली तिजवर आपले नाव घातले. अशा दोन दिपमाळा सेजारी आहेत; व बसवंतराव आपा खोजे व विरुबाई हे उभयता योगतेस कसी वाढली तर जसा कागद यास कुळी गोत्र नाहीं व कागद हा निसिध आहे. त्यास ब्राह्मण सोवळ्यात घेत नाहीत त्यास सरस्वतीने पवित्र केला, तसे थोराचे संगतीने तो कागद पवित्र जाहला मग त्यापासून ग्रंथ पुस्तके जाहाली. तसे शाहु महाराज छत्रपती याणी बसवंतराव आपा खोजे व विरुबाई ही दोघे जण राज्य सेवक सेवाधारी यापासून महाराज याणी सेवा घेऊन त्याची योग्यता वाढविली. थोराचे संगतीने पवित्र जाहाली व या उभयताचा जन्माचा उधार शाहु महाराज छत्रपती याणी केला. ये विसीची ओवी.

विरोबाई ही नीच असतां ॥ रतली राजाशि तिजला कोण ह्मणे दासी ॥
लोह झगटता परिसाशी ॥ मग पूर्व स्छित्ती कैची ॥ छं ॥

मग राज्य शेवक बसवंतराव आपा खोजे याचे पदरचा आस्रीत सिवराम भट होता. त्याणे श्री शंभू माहादेवास आनुष्ठाण करून श्री संभूस प्रार्थना केली कीं शाहु महाराज छत्रपती हे पुण्यसील सीवभक्त असता त्याजला पुत्र का नाहीं; व राजे सेवक बसवंतराव खोजे हा सिवभक्त पुण्य प्राणी असता हा स्त्री ना पुरुष असे व्हावयाचे कारण काय; ये विसीची आज्ञा व्हावी व मी श्री शंभूची सेवा सनीध करून यास्थळी व स्तव्य कुटुंबसुधा राहात असता माझे घरी दरिद्र दूर होत नाही; ये विसीची आज्ञा व्हावी असी भटजीनी प्रार्थना केली. मग सिवराम भट यास श्री शंभू महादेव स्वप्नी काही जाग्रत व काही निद्रिस्त असता तीन प्रश्नाची उत्तरे श्री शंभु, भटजीस देते जाहाले कीं, शाहु महाराज छत्रपती याचे वडील पिते संभाजी महाराज छत्रपती याणी बहुत

दोष केले यामुळे पुत्र संततीचा क्षेय जाहाला. याप्रमाणे सिवराम भटजीस श्री शंभूने सांगितले. व बसवंतराव खोजे हे पूर्वी जन्मी मांडळीक राजा होता. त्याणे सिवाचे चरणी तत्पर होता, सिवास बिल्व पत्रे समर्पण केल्यावाचून मुखात उदक बिंदु घेत नवता. आसा त्याणे नेम चालवित असता तो कोणे एके दिवसी बागेत तीरंदाजी करावयास गेला तो निशाण मोडून कौतुकाआर्थ खेळत असता आकस्मात निशाणासन्मुख येक बैल व एक गाय अशी उभयता रमत असता त्याचे हातातून तीर सुटला. तो तीर निशाणास न लागता बैलाचे ... लागून आर्धे ... बैलाचे तुटोन भूमीवर पडले. त्या दोष करून व नाग दपत्ये ही उभयता येक ठिकाणी जुळोन रमत होती ती उभयता मारली, या दोषाचें योगे करून स्त्री ना पुरुष असा जाहाला म्हणोन श्री शंभूने सिवराम भट यास सांगितले. परंतु इश्वराचे ठाई उत्तम बुधी व थोराचे समागमे व पुण्यसी श्लोक राजा याची शेवा करून आपले सारथक केले म्हणोन ईरूर उत्तम गती जन्म मरणातीत होता, स्वकाष्टार्जित द्रव्य निरदोसी ज्यापासून मिळविले ते श्रीशंभूचे देवालयास खर्च केले आणि श्री शंभूने त्याजपासून शेवा घेतली. मग कैलासी आपले गणामध्यें जागा नेमून ठेविली आहे परंतु त्याची वासना सर्वाविसी त्रुप्त आहे परंतु एक स्त्रीविशीं मन गुंतले ह्मणोन येक जन्म उत्तम कुळी राजे देउन वासना पूर्ण करून मी आपले समीप गणामध्यें ठेऊन जन्म मरण चुकऊन इछा पूर्ण करवीन. असे श्री शंभूने पूर्वी सिवराम भट यास सांगितले की तुला आज आछादन आज पावेतो बसवंतराव खोजे देत आले. त्याप्रमाणे तेच तुझे रणी आहेत असी श्री शंभूची आज्ञा जाहाली. त्याजवरून बसवंतराव आपा खोजे यास श्री शंभूने बुधी देऊन सिवराम भट यास घर बांधोन देऊन ते कुटुंबसुधा काळक्षेप चालवावयाजोगे त्या संस्वता करून दिल्हे. आणि ते श्री शंभूची सेवा करून त्या स्थळी कुटुंब सुधा राहिले. मग शाहु महाराज छत्रपती हे शिवाचा आवतार याणी बसवंतराव खोजे हे थोराचे संगतीने पावन जाहाले. येविसी दोहोरा.

आगेथे भसर्ग कीया बडोका सग। माथा चेडे श्री शांके बाहे ज्ञातहे गंग॥

शके १६३८ दुर्मुखनाम संवछरे फसली सन ११२६ राजे शक ४३ यासाली इंग्रोजी कदम सुपेकर हा पादशाई नौकर मोठा सरदार फौजबंद होता. त्याणे आपले जातीचे घोड्यास चांदीचे नाल करून नालबंदी करित होता व आपले लष्करात चाकर व पदरची मंडळी यास ताकीद केली होती की आमचे घोड्याचा नाल चांदीचा सापडल्यास आपलेकडील नौकर व मंडळीनी कोणी घेऊ नये. जो कोणी घेईल त्याचा हात तोडीन. इतर दुसरे लोकानी फौजेतील याणी घ्यावा असा फौजबंद सरदार याची कीर्ति व्हावी. हा दिलीहून पादशहाचा निरोप घेऊन फौजसुधा आपले घरी आला. हे वर्तमान शाहु महाराज छत्रपती यास कळल्यानंतर महाराज छत्रपती याणी मनात आणिले की इंग्रोजी कदम सरदार आहे त्यास भेटावयास यावे. ह्मणोन जासूद

सुपे येथे आज्ञापत्र पाठविले त्याणी विनंतीपत्र पाठविले. कीं पेशवे प्रधान हे दर्शनास येतात त्या वेळेस लष्करातील नोबती नगारे बंद करितात. परंतु मजला स्वामीनी कृपा करून नोबती नगारे वाजविण्याचा हुकुम जाहाला पाहिजे असी विनंती पत्रे जासुदाबरोबर पाठविली. नंतर त्याचा आर्ज मान्य करून इंद्रोजी कदम याजकडे त्या जासुदाबरोबर आज्ञापत्र पाठविले की तुह्मास नोबती नगारे वाजवित येण्याविसी आज्ञा जाहाली आहे. मग त्याजवरून इंद्रोजी कदम हे सुप्याहून फौजसुधा कूच करोन निघोन सात हाजार लोक नामांकित बरोबर घेऊन तेथून मजल दरमजल पेठ आईतवार या लगत माळावर लष्कर सुधा येऊन उतरले. नंतर दुसरे दिवसी त्याजकडील वकील व कारकून व कारभारी शाहु महाराज छत्रपती याचे दर्शणास आले. त्याणी आर्ज केला की इंद्रोजी कदम स्वामी दर्शणास येण्याविसी आज्ञा जाहाली पाहिजे त्याजवरुन आज्ञा जाहाली की कदम याणी उदईक यावे. याप्रमाणे वकील कारकून व कारभारी याजपासी आज्ञा जाहाली त्याप्रमाणे वकील याणी कदम यास सांगितले. मग दुसरे दिवसी सात हाजार लोकास जरी पोशाख करून जड जवाहिराचे दागिने सर्व लोकाचे आंगावर घालून तयार होऊन तेथून निघोन नोबती नगारे वाजवित रंग माहालचे वाड्यापर्यंत आले आणि नगारजीस ताकीद केली की जर करिता दरम्यान नौबतीवरील टिपरु बंद जाहाले तर तुमचे हात तोडीन. मग इकडे शाहु महाराज छत्रपती यास हे वर्तन कलले की सात हाजार लोकांचे आंगावर जड जवाहीर घालून आपली दौलत दाखविण्याकरिता आले. हे जाणोन शाहु महाराज छत्रपती याणी आपला खंड्या कुतरा त्याचे आंगावर जड जव्हाहिर दरोबस्त घालोन आपण साधा पोशाख सफेत करून तख्तावर येऊन बसले. नंतर इंद्रोजी कदम सात हाजार खाश्यानीसी कचेरीस आल्यावर सर्वांचे अनुक्रमे मुजरे होऊन नजर नजराणे जाहाले. नंतर इंद्रोजी कदम याणे व त्याजकडील लोकानी पाहून मनात मोठे आश्चर्य केले की कुतऱ्याचे आंगावर जड जव्हाहीर घातले. हे इंद्रोजी कदम व त्याजकडील सर्वत्र मंडळीनी पाहून आपले परम मनात लजीत जाहाले की शाहु महाराज छत्रपती हे इश्वरी आवतारी पुरुष हाच मुख्य दागिना यास दागीने कशास व्हावे. दागिन्याची किंमत होईल परंतु महाराज छत्रपती यांचे गुणाची किंमत होणार नाही. हे इंद्रोजी कदम याणी आपले मनात विचार करून शाहु महाराज छत्रपती याचे चरणावर डोई ठेवली. नंतर शाहु महाराज छत्रपती याणी इंद्रोजी कदम याचे सर्व लष्करचे लोकास मेजवानगी केली आणि त्याचे लष्करचे लोकास पोशाख पाच लक्ष रुपयाचे कापड दिल्हे. असा त्याचा बहुमान केला. मग शाहु महाराज छत्रपती यास इंद्रोजी कदम याणी मोहोराचा ओटा करून छत्रपती यास बसविले. आणि जड जवाहिर उदंड दिल्हे व त्याणी मेजवानगी करून येक हाती व दोन घोडे नजर देऊन व सर्व राजमंडळचे लोकास त्याणी पोशाख देऊन शाहु महाराज

छत्रपती स्वामी याची आज्ञा घेऊन आपले गावास फोजसुधा कूच करून सुपे येथे परत दाखल जाहाले. नंतर शके १६३९ हेमलंबीनाम संवछरे फसली सन ११२७ राजेशक ४४ या साली परशराम त्रिंबक प्रतिनिधी यास देवआज्ञा जाहाली. मग तेचवर्षी त्याचे चिरंजीव श्रीनिवास परशराम यास शाहु माहाराज छत्रपती याणी प्रतिनिधी पदाची वस्त्रे दिल्हीं. नंतर शके १६४० विलंबि नाम संवछरे फसली सन ११२८ राजेशक ४५ यासाली श्रीशंभू महादेव याची शेवा करून शाहु माहाराज छत्रपती हे राज्य करीत असता येक दिवसी माहारदरे गाव आहे त्याच्या आलीकडे झाडीत सिकारीस गेले. तेथे डेरे दिल्हे होते. मग सिकार खेळून त्याणी भोजन करून डेऱ्यात महाराज छत्रपती बसले होते. ते समई येक हुजऱ्यास सांगितले कीं, पायेखान्यांत तांब्या ठेवावा. मग हुजरे याणे पायखान्याचा झाडा न घेता तांब्या ठेवला आणि खबर दिल्ही की, महाराज चलावे. नंतर महाराज उठोन पायेखान्यात चवरंगावर राबत्यास बसले. पाणी घेऊन उठले तो चौकडे पाहातात, चौघेजणे कनातीचे कोपऱ्यास मारेकरी हातात नागव्या तरवारा पाहिल्या. तेव्हा महाराज छत्रपती हे ईश्वरी आवतारी पुरुष पुण्यश्लोक राजा याणी पुर्व जन्मी बद्रिकाश्रमी तप आनुष्ठाण केले होते. या पुण्ययोगाचे जोराने त्या चार असामी मारेकरी याचे आवसान खता होऊन त्याची हिमत गळाली व चौघेजणाचे हातातील तरवारा गळून जमिनीवर पडल्या. ते आपले आगा उगेच सून होऊन उभे राहिले. तेव्हा शाहु महाराज छत्रपती याणी त्या मारेकरियास बोलले कीं, तुह्मी आता काये पाहाता हाणा असे खासे बोलले की तुह्मी ज्या कार्यास आला ते कार्य करावे. तेव्हा ते मारेकरी काहीएक बोलेनासे जाहाले. नंतर शाहु महाराज छत्रपती याणी त्या च्यार आसामीस पुसले की, तुह्मी कोण कोणाकडील मारेकरी आला. तेव्हा माहाराज यास विनंती केली कीं, आह्मी संभाजी माहाराज छत्रपती करवीर याणी आम्हास द्रव्य बक्षीस देऊन त्याणी आपल्यास मारावयाकरिता आह्मास चौघाजणास पाठविले. तो आपले तेजामुळे आमची हिमत गळाली. आपला इलाज नाहीं. परंतु ज्या धन्यानी पाठविले आह्मी आपली जितकी कस्त करावयाची तितकी केली आपल्यास गांठ घातली ते धनी, आपण धनी, मालक याप्रमाणे चौघा मारेकरी याणी महाराज छत्रपती यास अर्ज केल्यावरून मर्जी खुष जाहाली. नंतर मनात आणिले की हुजरे याचा मोठा गुन्हा आहे. मग त्या चौघा मारेकरी यास समक्ष हुकूम दिल्हा की हुजरे यास ठार मारावा. त्या चार आसामीनी आज्ञेप्रमाणे हुजरे यास ठार मारिला. हा विश्वासुक चाकर असोन आह्मास एकादे वेळेस दगा होईल. मग संभाजी महाराज छत्रपती करवीरकर याणी चार आसामी तिकडून मारेकरी आल्या होत्या त्यास च्यार सोन्याची कडी त्याचे हातात घातली व पोशाख व काही द्रव्य बक्षीस देऊन त्या आसामीची फार नावाजी केली.

आणि संभाजी महाराज करवरिकर याणी च्यार आसामी सारेकरी तिकडून पाठविले होते त्याजबरोबर एक जासूद जोडी व पत्र देऊन रवाना करून त्याजकडे दिल्हे व करवीरकर महाराज छत्रपती यास पत्र पाठविले. त्यातील मजकुर हे च्यार आसामी मोठे मर्दाने शुर आहेत. यास आपले सनीध आक्षई ठेवावे. याजपासून शेवा चाकरी वौष परमपरेने घेऊन याचे आगत्ये चालवावे. . याप्रमाणे पत्र संभाजी महाराज छत्रपती करवीरकर यास शाहु महाराज छत्रपती संस्थान सातारा याणी त्यास लेहून पाठविले. नंतर कोणे एके दिवसी शाहु महाराज छत्रपती हे सातारा या किल्यावर होते ते वेळेस त्याणी कोंबडी फार बाळगली होती. त्यास घर बांधोन त्याचे संरक्षणास गडी माणसे व येक कारकून त्याचे उपनाव कोंबडे असे ठेऊन त्याचे देखरेखीस कोबडमाळावर ठेविला होता. येथे एक मांजरीचा बोका सोकला होता. त्याणे नित्य एक कोंबडे मारून खावे आणि पाच चार कोंबड्याच्या माना कराडून टाकाव्या असा तो नित्य उपद्रव करून त्या घरातून निघोन जावे. हे गडी माणसे व कारकून कोंबडया याणी हुजूर महाराजास विनंती केली कीं एक बोका तो उपद्रव करितो ह्मणोन हुजूर विदित केले. तेव्हां महाराज याणी सांगितले की युक्तिने बोका धरून हुजूर आणावा. मग त्याणी तो बोका धरून आणिला. तेव्हां महाराज छत्रपती याणी मायाजी फडतरे हुजरे यास आज्ञा केली कीं तुह्मी हा बोका यास लांब गावी नेऊन सोडून द्यावा. मग त्या हुजरे याणे स्वामी आज्ञाप्रमाणे मायाजी फडतरे हुजरे याणे आपले बुधिनी काही द्रव्य खर्च करून एक मोठा पिंजरा तयार करून त्याजवर कीनखापी येक गलफ त्या पिंजऱ्यावर घालून त्यात बोका घालून च्यार गडी जदीद चाकरीस दरमहा देऊन ठेविले. त्याचे खांद्यावर पिंजरा देऊन व जदिद दाहा आसामी सिपाई दरमहा देऊन चाकरीस ठेविले व च्यार तटे खे॥ घेऊन ओझ्यास वगैरे असा सरंजाम करून गावगाव सरकार हुकूमाप्रमाणे फिरत चालले. जेथे गांवास गेले ह्मणजे त्या गावचे पाटील व कुलकर्णी यास सांगावे कीं हा सरकारी बोका तुमचे गावी सोडून देण्याविसी शाहु महाराज छत्रपती याची आज्ञा जाहाली आहे. या बोक्यास तुह्मी गावानी संभाळावा. कारण पडेल ते दिवसी माहाराज सरकारात हजर करून द्यावा. ही गावानी धास्त खाऊन हा सरकारी बोका गावावर एकादी बलाये येईल. हा बोका कोठवर गावानी संभाळावा. नंतर मायाजी फडतरे हुजरे याचे सर्व गावकरी याणी आर्ज करून गाव पाहून दोनशे तीनशे रुपये त्यास देऊन त्यास हात जोडून सांगावे की आमचे गावी हा बोका सोडू नये ही गावावर कृपा करावी. दुसरे गावी बोका सोडून द्यावा. असे माहाल प्रगणे गावगना मायाजी फडतरे हुजरे याणी सरकारचे सलाबतीवर द्रव्य संपादन करून तो बोका रानात सोडून देऊन हुजरे स्वामी दर्शनास आले. आणि शाहु महाराज छत्रपती यास मायाजी फडतरे हुजरे याणी समक्ष हुजुर अर्ज केला कीं, मी सरकारचे सलाबतीवर द्रव्य मिळऊन सर्वांचे पोट भरून ज्याचे त्यास दरमाहा परभारे देऊन द्रव्य आणिले ते सरकारानी घ्यावे. तेव्हा शाहु महाराज छत्रपती याणी मनात आणिले कीं, हा

इमानी चाकर याणे इमानी चाकरी केली. तेव्हा महाराज छत्रपती याणी फडतरे यास ते द्रव्य बक्षीस दिल्हे आणि फडतरे यास फार नावाजिल्हे कीं हा फार हुशार मनुष याणे आपले आकलेने काम केले. मग मायाजी फडतरे हुजरे यास काही सरकारी काम सांगून त्याची योगेता वाढविली. आकलवाले याची बलाये दूर. नंतर शाहु महाराज छत्रपती याणी खंड्या कुतरा बालगला होता. त्याजवर स्वामीचा फार लोभ होता. तो कुतऱ्याचा स्वभाव गुण तो वाईट जीनसावर हुंगावयास गेला. ते समई येक हुजऱ्याने कुतऱ्यास दगड मारिला. तो त्याचे पायास लागोन तो ओरडत सरकार याजपासी आला. मग त्याणी सर्व मंडळीस विच्यारिले कीं यास कोणी मारिले. तेव्हा येक हुजऱ्याने सांगितले कीं हुजरे याणी दगड मारिला. तेव्हा महाराज छत्रपती यास राग येऊन त्या हुजऱ्यास सोध करून आणा, असी आज्ञा होताच ढालाइतानी त्या हुजऱ्यास धरून हुजूर आणिला. नंतर सरकार याणी त्या हुजऱ्यास पुसिले की तू खड्या कुतऱ्यास दगड का मारिलास ? त्याजवरून हुजऱ्याने स्वामीस अर्ज केला कीं खड्या कुतरा सरकारचा व मीही कुतरा सरकारचा. कुतरी कुतरी भांडली त्याचे भांडण स्वामीनी कशास मनास आणावे. असा हुजऱ्याने अर्ज केल्यावरून मग शाहु महाराज छत्रपती याचा राग मनातून गेला आणि मर्जी खुष जाहाली. त्या हुजऱ्यास द्रव्य बक्षिस दिल्हे. तो हुजऱ्या मोठा हुशार होता. त्याची हुशारी पाहून त्यास काही सरकारातून काम सांगितले. नंतर शके १६४१ विकारी नाम संवछरे फसली सन ११२९ राजे शक ४६ या साली शाहु महाराज छत्रपती याची श्रीनिवास परशराम प्रतितिधी याजवर पूर्ण कृपा होती त्याणी स्वामीची मर्जी संपादन करून आणि प्रतिनिधी फार लोभात वागत होता. त्याणे शाहु महाराज छत्रपती यास प्रतिनिधी याणे हरएक कामाविसी आर्ज केला तरी मान्य करीत होते व श्रीनिवासराव प्रतिनिधी यास राव असे स्वमुखे ह्मणत होते. ते नित्ये सरकार दर्शनास येत होते. तेव्हा कोणे येके दिवसी त्यास येण्यास फार उसीर लागला. ते आपल्या वाड्यात बसोन आपले मनात आणिले कीं शाहु महाराज छत्रपती याचे राज्यात काही धर्म व आन्नछत्र आसावे ह्मणोन धर्माची याद तीन लक्ष रुपयाची करीत बसले होते. तो शाहु महाराज छत्रपती याणी आपले मनात आणिले की राव आज नित्याप्रमाणे वाड्यात आले नाहीत. ह्मणोन महाराज छत्रपती याची स्वारी निघोन राव प्रतिनिधी याचे वाड्यात गेली. तो श्रीनिवासराव याणी धर्माची याद तीन लक्ष रुपयांची तयार करून छत्रपती याचे हातात दिली. तेव्हा ती याद छत्रपती याणी पाहून ती याद फाडून टाकली. नंतर शाहु महाराज छत्रपती हे स्वारीराव प्रतीनिधी यास काही उत्तर न देता पालखीत बसोन माघारी रंग महालचे वाड्यांत परत गेली. नंतर राव प्रतिनिधी याणी मनात आणिले कीं, माहाराज छत्रपती स्वामी मज सेवकावर मर्जी रुष्ट होऊन आपराध नसता मजला आज्ञा न होता स्वारी निघोन गेली. तेव्हा

प्रतिनिधी याणी मोठा मनांत पछताप होऊन शाहु महाराज छत्रपतीचे दर्शणास गेले. तो छत्रपती याणी श्रीनिवास प्रतिनिधी यास स्वामीनी आज्ञा केली कीं, तुह्मी धर्मादायाची व अन्नछत्राची याद केली की मी मनात समजलो. परंतु तुह्मी थोडके आकाराची याद तीन लक्ष रुपये आकाराची केली म्हणोन फाडून टाकली; असी राव प्रतिनिधी यास समक्ष आज्ञा जाहाली. नंतर महाराज छत्रपती याणी समक्ष आठरा लक्ष रुपया आकाराची माहाली मुलखी धर्मादायाची याद करून श्रीनिवास राव प्रतिनिधी यास आज्ञा केली कीं तुम्हाकडे सरकारातून यादी प्रमाणे निमे तुम्हाकडे जातीने नउ लक्ष रुपये व धर्मादाये आग्रहार व आन्नछत्रास नउ लक्ष येकुन आकार माहाली मुलखी आठरा लक्ष रुपयाचा करून दिल्ही. त्याप्रमाणे श्रीनिवास राव प्रतिनिधी याणी स्वामी आज्ञेप्रमाणे देव ब्राम्हणास इनाम व धर्मादाये व आन्न छत्र नउ लक्ष महाली मुलखी करून दिल्हे व जातीकडे नउ लक्ष महाल मुलुख ठेविला. तेव्हा शाहु महाराज छत्रपती हे सिवाचे आवतारी पुरुष महापुणेवान दानशूर धार्मीक हा दुसरा देण्यास प्रती राजा कर्ण होये. नंतर कोणे येके दिवशीं शाहु महाराज छत्रपती याची स्वारी सिकारीस निघोन चालली. तेदिवशी संगम माहुली येथे जाऊन दाखल जाहाले. तो आज परवणीचा दिवस आहे असे सरकारास समजले. नंतर श्री कृष्णेंत स्ना(ना)स गेले, तो तेथे ब्राम्हण संकल्प सांगावयास कोणी नाही आसे जाहाले. ते समई श्रीनिवास राव प्रतिनीधी हे स्वारी बरोबर होते. तेव्हा त्यास महाराज छत्रपती याणी आज्ञा केली कीं, येथे संकल्प सांगावयास कोणी ब्राम्हण नाही. मग त्याजवरून राव प्रतिनिधी याणी स्वामीस विनंति केली की, मी सेवक ब्राह्मण किनईचा जोसी कुलकर्णी आहे त्यास मी स्वामीस संकल्प सांगतो; मजला स्वामीनीं जी दक्षणा देण्याची असेल ती द्यावी. त्याजवरून महाराज छत्रपती याणी संकल्प परवणीचा ऐकोन घेऊन स्नान केले. नंतर दक्षणा द्यावयाची त्याजबदल जमीन मौजे खेडपैकीं देऊन हातावर उदक सोडिले. ती जमीन राव प्रनिनिधी याणी घेऊन तेथील देव ब्राह्मणास आग्रहार व घरे त्या जमिनीत बांधोन देऊन क्षेत्र वसविले. त्या क्षेत्राचे नाव संगम माहुली असे ठेविले. नंतर शके १६४२, शारवारी नाम संवछरे फसली सन ११३० राज शक ४७ यासाली बाळाजी विश्वनाथ पेशवे प्रधान हे मुकाम सासवड येथे चैत्र शु॥ ७ ते दिवसी यास देवआज्ञा जाहाली. त्याचे चरंजीव बाजीराव बलाल यास साल मजकुरी शाहु महाराज छत्रपती याणी पेशवे प्रधान पदाची वस्त्रे सातार मुकामी दिल्ही. शके १६४३ ळवंगनाम संवछरे फसली सन ११३१ राजेशक ४८ या साली शाहु महाराज छत्रपती हे शिकार खेळावयास रानात गेले. तेव्हा स्वारीचे लोक माघे टाकून आपण येकटेच पुढे गेले. ते समई डोचकीस ताज व आंगात बारीख आगरखा व पांढरी सुरवर; डोकीच्या बाबऱ्या वाऱ्याने उडत होत्या असे ध्यान होते. तेव्हा एक कुणबीयाणे नांगर धरून हाकीत होता, तेव्हां शाहु महाराज छत्रपती त्या कुणबियास बोलले की मजला नांगर हातात धरू दे; असे त्यास सांगितले. मग आपण खुद जातीने हातात नांगराचे

रुमणे धरून येक तास माघारे मुरडून आणिले. तेव्हा मागाहून स्वारी बरोबरचे लोक जीलीबी सुधा आनखी इतर वगैरे सर्वत्रानी पाहिले. तेव्हा मनात विच्यार आणून याणे आमची बद कीर्ति होईल. मी महाराज छत्रपती आसता जातीने नांगर धरितो या मुळे त्या कुणबियास ती जमीन इनाम करून देण्याविसी समक्षे आज्ञा जाहाली. तेव्हा डौली पत्रे सिक्या सुधा स्वारी समागमे होती. ती राज पत्रे पुरी करून त्या कुणबियाचे नावे ती जमीन इनाम वौष परमपरेने करून दिल्ही. असे शाहु महाराज छत्रपती दयावंत कृपेचे समुद्र त्याणी आपली कीर्ती जग विख्यात प्रगट होण्याकरिता हे कृत्य आरंभिले. हे राजे सिवाचे आवतारी पुरुषे याचे गुण कोठवर वर्णावे? शके १६४४ शुभकृत नाम संवछरे फसली सन ११३२ राजे शक ४९ या साली शाहु महाराज छत्रपती हे काही हुका वोढीत न्हवते; परंतु स्वारी बरोबर हुके बारदार मेगोजी हा शेगडीत कोळसे घालून विस्तु व गुडाखू दरमहा सरकारातून सामान लागेल ते मेगोजी हुकेबारदार याणी घेऊन बादशाई चालीप्रमाणे स्वारीबरोबर हमेशा घेऊन फिरत असे. तेव्हा महाराज छत्रपती यास सर्व मंडळीनी आर्जे केला कीं सरकार स्वामी आपण हुका ओढीत नाही; परंतु ज्याची चाकरी त्याणे स्वामी शेवा केली पाहिजे. मग महाराज छत्रपती याणी सर्वांचा आर्जे मान्य करून मग मेगोजी हुके बारदार यास आज्ञा जाहाली. मग त्याणे हुका तयार करून आणून द्यावा. नंतर शाहू महाराज छत्रपती याणी हुक्याची तोटीस हातात घेऊन आपले तोंडास मात्र लावावी. याप्रमाणे सरकार नित्ये करित होते. तेव्हा तो इतमामी दौलतीचा खर्च मंडली याणी गुडाखु हुके बारदार याजपासून मागुन द्यावी. ही चाल पइली पादशाहाई आहे. मग शाहु महाराज छत्रपती याणी मनात आणून मेगोजी हुके बारदार याजवर स्वामी कृपालु होऊन त्यास मौजे आनवडी येथे येक चाहुर जमीन त्याचे नावे इनाम वौष परमपरेने त्यास करून दिधली. शके १६४५ शोभकृत नाम संवछरे फसली सन ११३३ राजे शक ५० या साली संगम माहुली क्षेत्र वसल्या नंतर पुढे काही दिवसानी तेथे येक भटजी माहुली कृष्णातीरी स्नान संध्या करीत बसले होते. महिना आषाढ होता. प्रजन्य बारीक बारीक येत होता. ते समई शाहु महाराज छत्रपती याची स्वारी चिमण्याची शिकार करीत क्षेत्र माहुली येथे गेले. तो भटजी याणी महाराज छत्रपती यास आसीर्वाद करून हुजूर विनंती केली कीं, मजला येक स्वामीनी कामळे देण्याविसी आज्ञा जाहाली पाहिजे. त्याजवरून शाहु महाराज छत्रपती याणी त्या भटजीस काबले गाव ह्मणोन होता तो इनाम करून देण्याविसी कामगार यास आज्ञा जाहाली. तेव्हा कामगारी याणी स्वारी बरोबर डौली शिक्यासुधा पत्रे होती ती तयार करून भटजी याचे वौषपरमपरेने काबले गाव मोकासा ईनाम करून दिल्हा आणि ती बारनीसी व डौली पत्रे सिक्यासुधा याचा कारभार डौलच्या वाड्यांत होता. ही चाल शाहु महाराज छत्रपती याणी त्या वाड्यांत डौली सिक्याचा कारभार होता आला ह्मणोन त्यास डौलचा वाडा ह्मणतात. नंतर शके १६४६ क्रोधी नाम संवछरे फसली सन ११३४

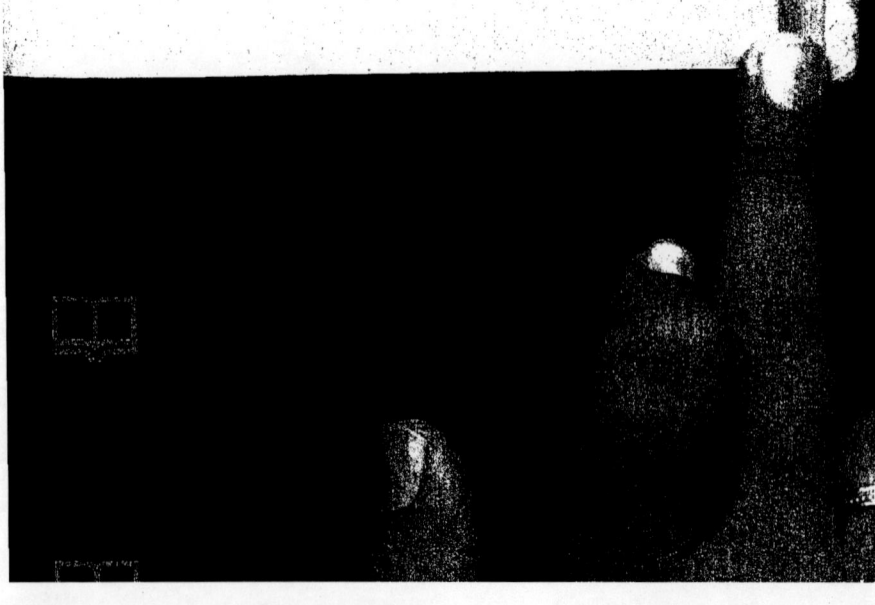

राजे शक ५१ या साली महाराज छत्रपती याणी खंड्या कुतरा बाळगला होता; मयत जाहाला. त्याचे थडगे कृष्णातीरी सरकारानी बांधिले. तो काही दिवस खंड्या कुतरा यास कोणी नवस केल्यास तो कुतरा नवसास पावत होता. ते समई संगम माहुली येथे एक भटजी याणी तेथे वाडा बांधावयास लागले. तेव्हा खंड्या कुतऱ्याचे थड्याचा एक दगड चांगला ह्मणोन भटजीनी तेथून नेऊन आपले वाड्याचे इमारतीस लाविला. तो भटजी याणी तीन वेळा बांधीत परंतु इमारत सिधीस गेली नाही. इमारत ढासळून पडे. तेव्हा भटजी याचे स्वपनात खंड्या कुतरा जाऊन त्यास सांगितले कीं, माझ्या थड्याचा एक दगड तुह्मी नेला आहे, तो दगड परत आणून, पूर्वी जसे थडे होते त्याप्रमाणे बांधावे. आसा दृष्टांत दिल्यावर मग भटजी याणी पूर्वीप्रमाणे थडे बांधले तेव्हा वाडा सिधीस गेला. नंतर ज्याचे कुतरे नवसास पावत होते त्या कुतऱ्याचे थडे संगम माहुली येथे आहे. नंतर श्रीनिवास परशराम प्रतिनिधी याणी पूर्वी महाराज छत्रपती याचे आज्ञेप्रमाणे आन छत्रासाठी संगम माहुली येथे वाडा बांधिला आणि ब्राह्मणास वगैरे आनछत्र चालविले. ते समई रविवारचे पेठेचे पूर्वेस माळावर दगडी रांजण रोऊन त्यात पाणी भरोन अन्नछत्री ब्राम्हण जेऊन परत गावगना जातील या साठीं व कोणी पानथीक लोक वगैरे येणार जाणार सर्वास धर्माचे पाणी पाजावे म्हणोन त्यास पइचा माळ ह्मणतात. व शाहुमाहाराजछत्रपती याणी गेंडा बाळगला होता तो गेंडा माळावर बांधीत होते म्हणोन त्यास गेंड्याचा माळ असे ह्मणतात. नंतर शके १६४७ विसावसुनाम संवछरे फसली सन ११३५ राजे शक ५२ या साली मातोश्री ताराउ आईसाहेब याणी आपला पुत्र धाकटे वेडे सिवाजी राजे यास ह्मणविला; तो सातारे किल्यावर नजरबंद शाहु माहाराज छत्रपती याणी ठेविले होते; ते मि॥ चैत्र शु॥ ७ रोजी वेडे सिवाजी राजे हे कैलासवासी शांत जाहाले. नंतर शके १६४९ प्लवंनाम संवछरे फसली सन ११३१ राजे शक ५४ या साली शाहु माहाराज छत्रपती याची चौथी स्त्री सगुणाबाईसाहेब ही सोनोजी मोहिते हंबीरराव याची कन्या हीचे पोटी पुत्र रंगमाहालचे वाड्यात जाहाला. त्याचे नाव संभाजी राजे असे ठेविले. ते काही महिने होते. मग त्याचे शरिरास ज्वराची भावना होऊन मृत्ये पावले. या पुत्र शोकामुळे शाहु माहाराज छत्रपती याणी राज्यभार सोडून विधेई होऊन आरंणेवासी संगममाहुली व सातारा या दोइचे मध्यभागी माळावर डेरे देऊन मुकाम करून राहिले. तेव्हा राण्यासाहेब व आष्टप्रधान याणी तेथे जाऊन शाहु माहाराज छत्रपती याची नाना प्रकारे प्रार्थना केली. मग माहाराज छत्रपती याणी आपले मनात विच्यार केला की, मी विधेई होऊन माळावर राहिलो, तर प्रजेचे पालण होनार नाहीं व पदरची मंडळीचे संरक्षण होणार नाही व परशत्रु राज्यास आपाये करतील, म्हणोन विच्यार असा करोन माहालाच्या स्वाऱ्या व आष्टप्रधान या सुधा परत रंगमाहालचे वाड्यात स्वारी दाखल जाहाली आणि पुर्ववतप्रमाणे राज्यभार करू लागले. नंतर आपण माळावर वनवास घेऊन राहिलो होतो म्हणोन त्या माळावर वाडी वसऊन त्या वाडीस नाव वनवास वाडी असे ठेविले आणि तेथे माळियास जमीन दिल्ही. त्या दिवसापासून वनवास

वाडी असे ह्मणतात. नंतर शके १६५३ विरोधकृतनाम संवछरे फसली सन ११४१ राजे शक ५८ या साली शाहू माहाराज छत्रपती संस्थान सातारा व संभाजी महाराज छत्रपती संस्थान करवीर याच्या उभयता राज्यांच्या हादींची मर्यदा वारणे नदीचे दक्षण भाग करविराकडे व उत्तरेस भाग वारणा नदीपासून सातराकर याजकडे याप्रमाणे उभयता महाराज छत्रपती याचा तह ठरला. ती मीती चैत्र वद्य ६ रोज भृगुवार मुकाम कराड कृष्णातीरी उभयेता महाराज छत्रपती यांच्या भेटी होऊन परसपरे येकामेकास मेजवानक्या व पोषाख व जडजवाहिर व हात्ती व घोडे दिल्हे व संभाजी माहाराज छत्रपती हे करविरास कूच करोन गेले व शाहु महाराज छत्रपती हे सातारीयास कूच करोन मजल दरमजल स्वारी रंग माहालचे वाड्यात दाखल जाहाली. शके १६५३ विरोधकृत नाम संवछेरे फसली सन ११४१ राजेशक ५८ यासाली शाहु माहाराज छत्रपती याजकरिता बाजीराव बलाल पेशवे प्रधान याणी पुणे मुकामी सरकारास न विचारिता वाड्याचे काम चालविले होते. हे वर्तमान माहाराज छत्रपती यास कळले. मग माहाराज छत्रपती याणी आज्ञापत्र लेहून पाठविले कीं, तुह्मी फौजेचा वाडा बांधावा नंतर पेशवे प्रधान याणी स्वामीआज्ञा प्रमाण मानून वाड्याचे काम महकुब केले, ते अद्याप तसेच कायेम आहे. नंतर शके १६६२ रौद्र नाम संवछरे फसली सन ११५० राजे शेक ६७ यासाली बाजीराव बलाल पेशवे प्रधान हे मुकाम मानधात येथें लष्करांत वैशाख शुध १३ त्रयोदसी यारोजी यास देवआज्ञा जाहाली. नंतर त्याचे चिरंजीव तेच वर्षी बाळाजी बाजीराव ऊर्फ नानासाहेब यास पेशवे प्रधान पदाची वस्त्रे शाहु माहाराज छत्रपती याणी मुक्काम सातारा येथे दिल्ही. नंतर शके १६६८ क्षेयेनाम संवछरे फसली सन ११५६ राजेशक ७३ यासाली श्रीनिवास परशराम प्रतिनिधी यास देवआज्ञा जाहाली. मुकाम सातारा नंतर तेचवर्षी जगजीवन परशराम यास प्रतिनिधी पदाची वस्त्रे शाहु महाराज छत्रपती याणी सातार मुकामी दिल्ही. नंतर शके १६७१ शुक्ल नाम संवछरे फसली सन ११५९ राजेशक ७६ यासाली मि॥ मार्गशीर्ष वद्य ३ त्रितीया रोज गुरुवार माहे जिल्हेज रवाना छ १७ या दिवसी शाहु महाराज छत्रपती याणी आंत:काळ समई बाळाजी बाजीराव पेशवे प्रधान यास आज्ञा केली की, आह्मी धर्मादाये देव ब्राह्मणास आग्रहार व खैरखैरात व आमची न्यात व भाऊबंद गोत्रज्य व आणखी इतर कुणबी मराठे लोक वगारे नानाजातीयास चाकरी बदल व सरजाम व जाहागीरा व गाव व जमिनी वगैरे लोकास आह्मी ईनाम देहेणगी दिल्ही आहे, ती तुह्मी आमचे पाठीमागे चालवावे. दरम्यान कोणास आटकाव करू नये व आमच्या हातचे देहेणगीस वगैरे व आमची न्यातगगा व आणखी इतर कुणबी मराठे मानकरी राजमंडळचे लोकाचा वगैरे छेळ केल्यास व आमचे देण्यास बद आणिल्यास तुह्माकडे पेशवाई प्रधान पद कायेम राहाणार नाही असे शाहु महाराज छत्रपती याणी बाळाजी बाजीराव पेशवे प्रधान यासी आज्ञा सांगीतली. व आह्मी आणखी येक उतम कुळीस ब्राह्मण जन्म घेऊन राज्याचा उपभोग घेऊन नंतर पूर्व स्थळी बद्रीकाश्रमी आह्मी जाऊ. असे सर्व

मंडळीस सांगोन भस्म लाऊन रुद्राक्ष धारण करोन दर्भ आसनावर पांढरी घोंगडी टाकोन श्री रामराम आकरा वेळ व सिव हारहार आसा आकरा वेळ षेब्द उच्यार करोन प्राण आक्रमण करून मी॥ मार रंग माहालाचे वाड्यांत शहर सातारा येथे शाहु महाराज छत्रपती कैलासवासी शांत जाहाले. नंतर शाहु महाराज छत्रपती याची तिसरी स्त्री राणूबाई साहेब ही रामोजी राजे सिर्के यांची कन्या याचे पोटी पुत्र संतती नाही, ह्मणोन शाहु महाराज छत्रपती याजबरोबर सहगमन संगम माहुली येथे सती गेली. त्याचे धन करून नंतर प्रतिनिधी व आष्ट प्रधान व सर्वत्र मिळोन त्याचे नावची पाशाणाची लिंग प्रतीमा साळोका घडोन वेणा श्री कृष्णा उभये संगमी वाळुवर लिंग ठेऊन त्याची प्राण प्रतिष्टा करोन, तेथे स्थापना केली. त्याची पूज्या आर्चा नवेद्य नित्ये नेमणूक वगैरे करून देऊन तेथे शेवाधारी मनुषे नेमुन दिल्ही व सर्व बंदोबस्त त्याचा केला तो चालत आहे. शाहु महाराज छत्रपती तेथेच आद्यापी आहेत. ते दर्शणास मात्र दिसत नाहीत परंतु तेथेच आहेत. त्यांचे नावाने सर्व चालले आहे. ते सर्वत्रास आनकूळ आहेत. त्याचे नाव सदा सर्वकाळ जो प्राणी मनुष्ये नित्य प्रातःकाळी घेईल, ज्यास आन नाही त्यास आन मिळेल; त्यास दिवस सुखाचा जाईल व त्याची मर्यदा जो कोणी ठेवील, त्यास कदापी न्युने पडणार नाही. प्रथम बाळाजी विश्वनाथ पेशवे प्रधान हे श्री कृष्णा संगमा पलीकडे रुमालाने हात बांधून पाये उतारा होऊन नगारे नोबती बंद करोन प्रथम तेथे शाहु महाराज छत्रपती याचे तेथे दर्शन घेऊन, नंतर शहर सातारा येथे जे पेशवे प्रधान जाहाले ते जी मुद्रा तख्तारूढ आसेल त्याचे दर्शणास येत होते, असी पुर्वीपासून मर्यदा ठेवीत होते, ह्मणोन त्यासी येश येत होते व कोणी सरदार फौजबंद आल्यास तेही आसीच मर्यदा ठेवीत होते असी पहिल्यापासून चाल आहे. मग माघे काही दिवसानी विरुबाई राहिली होती ती मृत्ये पावली. तीचे धन संगम माहुली येथे केले व तीचे नावची पाशाणाची मुहूर्त करून शाहु महाराज छत्रपती यांचे साळोखे सेजारी बसविली. व तिचे उतर कार्य फतेसिंग भोसले आकलकोटकर याचे हातून करविले. ते विरुबाईने त्यास दत्तक घेतला होता. त्या बाईची दौलत द्रव्य व तिचे पायातील सोन्याच्या साकळ्याचा जोड दरोबस्ते फत्तेसिंग भो याचे स्वाधीन जिन्नगी केली. पुत्र ह्मणोन त्याणे तिचे नावची सोन्याची मुहूर्त करोन आपले देवाऱ्यावर बसविली. ती आद्यप आकलकोटकर भोसले याचे घरी देवाऱ्यावर आहे व श्री शंभू माहादेव येथे सिकराचे उजवे बाजूस सदर सोपा आहे तेथे विरुबाईचे नावाची लिंग प्रतिमा सालोखा करोन फत्तेसिंग भो याणी सदर सोप्यात ठेविली आहे ती तेथे आहे. व पूर्व जन्मी विरुबाईने शेवा केली म्हणोन थोराचे समागमे करून विरुबाईचा उधार जाहाला व फत्तेसिंग भोसले याणी तीचे नावे दानधर्म उदंड संगम माहुली येथे ब्राह्मणास केला. नंतर शके १६७२ प्रमोद नाम संवतछरे फसली सन ११६० राजे शक ७७ या साली पौष शुा ९ नवमी या रोजी मातोश्री ताराऊ आई साहेब व बाळाजी राव पेशवे प्रधान याणी करवीर संस्थानावरून रामराजे

महाराज यास आणून राजे आभिषेक करऊन तख्तारुढ जाहाले; परंतु ते लहान होते सबब ताराउ आई साहेब व बाळाजी बाजीराव पेशवे प्रधान हे उभयता मिळोन राज्य-भार चालवीत होते. मग उभयता निघोन पुणे मुकामी फौजसुधा गेले आणि त्रिबकराव दाभाडे सैनापती यास तळेगावाहून बोलाऊन आणून त्यास विच्यारिले कीं कैलासवासी शाहु महाराज छत्रपती याच्या जिनसा तुम्हापासी राहिल्या त्या मदारी हाती १ एक व तुराघोडा १ एक व वाकडी समसेर एक व विरुबाईची तीन लक्षाची वेणी फणी अशा पांच जिनसा तुम्ही आम्हास याव्या. नंतर त्रिंबकराव दाभाडे सैनापती बोलले की मजपासीं जिनसा नाहीत. माझे पदरी दमाजी गाईकवाड होता. तो गुजराथ बडोदे व आमदाबाद सुभ्याकडे गेला आहे त्याजपासी जिनसा ठेवावयास दिल्या होत्या. त्याज-पासी आहेत. असे बोलताच ताराउ आईसाहेब व पेशवे प्रधान याणी त्रिंबकराव दाभाडे सैनापती यास कैद केले. नंतर त्याणे दमाजी गाईकवाड यास पत्र लिहिले कीं, ताराउ आईसाहेब व पेशवे प्रधान याणी मजला कैद केले आहे. असा प्रसंग मजला आला आहे. ते पत्र दाखल होताच तेव्हा दमाजी गाईकवाड चाळीस हजार फौज घेऊन मजल दरमजल रात्रीचा दिवस करोन पुण्यावर फौजसुधा आला. तेथे मोठी लढाई पेशवे व दमाजी गाईकवाड याची जाहाली. मग पेशवे व ताराउ आईसाहेब तेथून निघोन फौजसुधा दाभाडे यास बरोबर घेऊन सातान्यास येथे आले. मग माघाहून दमाजी गाईकवाड फौजसुधा पाठीमागे सातारियास आले आणि महारदरे येथे मुकाम करून उतरले. नंतर ताराउ आईसाहेब व बाळाजी बाजीराव पेशवे प्रधान व दमाजी गाईकवाड याचे बोलणे जाहाले कीं, तुह्मी आह्मी लढू नये. असे या प्रमाणे क्रिया बेलभंडार जाहाले, असे तुह्मी आह्मासी लढू नये असे ठरऊन एकमेकास हाताने बेलभंडार उचलोन दिल्हे. मग दुसरे दिवसी ताराउ आईसाहेब व पेशवे प्रधान याणी फौजेस हुकूम दिल्हा कीं, दमाजी गाईकवाड याचे फौजेस वेढा घालून व लुटोन घ्यावे. या प्रमाणे हुकूम लोकास दिल्हा. नंतर या फौजेने गाईकवाड याचे फौजेस वेढा घातला तो दमाजी गाईकवाड पूजेस बसला होता. तेव्हा गाईकवाड याचे कारभारी व मोठे मोठे सरदार याणी दमाजी गाईकवाड यास विच्यारिले की, आह्मास लढावयास हुकूम द्यावा. तेव्हा गाईकवाड सांगितले की, आह्मी इमान केले आहे तर त्यापेक्षा मी शस्त्र धरावयाचा नाही व लढाई त्याजबरोबर करावयाची नाही असे सरदार यास सांगितले. त्याचे इमान त्याजपासी. नंतर ताराऊ आईसाहेब पेशवे प्रधान याचे फौजेनी गाईकवाड याची फौज लुटोन घेतली आणि दमाजी गाईकवाड यास धरोन कैद केले. मग ताराउ आईसाहेब व पेशवे प्रधान याणी उभयता गाईकवाड व दाभाडे सेनापती यास पुन्हा पुण्यास घेऊन गेले. नंतर दाभाडे व गाईकवाड याचे व पेशवे याचे बोलणे होऊन या उभयतास सोडून दिल्हे आणि दमाजी गाईकवाड व त्रिंबकराव दाभाडे याची फौज काही सिलक राहीली होती त्यासुधा पुन्हा गुजराथ बडोदे आमदाबाद सुभ्याकडे रवाणा करून दिल्ही. व त्रिंबकराव दाभाडे हे तळेगावी राहिले. व दमाजी गाईकवाड तीकडे बडोद्याकडे

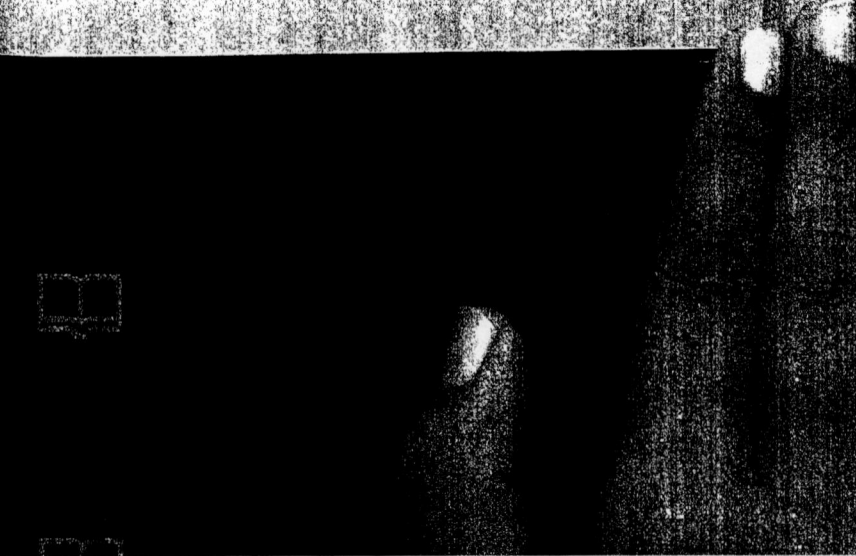

गेल्यावर आह्मी पेशजी ताराऊ आईसाहेब व बाळाजी बाजीराव पेशवे प्रधान यास आह्मी बेलभंडार उचलोन दिल्हे. तो आमचा हात दुमानात गुंतला आहे. त्यापेक्षा त्याणी आपले फौजेत उजवे हाताने कोणी रामराम करित जाऊ नये, डाव्या हाताने रामराम करीत जावे असी सर्व फौजेत ताकीद करोन ती वहिवाट चालत आहे. त्रिंबकराव दाभाडे तळेगावकर सैनापती हा मोठा व बानीचा थोर मनुष्य होता. त्याणी लाख रुपयाच्या सुया सवदागर याजपासी कोणी राज्यात घेईना ह्मणून दाभाडे याणी खरेदी घेऊन तळ्यांत टाकिल्या आणि उदमीयास रुपये दिल्हे आणि आपली किर्ती केली.

शके १६७६ भाव नाम संवछरे फसली सन ११६४ राजे शक ८१ यासाली जगजीवण परशराम प्रतिनिधी हे मृत्ये पावले. नंतर रामराजे महाराज छत्रपती याणी भगवंतराव त्रिंबक यास प्रतिनिधी पदाची वस्त्रे दिल्ही; परंतु भगवंतराव हे विशालगडी राहिले ते परत इकडे आले नाहीत व त्यास संभाजी महाराज छत्रपती करवीरकर याणी भगवंतराव यास प्रतिनिधी पदाची वस्त्रे दिल्ही ह्मणोन ते तिकडेच राहिले. नंतर शके १६७७ युवानाम संवछरे फसली सन ११६५ राजे शक ८२ यासाली रामराजे महाराज छत्रपती याणी भवानराव यास प्रतिनिधी पदाची वस्त्रे मुकाम सातारा येथे दिल्ही. नंतर शके १६८३ वृषानाम संवछरे फसली सन ११७१ राज शक ८८ या साली बाळाजी बाजीराव ऊर्फ नानासाहेब पेशवे प्रधान याचे वडिल पुत्र विश्वासराव बलाल हे सेनपत पानपत गिलच्याचे लढाईत यास जंबुऱ्याच्या गोळ्याने आर्धे डोचके उडोन गेले त्यास देवआज्ञा जाहाली. त्याचा मुडदा लखनुरवाले नबाब याणी विश्वासराव याचा मुडदा नेऊन आपले गावाच्या येसीचे सन्मुख झाडास नेऊन टांगला. मग लखनुरवाले नबाब याचे दिवानाने तो मुडदा पाहून नबाबास बहुत निसीद केले कीं, हा शाहु महाराज छत्रपती याचे पदरचे मुखे पेशवे प्रधान याचा पुत्र. हे मोठे उमराव असता त्यास तुह्मी झाडास टांगिले हे फार तुह्मी वाईट केले. ही चाल नीट नाही. ह्मणोन दिवाणानी नबाबासी दुर्भाषणे केली. नंतर तो मुडदा दिवाण याणी झाडाचा सोडून त्याचे दहन घागरा नदीचा व भागीरथीचे संगमी विश्वासराव याचे दहन दिवाण याणे करविले व बाळाजी बाजीराव पेशवे प्रधान याचे चुलत बंधू सदोबा भाऊ त्या लढाईत ठार जाहाले त्याचा मुडदा सापडला नाही. त्यासच भाऊ गर्दी असे जन लोक ह्मणतात. मग बाळाजीराव पेशवे प्रधान याचे पुत्र विश्वासराव हे लढाईत ठार जाहाले म्हणून त्याणी पुत्र शोकाचे दुःखे करून आन पाणी वर्ज करोन त्याणी पुण्याचे परवतीवर मि॥ जेष्ट वद्य ६ क्षेष्टी या दिवशी त्यास देव आज्ञा जाहाली. व त्याचे दुसरे पुत्र माधवराव बलाल यास तेच वर्षी रामराजे महाराज छत्रपती याणी त्यास पेशवे प्रधान पदाची वस्त्रे मुकाम सातारा येथे दिल्ही. नंतर शके १६८६ तारण नाम संवछरे फसली सन ११७४ राजे शक ९१ या साली राजाराम महाराज छत्रपती संस्थान करवीर याची स्त्री ताराउ आईसाहेब ही सोनोजी मोहिते हंबीरराव याची कन्या ही काही दिवस शाहु महाराज छत्रपती कैला-

सवासी जाहाल्या. नंतर पाठीमागे ताराउ आईसाहेब राजेभार चालवीत होती. त्याची उमर वर्षे ८६ शाइसी जगली होती. नंतर ते सातारा मुकामी कैलासवासी शांत जाहाली. नंतर शके १६९५ विजयनाम संवछरे फसली सन ११८३ राजे शेक १०० या साली थोरले माधवराव बलाल पेशवे प्रधान हे फालगुन वद्य १० दसमी या रोजी मुकाम थेऊर गणपतीचे येथे त्यास देवआज्ञा जाहाली. त्याणी राज कारभार बारा वर्षे केला. नंतर त्याचे बंधू नारायेणराव बलाल यास तेच वर्षी रामराजे महाराज छत्रपती याणी पेशवे प्रधान पदाची वस्त्रे सातारा मुकामी दिल्ही. ते सरकार आज्ञेप्रमाणे कारभार करू लागले, म्हणोन त्याचे चुलते रघुनाथ बाजीराव हे नारायणराव बलाल पेशवे प्रधान याजबरोबर राज्य कारभाराविसी भांडू लागले. असे दोघाचे वाकडे येऊन मग रघुनाथ बाजीराव याणे सुमरसिंग गार्दी व खरकासिंग गार्दी फल्टणचे सरदार या उभयतास लाख रुपये देऊन गार्दी यास स्वदस्तुरची चिटी लेहुन दिल्ही की, तुह्मी नारायेणराव बलाल पेशवे प्रधान यास धरावे असी त्याजपासी चिटी दिल्ही होती. मग रघुनाथ बाजीराव याची स्त्री इचे नाव आनंदिबाई ही मोठी पराक्रमी चमतकारी होती. तिणे सुमेरसिंग गार्दी व खरकसिंग गार्दी हे गार्याचे सरदार याजपासून ती चिटी आनंदिबाईने पाहाण्याकरता त्याजपासून घेतली आणि त्या चिटीवर आक्षरे धरावे असी होती ती बाईने मोडून आपले हातचे येक आक्षरे ध चा मा केला; असे त्या चिटीवर मारावे असे लिहिले. त्याप्रमाणे सुमेरसिंग गार्दी व खरकसिंग गार्दी सरदार याणे नारायणराव बलाल पेशवे प्रधान यास ठार मारिले. तेव्हा पेशवे याचे दौलतीस मोठा बखेडा जाहाला आणि ब्राह्मणहात्या व गोत्रहात्या व गौहात्या अशा हात्या होण्याचे कारण नारायणराव बलाल हे गौखान्यात गाईचे आड लपाले. तो गोळी गाईस लागोन गौहात्या जाहाली व तेथून निघोन रघुनाथराव याचे गळा मिठा मारून बोलला कीं, मला राज्य कारभार नको; तुह्मी वडील चुलते आहा; त्यास राज्य कारभार करा. परंतु माझा प्राण वाचवा. मग त्याणी न ऐकता गळ्यातून हात काढून गार्दी याचे आंगावर ढकलून दिल्हे. मग गार्दी याणी सुरईचा वार मारून ठार केला. अशा तीन हात्या जाहल्या. मग जसे मुंगल्यास पर फुटतात तशी गत जाहाली. मग सखाराम बापु व नाना फडणीस व हरीपंत तात्या फडके व त्रिंबकराव मामा आनंदीबाईचा बंधु. वगैरे मंडळी याचे रघुनाथ बाजीराव याजबरोबर वाकडे येऊन मग राघोबा दादा यासच राघो भरारी असे त्यास जनलोक ह्मणत होते व त्याची निंदा लोक करित होते. ह्मणून राघो भरारी पुण्याहून निघोन कुटुंबासुधा सुरत आटाविसीकडे पवाराचे धारेस गेले. मग राघो भरारी याची स्त्री आनंदीबाई तीचे पोटी वडील पुत्र बाजीराव रघुनाथ याचा जन्म पवाराची धार येथें जाहाला. ते समई त्याचे जन्म काळी उपजताच मोठा धरणीकंप जाहाला व रगताचा प्रजेन पडला. असी नाना प्रकारची ते समई दुचिन्हें जाहाली. नंतर राघोबा भरारी हे धारेहून निघोन सुरतेस दाखल जाहाले.

मग इकडे नारायणराव बलाल पेशवे प्रधान याची स्त्री लक्षुमी (?) बाई ही दोन महिन्याची गरोदर होती. म्हणोन सखाराम बापु व नाना फडणीस या उभयतानी गर्भी राज्य-कारभार चालविला व बाईस पुरंधर किल्यावर मोठे बंदोबस्ताने ठेविली होती. नंतर पुणे मुकामी फौजेची तलफ राहिली होती, म्हणोन सखाराम बापु व नाना फडणीस याणी वानवले पईटणकर सावकार मोठा, ज्याणे सोमयाग केला होता, त्यास बोलाऊन आणून विच्यारिले कीं दौलतीकडे लोकाची तलफ राहिली आहे त्यास तुह्मी तूर्त तीन कोट रुपये ध्यावे असे उभयतानी त्यास विच्यारिले. मग वानवले सावकार याणी बरे आहे परंतु, असा शब्द सावकार बोलताच सखाराम बापु व नाना फडणीस याणी वानवले सावकार यास उत्तर दिले कीं, तुह्मी परंतु अशी आक्षरे बोलला त्यास आम्ही मनात समजलो तर बाई ही दोन महिणेची गरोदर आहे. तीस पुत्र जाहाला तर मालकच होईल. जर करिता कन्या जाहाली तर त्या मुलीस मेणाचे ...... लाऊन राज्य कारभार चालउ. ऐसे वानवले सावकार यास उभयतानी उत्तरे दिली. मग सावकार वानवले पइठणकर याणी उभयतास फौजेचे तलफेबदल रोख रुपयेचे तोडे तीन कोटीचे आणून दिल्हे. नंतर सखाराम बापु व नाना फडणीस याणी फौजेस तलफ वाटून राज्य कारभार चालउ लागले. असी घारिष्टाची मनुष्ये पेशवे प्रधान याचे पदरी होते. नंतर शके १६९६ जयनाम संवछरे फसली सन ११८४ राजे शेक १०१ या साली नारायणराव पेशवे प्रधान याची स्त्री बाई गरोदर होती ती प्रसुत जाहाली. तीचे पोटी सवाई माधवराव नारायण याचा जन्म जाहाला. पुरंधर किल्यावर. याची चिन्हे कपाळ उंच व मान लांब व हात गुडग्याच्या खाली त्यास आंज्यानबाहु असे म्हणतात. मग तिकडे सुरतेस राघोबादादा भरारी याणी इंग्रज बाहादुर यास भेटले आणि सर्व राज्यातील दर रुपयास च्यार आणे प्रमाणे कबुल करून उभयताचा ठराव जाहाला. मग इंग्रज इष्टुल फाकडे त्याजकडील सोजराची पलटण सुमारी ३६ छतीस व तोफा सुमार ९०० नउशे व राघोबा दादा भरार याची जातीची फौज स्वार व पायदल मीळोन दोन लक्ष इंग्रज व भरारी फौजेसमवेत मिधोन कुच दरकुच करोन दाभाडे याचे तळेगावावर येऊन मुकाम करोन राहिले. नंतर इकडे पुणे मुकामी सखाराम बापु व नाना फडणीस व हरिपंत तात्या फडके व महादजी सिंदे व तुकोजी होळकर व आणखी मोठ मोठे जाहागीरदार मान करी सरदार मराठे व खासी हुजरांत राजमंडळची वगैरे मिळोन तीन लक्ष फौजेचा जमाव येकंदर पुणे मुकामी जाहाला. नंतर नाना फडणीस याणी शेहरात हुकूम सांगि-तला कीं शेहरचे हवेली हवेलीने दरोबस्त कडबा भरोन ठेवावा आणि आमची लढाई फत्ते जाहाली तर कडब्यास आग देऊ नये. किंवा आमची लढाईत फत्ते नजाहाल्यास कडब्यास आग लाऊन द्यावी. याप्रमाणे नाना फडणीस याणी हुकूम दिला. नंतर सर्व फौजेची तयारी करून इंग्रज याचे फौजेवर तीन लक्ष फौजेनिसी दाभाडयाचे तळेगावा

वर चालून गेले. मग तेथे तळेगावावर यांचीं व त्याची मोठी लढाई रण तुंबल होऊन त्या लढाईत इष्टूल फाकडा लष्करचा आधीकारी यास तोफेच्या गोळ्याने उडोन गेला. मग राघोबादादा भरारी व ३६ पलटणे सोजराची व नउशे ९०० तोफा व स्वार व व पायेदल मिळोन त्या फौजेचा मोड होऊन इकडील मराठे लोकानी लढाईची मोठी शेरत करोन इंग्रजाकाडिल पलटणे मारून झाडास टोपी लाऊन फते केली. मग राघोबा दादा भरारी याणी रांहिलेली फौज घेऊन माघोरे ममईस पळोन गेले. तेव्हा इंग्रज याणी नाना फडणीस यास तह करून राघोबा दादा भरारी यास पेशजी चौथाईचा कागद इंग्रजास लेहून दिल्हा होता तो कागद व राघो भरारी यास नाना फडणीस याचे स्वाधीन करून दिल्हे. मग नाना फडणीस याणी राघोबा दादा भरार यास गंगातीरी कोपरगावी वाडयात कैद करून ठेविले. नंतर शके १६९८ दुर्मुखनाम संवछरे फसली ११८६ राज शक १०३ यासाली रामराजे महाराज छत्रपती यास बाळाजी जनार्दन ऊर्फ नाना फडणीस उपनाव भानु हे पुण्याहून निघोन सातार मुकामी येऊन हुजूर विनंती केली कीं, स्वामींनी सवाई माधवराव नारायण यास पेशवे प्रधान पदाची वस्त्रे देण्यास आज्ञा जाहाली पाहिजे. मग त्याजवरून रामराजे महाराज छत्रपती याणी त्याची विनंती मान्य करोन व पेशवे प्रधान पदाची वस्त्रे नाना फडणीसाचे स्वाधीन केली. मग ते वस्त्रे घेऊन पुण्यास गेले. नंतर शके १६९९ हेमलंबीनाम संवछरे फसली सन ११८७ राज शक १०४ यासाली रामराजे महाराज छत्रपती हे सातारे किल्यावर कैलासवासी शांत जाहाले. मि॥ शके १६९९ हेमलबीनाम संवछरे फसली सन ११८७ राज शक १०४ यासाली भवानराव प्रतिनिधी यास देवआज्ञा जाहाली. तेच वर्षी परशराम श्रीनिवास याचा जन्म जाहाला. नंतर शके १७०१ विकारीनाम संवछरे फसली सन ११८९ राज शक १०६ यासाली रामराजे महाराज छत्रपती यांची स्त्री सगुणाबाई आईसाहेब महाराज ही बरानजी मोहीते हंबीरराब याची कन्या, याचे पोटी आवरस पुत्र नाहीं म्हणोन सवाई माधवरान नारायण पेशवे प्रधान व बाळाजी जनार्दन उपनाव भानु उर्फ नाना फडणीस याणी त्रींबकजी राजे भोसले बाविकर याचे वडिल पुत्र विठोजी राजे भोसले यास पेशवे व फडणीस याणी पुण्याहून घेऊन सातारियास मातोश्री सगुनाबाई आईसाहेब महाराज याणी पुत्र मांडीवर घेऊन दतविधान करून त्याचे पूर्वीचे नाव विठोजी राजे हे मोडून धाकटे शाहु माहाराज असे नाव ठेविले. मग मंगळस्नान घालून राजेआभिषेक सेचन करून नंतर तक्तारूढ बस-विले. मग पूर्विंच्या चालीप्रमाणे सोळस दाने ब्राह्मणास देऊन नंतर नजर नजराणा आष्ट प्रधान व मानकरी सरदार व राजमंडळ या सर्वानी नजर करून मुजरे केले. नंतर शके १७०७ विश्वावसुनाम संवछरे फसली सन ११९५ राज शक ११२ यासाली धाकटे शाहु महाराज ऊर्फ आबासाहेब महाराज छत्रपती याची चौथी स्त्री आनंदीबाई ही भवानजी राजे सिर्के डेरवणकर याची कन्या या उभयताचे लग्न मि॥ फालगुन

वद्य १० दशमी यारोजी मुकाम सातारा येथे जाहाले. नंतर शके १७०९ प्लवंगनाम संवछरे फसली सन ११९७ राजेशक ११४ यासाली धाकटे शाहु महाराज उर्फ आबासाहेब महाराज छत्रपती याणी परशराम श्रीनिवास यास प्रतिनिधी पदाची वस्त्रे सातार मुकामी दिल्ही. नंतर शके १७११ सौम्यनाम संवछरे फसली सन ११९९ राजे शक ११६ यासाली धाकटे शाहु महाराज छत्रपती याणी चतरसिंग राजे भासेले वावीकर यास वधु नारायणजी मोहिते हंबीरराव माजगावकर याची कन्या तिचे नाव बाबई साहेब या उभयताचे लग्न साताऱ्या किल्यावर मी।। मार्गसिर्ष शुध्य ९ या रोजी जाहाले. नंतर जानाजी राजे भोसले सेडगावकर याची कन्या तिचे नाव ठमाबाई ही बहीरजी राजे सिर्के डेरवणकर या उभयताचे लग्न मि।। मार्गसिर्ष वद्य ५ या रोजी सातारे किल्यावर महाराज छत्रपती याणी केले. नंतर शके १७१४ परीधावी नाम संवछरे फसली सन १२०२ सन राजे शक ११९ यासाली धाकटे शाहु महाराज छत्रपती याची चौथी स्त्री आनंदीबाई उर्फ माईसाहेब महाराज याचे पोटी प्रथम पुत्र सातारे किल्यावर मिती माघ शु।। ७ या रोजी प्रतापसिंव्ह उर्फ बुवा साहेब महाराज यांचा जन्म जाहाला आणि मोठा समारंभ पुत्र उछावांचा जाहाला; साखरा वाटल्या. नंतर शके मारी माहादजी सिंदे व हरिपंत तात्या फडके हे उभयता मृत्य पावले. नंतर शके १७१६ आनंद नाम संवछरे फसली सन १२०४ राजे शक १२१ या साली सवाई माधवराव नारायण पेशवे प्रधान याणी तीन लक्ष फौज जमाव करून या खेरीज सिंदे व नागपुरकर भोसले व मोठमोठे मानकरी व राज मंडळची हुजरांत वगैरे बरोबर घेऊन मजल दर मजल खडर्यावर जाऊन मुकाम करून राहिले. नंतर निज्यामआली नबाब मोगल हे हैद्राबादवाले फौजेनिसी तयार खडर्यावर आले. मग पेशवे यांची व नबाब याची मोठी तुंबल लढाई रणखुंदल फार खडर्यावर उभयताची जाहाली. त्या लढाईत नागपुरकर भोसले याजकडील बाणाचे कैचीचे उंट ७०० सातसे व दौलतराव सिंदे याजकडी जिवबा दादा बक्षी याणी त्या लढाईत मोठी शेरत केली व मोगल यास पाण्याविन जेर केला. त्या लढाईत पाण्याचा तांब्या एक, रुपयास विकू लागला. मग निज्यामआली नबाब मोगल यास व त्याचे फौजेसुधा खडर्याचे किल्यात वेढा घालोन कोंडला. तेव्हा निज्यामआली नबाब याणे सवाई माधवराव पेशवे प्रधान याजबरोबर तह केला कीं, आम्ही तुम्हास तीन कोट रुपये खंडणी देतो. त्याजबदल वलीस मुसरीन मुलूख दिवाण पेशवे याचे हवाली केला. मग नाना फडणीस याणी आपले पाठीमागे खवासखाण्यात घेतला. नंतर तेथून फते करून फौजेनिसी कुच करोन मजल दरमजल पुण्यास दाखल जाहाले व तिकडे निज्यामआली नबाब हे खडर्याहून निघोन हैद्राबादेस गेले. नंतर इकडे सवाई माधवराव व नाना फडणीस हे पुणे मुकामी राज्य कारभार करू लागले आणि निज्यामआली नबाब याणी वलीस आपला दिवाण मुसरीन मुलूख दिला होता, तो नाना फडणीस याणी आपले पाठीमागे

खवास खान्यात बसऊन आणिला. त्याचे समागमे दोन हाजार फलटण बरोबर होते. मग मुसरीन मुलुख याजला खजीन्याचे विहीरित जीद होता ह्मणोन मुसरीन मुलूख यास इजा व्हावी याजकरिता फडणीस याणी त्याणी त्या विहीरीत नजरबंदीत ठेविला. मग तो मोठा विद्यावान होता. त्याणे आपला हुजऱ्यापासी रुपया देऊन त्यास सांगितले कीं, उडीद व ऊद घेऊन यावे. मग त्याणे त्याप्रमाणे घेऊन आणून दिल्हे. मग सारी रात्र जीद विहीरीतला व मुसरीन मुलूख याची व त्याची मोठी झडपट जाहाली, तेव्हा जिद याचा इलाज चालू दिल्हा नाही. तो जीद मंत्राचे सामर्थे करून त्यास घालऊन दिल्हा. नंतर दुसरे दिवसी प्राथकाळी नाना फडणीस हे मुसरीन मुलूख याचे समाचारास गेले. तो त्याणी फडणीस यास बोलिला कीं, तुह्मी माझी तजविज फार ठेविली. नंतर फडणीस याणी त्यास खजीन्याचे विहीरीतून काढून मालोजी घोरपडे याचे हवेलीत सर्व गोष्टीविसी बंदोबस्त चांगला ठेविला. नंतर नाना फडणीस याचे नजरेस आले की, मुसरीन मुलूख हा जातीचा बोहारी असोन आकलवान आहे; ह्मणोन ते एक दोन रोजानी त्याचे खबरीस जात होते. नंतर शके १७१७ राक्षेस नाम संवछरे फसली सन १२०५ राजे शेक १२२ या साली सवाई माधवराव नारायण पेशवे प्रधान यास नाना फडणीस याणी त्याजला काही कठीण शब्द बोलले, म्हणोन सवाई माधवराव पेशवे प्रधान याणी मनात पछाताप होऊन पुणे मुकामी माडीवरुन उडी हाजारी कारंज्याचे हौदात टाकिली. मग पेशवे याचे कारंज्याची तोटी मांडीत सिरोन मिती आश्वीन श्रुध्य १५ रोजी त्यास देवआज्ञा जाहाली. त्याचे दहन केल्यानंतर नाना फडणीस हे दुसरे दिवसी मुसरीन मुलूख याजकडे जाउन, त्यास विच्यारिले कीं आता तजवीज कसी करावी? तो मुसरीन मुलूख फडणीस यास बोलला कीं मी एक घटका चुकलो, तो तुमचे कैदेत बसलो आहे; परंतु तुह्मी नाना सर्वस्वी चुकला की तुह्मी एसवदाबाई सवाई माधवराव याची स्त्री इच्या मांडीवर दहन होण्याचेपूर्वी गोत्रापैकी दत्तक दिल्हा असता तरी तुमची मसलत सिधीस जाती. हे तुह्मी नाना चुकला, आसा मुसरीन मुलूख याणी फडणीस यास बोलेला. नंतर दौलतराव सिंदे आलीज्या बाहादर याणी बाजीराव रघुनाथ यास कोपरगावाहून आणून जबरीने पेशवे प्रधान पदावर कायम केले. नंतर नाना फडणीस याणी मनात विच्यार केला कीं, माहाराज छत्रपती यांची आज्ञा न घेता सिंदे आलीज्या बाहादर याणी बाजीराव यास पेशवे प्रधान पदावर कायेम केले, हे नीट केले नाही. मग मुसरीन मुलूख दिवाण याणे कैदेत बसून सिंदे आलीज्या बाहादर व होळकर या उभयेतात कजीया लाऊन मग आपण निज्यामआली नबाब यास जाब लिहिला कीं तुह्मी इकडे काही फौज रवाना करून कुमकेस यावी. आसा जाब लेहून नबाब याजकडे पाठऊन दिल्हा. तो जाब दाखल होताच निज्यामआली नबाब मोगल याणी जाबाप्रमाणे मुसरीन मुलूख दिवाण याजकडे मोठे मोठे सरदार मोगल पठाण पाच हाजार फौज रवाना करून दिल्ही. ती

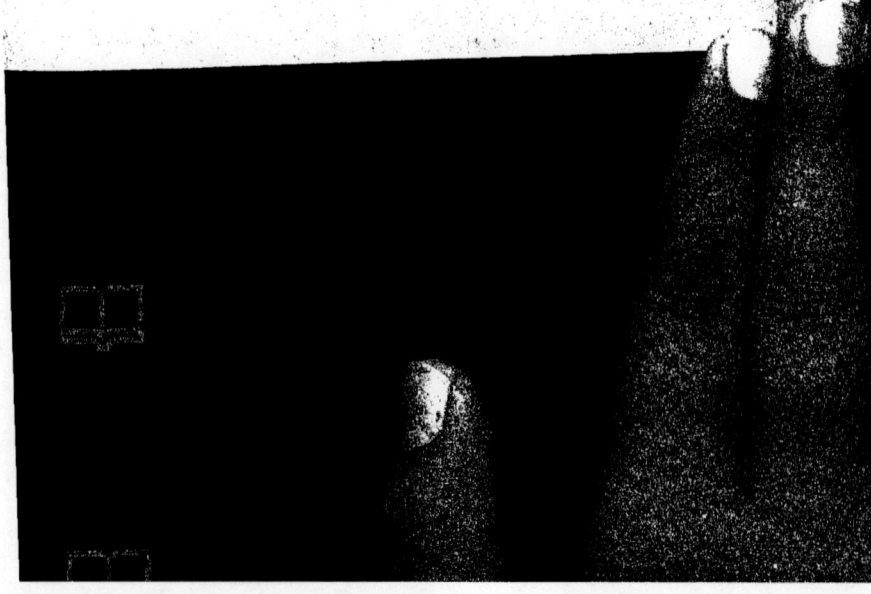

मजल दरमजल पुण्यास येऊन दाखल जाहाले. मग एकंदर फौजसुधा मुसरीन मुल्लुख दिवाण याणे पेशवे प्रधान यास खंडणी न देता सिंदे व होळकर व पेशवे याची फौज पुणे मुकाम आसता, तो भर दोनप्रहरा दिवसा नगारे वाजवित नाना फडणीस याची पेठ लुटीत शेहरांबाहेर फौजेसुधा हैदराबादेस निघोन गेला. परंतु सिंदे व होळकर व पेशवे हे फौजबंद असता, मुसरीन मुल्लुख दिवाण याचा कोणी दुमाला केला नाही. आसा तो प्यादेमात करून निघोन गेला. मग पेशवे प्रधान याचे दौलतीत मोठा बखेडा जाहाला व कोणी कोणास मानीनासे जाहाले. नंतर शके १७१७ राक्षेसनाम संवछरे फसली सन १२०५ राजे शक १२२ या साली धाकटे शाहु माहाराज छत्रपती याची चौथी स्त्री आनंदीबाई उर्फ माईसाहेब माहाराज याचे पोटी दुसरे पुत्र सातारे किल्यावर रामचंद्र राजे उर्फ भाउसाहेब माहाराज याचा जन्म जाहाला आणि पुत्र उछाहा केला. नंतर शके १७१८ नलनाम संवछरे फसली सन १२०६ राजे शक १२३ या साली धाकटे शाहु महाराज छत्रपती याणी बाजीराव रघुनाथ यास पेशवे प्रधान पदाची वस्त्रे हरिबा खांडखे हुजरे याजबरोबर देऊन त्यास पुण्यास पेशवे याजकडे पाठविला. मग ती वस्त्रे बाजीराव रघुनाथ याणी घेऊन ती वस्त्रे सिरसावंद करोन ते पेशवे प्रधान पदाचे राजे कारभार करो लागले. पुणे मुकामी मग हरिबा खडसरे हुजरे हे तिकडेच राहिले, तेव्हा नाना फडणीस यास फार वाईट वाटून ते पुण्याहोन निघोन सातार मुकामी आले. नंतर धाकटे शाहु महाराज छत्रपती याचे दर्शण घेऊन हुजुर विनंती केली की सवाई माधवराव नारायण पेशवे प्रधान याची स्त्री येसवदाबाई याचे गोत्र पुरुषापैकी एक मुलगा बाईस दत्तक देण्याविसी आज्ञा जाहाली पाहिजे. मी आज्ञेप्रमाणे बाईस दत्तक देऊन राज्य कारभार सातार मुकामी बाविस कोटीचा येथे हुजूर स्वामी समक्ष व्हावा, असी नाना फडणीस याणी धाकटे शाहु महाराज छत्रपती यास विनंती केली. तेव्हा महाराज छत्रपती याणी नाना फडणीस याची विनंती मान्य केली नाही. मग पुढे असे भविष्य होणार हे विश्वराची मर्जी. मग नाना फडणीस सातारियाहून निघोन माहाडास गेले. नंतर पुणे मुकामी दाखल जाहाले. तेव्हा नाना फडणीस यास दौलतराव सिंदे आलीज्या बाहादर याणी नगरच्या किल्यात कैद करून ठेविले. मग मेंदले व थते बळवंतराव दादा दादा गजरे या त्रिवर्गास सखाराम घाडगे याचे समताने चैत्र मासी तोफा उनात तापऊन त्यास त्या तोफेवर बसऊन त्याची ...... भाजून ते ब्राम्हण मेले व नारायेणराव बक्षी याचे हातापायास बाण बांधून त्या बाणास बती देऊन उडविला. आशा ब्राम्ह हात्या दौलतराव सिंदे आलीज्या बाहादर याणी जबरीनी आनार्थ केला. नंतर शके १७१९ पिंगल नाम संवछरे फसली सन १२०७ राजेशक १२४ यासाली दौलतराव सिंदे आलीजा बहादर हे मु॥ वानवडीचे छावणी येथून फलटण व तोफा व स्वार वगैरे फौजसुधा कुच करोन मजल दरमजल करीत गेले. तो गालेहर येथे छावणी करून

राहिले. पुना इकडे आले नाही. शके १७२० काळयुक्त नाम संवछरे फसली सन १२०८ राजेशक १२५ यासाली चतरसिंग राजे भोसले वावीकर यांची स्त्री बाबई साहेब ही नारायेणजी माहीते हंबिरराव माजगावकर याची कन्या याचे पोटी प्रथमपुत्र माहे आधीक श्रावण शुध्य ५ या रोजी सातार मुकामी रंगमाहालचे वाडयानजीक नारायेणजी मोहिते याचे वाडयात बळतंतराव राजे भोसले याचा जन्म जाहाला आणि धाकटे शाहु माहाराज छत्रपती याणी मोठा पुत्र उछाहा केला. नंतर शके १७२० काळयुक्त नाम संवछरे फसली सन १२०८ राजेशक १२५ या साली शेहेर सातारा येथे बाजीराव रघुनाथ पेशवे प्रधान याणी फौज व सरदार पुण्याहून रवाणा करून दिल्हे. ते परशरामभाऊ तासगावकर व माधवराव रास्ते वाईकर व विठल सिवदे इचुरकर हे फौजसुध्या सातारियात दाखल जाहाले. नंतर त्याणी फौजसमवेत धाकटे शाहु महाराज छत्रपती याजबरोबर लढाई करोन मि॥ अधीक श्रावण वद्य १२ दशी रोजी शेहर सातारा याणे लुटोन बारबाद केला. असे त्याणी या ठीकाणी मोठी आमर्यादा पायरीस पाय लाविला; ह्मणोन त्याचा परिणाम चांगला जाहाला नाहीं. नंतर शके १७२१ सिधारती नाम संवछरे फसली सन १२०९ राजेशक १२६ या साली बाळाजी जनार्दन उर्फ नाना फडणीस उपनाव भानु हे मृत्ये पावले. मुकाम पुणे येथे. नंतर शके १७२२ रौद्र नाम संवछरे फसली सन १२१० राजशेक १२७ या साली नानाजी राजे भोसले सेडगावकर याचे वडील पुत्र माधवराव भोसले राजे याचे लग्न. धाकटे शाहू महाराज छत्रपती याणी चतरसिंग भोसले वावीकर यास आज्ञा केली कीं, तुह्मी नानाजी राजे भोसले याचे चिरंजीवाचे लग्न करावे. मग त्याणी आज्ञेप्रमाणे बावधन मुकामी लष्करास माधवराव राजे भोसले शेडगावकर यास वधू भास्करजी राजे माहाडीक जुनेकर याची कन्या या उभेयताचे लग्न केले. नंतर शके १७२३ दुर्मती नाम संवछरे फसली सन १२११ राजेशक १२८ या साली सिंदे याच्या बायकानी चोळीचे निशान लाऊन व फत्तेसिंग मान्य रहिमतपुरकर व लोखंडे व मुगस रावजाबा याचा दिवाण व पठाण वगैरे फौज जमा करून मुलूख लुटला. नंतर शके १७२४ दुंदभी नाम संवछरे फसली सन १२१२ राजेशक १२९ या साली धाकटे शाहु माहाराज छत्रपती उर्फ आबासाहेब माहाराज याची चौथी स्त्री आनंदीबाई उर्फ माईसाहेब माहाराज याचे पोटी तीसरे पुत्र शाहाजी राजे उर्फ आपासाहेब माहाराज याचा जन्म सातारे किल्ले यावर जाहाला. नंतर शके १७२४ दुंदभी नाम संवछरे फसली सन १२१२ राजेशेक १२९ या साली धाकटे शाहु माहाराज छत्रपती याणी चतरसिंग राजे भोसले वावीकर यास आज्ञा जाहाली की तुह्मी नानाजी राजे भोसले सेडगावकर याचे दुसरे पुत्र चिमणाजी राजे भोसले याचे तुह्मी लग्न करावे. मग त्याणी सरकार आज्ञेप्रमाणे त्यास वधू नाराणजी मोहिते हंबीरराव याची कन्या या उभयताचे लग्न मौजे जाब समत निब येथे मि॥ फालगुन शु॥ १० या रोजी सरकारातून करून दिल्हे. नंतर शके १७२४ दुदुभी नाम

संवछरे फसली सन १२१२ राजेशक १२९ या साली येशवंतराव होळकर यास पूर्वी पेशवे प्रधान याणी कैदेत ठेविले होते; तो कैदेतून लुगडे नेसुन निघोन गेला. आणि होळकर याणी खांदेशातून चाळीस हाजार फौजेचा जमाव करून पेशवे याजवर चालुन पुण्यावर आला. पेशवे व होळकर याची मोठी लढाई होऊन मग होळकर याणी पुणे लुटले. आश्वीन व॥ १४ चेथार्दसी नंतर बाजीराव रघुनाथ पेशवे प्रधान हे झाजात बसून वसईस निघोन गेले. नंतर पेशवे याणी इंग्रजाची फलटणे पुण्यास घेऊन आले. नंतर इंग्रज याची फलटणे होळकर याचे पाटीमागे लागली. तो लढत लढत सत्रंजनदी पावेतो गेले. तेव्हा सतरंज नद्दी इणे येशवंतराव होळकर यास फौजेसुधा दुभंग पाणी होऊन रस्ता दिल्हा. मग इंग्रज याची फलटणे संतरंज नदी पावेतो गेली तो नदी पुर्वेतप्रमाणे भरून चालली. मग इंग्रज याणे मोठे आश्चर्य केले कीं होळकर यास इश्वर साये होये. मग होळकर याणी सिपाईगीरीची मोठी ख्याती केली. नंतर शके १७२६ रक्ताक्षी नाम संवछरे फसली सन १२१४ राजे शक १३१ या साली मुलखांत मोठा दुष्काळ पडोन, पाच चिपटयाची धारण जाहाली. मग मनुषे आननागती होऊन बहुत मेली. नंतर शके १७२७ कोधीनाम संवछरे फसली सन १२१५ राजे शक १३२ या साली परशराम प्रतिनीधी याणी मुलखास खंडण्या घेऊन फार दंगा केला. नंतर शके १७२८ क्षये-नाम संवछरे फसली सन १२१६ राजे शक १३३ या साली परशराम प्रतीनिधी याची व बाजीराव रघुनाथ पेशवे प्रधान याजकडील बापुजी गणेश गोखले याची लढाई होऊन प्रतिनिधी याचा हात तुटोन त्यास कैद करून पुण्यास नेऊन ठेविले. नंतर शके १७२९ प्रभवनाम संवछरे फसली सन १२१७ राजे शक १३४ या साली ताई तेलीन नि॥ प्रतिनिधी इणे किले व्याघ्रगड उर्फ वासोटा किल्ला बळकाऊन बापु गोखले याचे फौजे-बरोबर लढाई करु लागली. नंतर शके १७३० विभवनाम संवछरे फसली सन १२१८ राजे शक १३५ या साली धाकटे शाहु माहाराज उर्फ आबा-साहेब माहाराज छत्रपती हे सातारे किल्यावर वैशाख श्रुध्य ९ नवमी रोज बुधवारी प्राथकाळचे प्रहर दिवसास कैलासवासी शांत जाहाले. नंतर तेच वर्षी शके १७३० विभव नाम संवछरे फसली सन १२१८ राजेशक १३५ या साली प्रतापसिंव्ह उर्फ बुवा साहेब माहाराज यास मातोश्री सगुणा बया साहेब माहाराज व माईसाहेब माहाराज या उभयेता सनीध बसून व पेशवे याजकडील त्रींबकजी डेंगळे पुण्याहुन येऊन प्रतापसिंव्ह माहाराज यास मंगळस्नान घालोन राजे आभिषेक सेंचन करोन मग तख्तारूढ जाहाले. नंतर सोडसे माहादाने ब्राम्हणास देऊन नंतर ब्राम्हण याणी प्रतापसिंव्ह माहाराज छत्रपती यास मंत्र आक्षेता टाकून हातात श्रीफळ देऊन आसीर्वाद दिल्हा. मग मानकरी मराठे माहाडीक व सिर्के व मोहिते व राज मंडळचे चोहान थोर व त्रिंबकजी डेंगळे याणी नजर नजराणा आनुक्रमे होऊन मग ज्याचे त्यास

बहुमान देऊन त्याणी मुजरे केले. मि॥ वैशाख वद्य ७ सप्तमी, रोज सोमवार, श्रवण नक्षत्र, या रोजी तिसरे प्रहरी राज्याभिषेक सातारा किल्यावर जाहाला. नंतर वृतबंध होऊन लग्न जुन्या वाडयांत शेहेर मजकुरी, यासी वधु विठोजी मोहिते किजलेकर याची कन्या केली. या उभयेताचे लग्न जाहाले. नंतर बाजीराव रघुनाथ पेशवे प्रधान यास वस्त्रे आळंकार भूषणे व हाती व घोडा यास वाई मुकामी पाठऊन दिल्हा. नंतर सिके कटार व जरिपटका हातीवर घालोन बाजीराव रघुनाथ पेशवे प्रधान हे वाई मुकामी होते; तेथे हुजरे याजबरोबर देऊन रवाना करून दिल्हे. मग पेशवे प्रधान समागमे मानकरी व जाहागीरदार फौजसमवेत तेथून कुच करोन संगम माहुली येथे मुकाम करोन राहिले. मग दुसरे दिवशी बाजीराव रघुनाथ पेशवे प्रधान हे फौजसुधा निघोन रुमालाने हात बांधून नगारे नौबती बंद करुन संगम माहुली येथे शाहु माहाराज यांचे दर्शण घेऊन सातारीयास निघोन चालिले. तों इकडून प्रतापसिन्ह माहाराज छत्रपती यांची स्वारी तयार होऊन निघोन चालिले. तेंव्हा पेशवे याणी छत्रपती यास नजर करून पाया-वर मस्तक ठेवून मग सरकारचे मोरचल आपले हातात घेऊन पाठीमागे खवासखान्यात बसले. मग स्वारीसमागमे रंगमाहालचे वाड्यावरून जुन्या वाडयांत कचेरीत प्रताप-सिन्ह माहाराज छत्रपती तख्तावर बसले. नंतर बाजीराव रघुनाथ पेशवे प्रधान व आष्टप्रधान व मानकरी व जाहागीरदार निंबाळकर, फलटणकर व आकलकोटकर भोसले व डफळे व माने घोरपडे व थोरात वगैरे याणी प्रतापसिन्ह माहाराज छत्रपती यास नजर नजराणा करून मग ज्याचे त्यास आनुक्रमे बहुमान पावले. नंतर किल्याकि-ल्यानीहाये तोफा करविल्या. मग बाजीराव रघुनाथ पेशवे प्रधान याणी निरोप घेऊन आपले वाडयांत गेले, व मानकरी जाहागीरदार वगैरे आपले आपले ठिकाण्यावर गेले. मग बाजीराव रघुनाध पेशवे प्रधान हे काही दिवस सातार मुकामी राहोन, फौजसमवेत निघोन पुण्यास गेले. नंतर शके १७३१ शुक्लनाम संवछरे फसली सन १२१९ राजे शक १३६ या साली चतरसिंग राजे भोसले याची धास्त खाऊन बाजीराव रघुनाथ पेशवे प्रधान याणी आपले मनात विच्यार केला कीं हे बंड काये करतील, म्हणोन त्याची स्त्री व चिरंजीव बळवंतरावराजे भोसले या दोघास बाजीराव रघुनाथ पेशवे याणी पुण्यास नेऊन नजरबंद ठेविले. नंतर शके १७३२ प्रमोधनाम संवछरे फसली सन १२२० राजे शक १३७ या साली साहेबजीबाई निंबालकरीण, दहीगावकर यास देवआज्ञा जुन्या वाड्यांत जाहाली. नंतर बाजीराव रघुनाथ पेशवे प्रधान याणी त्या बाईस गाव मौजे निजाम आदंण धाकटे शाहु माहाराज उर्फ आबासाहेब माहाराज छत्रपती याणी दिल्हा होता तो जप्त करून जमेस केला. नंतर शके १७३३ प्रज्यापतीनाम संवछरे फसली सन १२२१ राजे शक १३८ या साली चतरसिंग राजे भोसले वावीकर यास बाजीराव रघुनाथ पेशवे प्रधान याणी बेलभंडार इमान देऊन त्याणी त्रिंबकजी डेंगळे यास पाठऊन त्याणी बेल-भंडार इमान देऊन मालेगावचे किल्यांत धरोन कैद करोन कांगोरीच्या किल्यावर ठेविले. व त्याजबरोबर बापु कानु फडणीस व आणा डबिर व रघुनाथराव गुजर व

आप्पा इंगळे व लाडेखान व कृष्णाजी जाधव, असे कैद करोन किल्यानीहाय ठेविले; आणि त्याजला मरे तोपर्यंत ठेपी केल्या. शके १७३४ आंगिरानाम संवछरे फसली सन १२२२ राजे शेक १३९ या साली येशवंतराव होळकर यास वेड लागले; नंतर मृत्ये पावले. ते समई शेंडे नक्षत्र उगवत होते. नंतर शके १७३५ श्रीमुखनाम संवछरे फसली सन १२२३ राजे शक १४० या साली रामराजे माहाराज छत्रपती याची स्त्री सगुणाबाई आईसाहेब माहाराज ही बराणजी मोहिते हंबीरराव याची कन्या. ही संगममाहुली येथे प्रतिनीधीचे आन्नछत्राचे वाडयांत कैलासवासी जाहाली. शके १७३६ भावानाम संवछरे फसली सन १२२४ राजे शक १४१ यासाली रामचंद्र राजे ऊर्फ भाउसाहेब महाराज याचे लग्न जुन्या वाड्यांत शेहर सातारा येथे, वधु कुसाजी राजे माहाडीक तारळेकर याची कन्या केली. लग्न उछाहा जाहाला. नंतर शके १७३७ युवानाम संवछरे फसली सन १२२५ राजे शक १४२ यासाली शाहाजी राजे ऊर्फ आपासाहेब महाराज याचे लग्न शेहेर सातारा येथे जुन्या वाड्यांत वधु मनाजी राजे माहाडीक तारळेकर याची कन्या नेमस्त करून लग्न उछाहा जाहाला. नंतर शके १७३७ युवानाम संवछरे फसली सन १२२५ राजे शक १४२ यासाली रघोजी भोसले नागपुरकर हे मिती फालगुण शुध्य ११ येकादशी रोजी यास देवआज्ञा जाहाली; नागपुर येथे. शके १७३८ धातानाम संवछरे फसली सन १२२६ राजे शक १४३ यासाली चतरसिंग राजे भोसले वावीकर हे कांगोरीच्या किल्यावर मिती चैत्र श्रुध्य १० दसमी रोजी कैलासवासी जाहाले. नंतर शके १७३८ धातानाम संवछरे फसली सन १२२६ राजे शक १४३ यासाली गंगाधर शास्त्री निसबत गाईकवाड, हे पंढरपुरावर मिती आशाढ शुध्य १४ चथोरदसी रोजी ठार मारिले. तेथून पेशवे याचे दौलतीत आपाये जाहाला व बाजीराव रघुनाथ पेशवे प्रधान याणी ब्रह्महात्या त्रिंबकजी डेंगळे यास सांगोन त्याणे मारेकरी घालोन मारिले. सबब इंग्रज बाहादुर याणी डेंगळे यास कैद करून साष्ठीस ठेविला होता. तेथून इंग्रज याचे पहाऱ्यातून पळून गेला. नंतर वसवंतगड येथे डेंगळे यास धरून चंडाळ गडावर मरे तो पर्यंत ठेविला. तो तेथेच मृत्य पावला. नंतर शके १७३९ विश्वरनाम संवछरे फसली सन १२२७ राजे शक १४४ मि॥ वैशाख श्रुध्य ११ या रोजी श्री महाराज प्रतापसिंव्ह ऊर्फ बुवासाहेब महाराज छत्रपती हे सातारे किल्यावर असता त्याणी ज्ञानचक्षूने पाहिले, तो आपले वडीलार्जित राजे केवडे होते, हाली त्या पैकी आह्माकडे काही येक चालत नाही. हे आपले मनांत आणून फार हैराण जाहाले. आणि बाजीराव रघुनाथ पेशवे प्रधान हे आपले वडिलाचे वेळचे पदरचे ईमानी कारकून चाकर आसोन ते हाली आम्हासी बैमान जाहाले. आमचे काही एक चालु देत नाहीत. मग आपले मनांत पका विच्यार केला आणि श्री जगदंबा देवी व श्री शंभू माहादेव व श्री रामदास स्वामी व सिवाजी माहाराज व शाहु माहाराज यांचे स्मरण

करून त्यांचेच आशीर्वादे करून ते राज्याचा त्याचे तेच जीरणउधार करतील हे मनांत आणून विच्यार केला. नंतर विठ्ठल बलाल माहाजनी फडणीस व दाजीबा उपाधे व ताल्या नारळकर असे मिळोन सर्वांचे मते येक विच्यार करोन व श्री मन्माहाराज प्रतापसिंव्ह माहाराज छत्रपती हे राज्याचे खटपटसीस प्रवर्तक जाहाले. आणि ममई मुकामी आलपिष्टण साहेब बाहादुर होते, त्याजकडे आपले तर्फेने नरसु काकडे यास पाठविले. आणि त्यास माहाराज छत्रपती याणी स्वमुखे आपला कचा मजकुर सर्व हाकीगत नरसु काकडे यास सांगोन आपले तर्फेने ममई मुकामी पाठविले. त्याणे सर्व हाकीकत आलपीष्टन साहेब यास जाहीर केले. मग साहेब बहादुर याणे ऐकोन बेऊन आपले दिलात आणिले की, माहाराज छत्रपती राज्याचे आधीकारी खावंद आहेत. असे आसोन बाजीराव रघुनाथ पेशवे प्रधान याजकडे काही एक चालवित नाहीत. आसा मजकुर नरसु काकडे याणी बडे साहेब बाहादुर यास ममई मुकामी कळविल्यावरून आलपीष्टण साहेब बाहादुर याणी सर्व मजकुर दिलात आणून विच्यार करून नरसु काकडे यास खातरीने सांगितले कीं माहाराज छत्रपती यास तुम्ही खातरीने सांगावे की तुम्ही आपले राज्याविशी फिकर करू नये. याप्रमाणे माहाराज छत्रपती यास आमचे तर्फेने विनंती करावी कीं सर्व गोष्टीचा बंदोबस्त थोडक्या दिवसानी आपले मनोदयानुरूप होईल व आमचा सलाम बहुत बहुत माहाराज छत्रपती यास सांगावा. नंतर नरसु काकडे यास निरोप दिल्हा. आणि तो तेथून काकडे निघोन सातारिया किल्यावर येऊन माहाराज छत्रपती यास येकांती विनंती केली. यावर माहाराज छत्रपती यांची फार मर्जी संतोष जाहाली. मग काही दिवसानी पुन्हा शक मजकुरी मिती आश्वीन श्रु॥ १ रोजी सातारा येथून नरसु काकडे यास बडे साहेब बाहादुर याजकडे पाठविले. तो इंग्रज सरकारचे व बाजीराव रघुनाथ पेशवे प्रधान या उभयताचा बिघाड जाहाला. आश्वीन वद्य ११ येकादशी रोजी लढाई होऊ लागली. तेव्हा आलपिष्टण साहेब बाहादुर याणी नरसु काकडे यास सांगितले की, महाराज छत्रपती याणी थोडके दिवस आवकाश करावा. माहाराजाचे दौलतीचा वगैरे महाराजाचे मर्जीप्रमाणे सर्व होईल. परंतु माहाराजानी येक मात्र करावे की, बाजीराव पेशवे याची व आमचे लढाई होईल त्यां वेळेस मात्र बहुत हुशारी ठेऊन याद्द धरोन त्या लढाईचे प्रसंगी आमचे लष्करात येऊन मिळावे. याप्रमाणे नरसु काकडे यास खुण सांगितली. आणि प्रतापसिंव्ह महाराज छत्रपती यास आमचा बहुत बहुत सलाम सांगावा असे काकडे यास सांगोन त्यास निरोप दिल्हा. नंतर नरसू काकडे साहेबापासून निघोन किल्यावर येऊन माहाराज छत्रपती यास येकांती आलपीष्टण साहेब बाहादुर याजकडील सर्व मजकुराची विनंती केली. मग माहाराज छत्रपती यांची मर्जी फार संतोष जाहाली. ते वेळेस बाजीराव रघुनाथ पेशवे प्रधान याजकडून कासीपंत बेंदरे सुभेदार व विसाजी भास्कर काळीसकर हे उभयता काममार माहाराज छत्रपती यांचे बंदोबस्ताकरिता नेमिले होते. ते वेळेस छत्रपती यास फार

आडचणी होत्या. त्या लिहीता येत नाहीत अशी वेवस्ता होती. पुढे बाजीराव रघुनाथ पेशवे प्रधान याणी मनात विच्यार आणिला की, इंग्रज व आमचा बिघाड जाहाला आहे. याजकरिता आपण मातोश्री माईसाहेब माहाराज व प्रतापसिव्ह माहाराज छत्रपती यास विनंतीपत्र लेहून पाठविले की, आपल्या स्वाऱ्या मज शेवकावर कृपा करून आमच्या लस्करांत याव्या आणि माहाराजांची दौलत माहाराजानी संभाळावी. मी माहाराजाचे पदरचा चाकर आहे. या प्रमाणे विनंतीपत्र विठोजी कालेते जासुदाचा नाईक व माहादजी घुले खीसमतगार असे उभयता बरोबर रवाना करून दिल्हे, आणि तसेच पत्र कासीपंत बेंद्रे सुभेदार यासही पत्र लेहून उभयता बरोबर सातारियास रवाना करून दिल्हे, आणि ते दोघे सातारिया किल्यावर हुजूर दाखल जाहाले. मग ते पत्र प्रतापसिव्ह माहाराज छत्रपती याणी वाचून पाहून त्यातील सर्व मजकूर ध्यानात आणिला कीं त्रिवर्ग माहाराजाच्या स्वाऱ्या आमचे लष्करांत कृपा करून याव्यात आणि माहाराजांची दौलत माहाराजानी संभाळावी. आह्मी माहाराजांचे चाकर आहो. या प्रमाणे विनंती कासीपंत बेंद्रे सुभेदार याणी पत्राप्रमाणे केली व तीकडुन खिसमतगार व नाईक आले त्याणी येऊन पेशवे याणी मुखजबानी सांगितल्याप्रमाणे हुजूर विनंती केली. मग तेच वेळेस माहालच्या स्वाऱ्यांची तयारी करून किले वासोटा येथे रवाना करून दिल्या. त्या स्वाऱ्यावरोबर भंवानजी मोहिते जामदार वगैरे मंडळीसुधा आणि मातोश्री माईसाहेब माहाराज याजला समागमे घेऊन त्रीवर्ग बंधु निघोन भुईंज येथे मुकाम करून राहिले. मग पुढे दुसरे दिवशी तेथून निघोन लोक समवेत मजल दरमजल भिमातीरी गारदौंड येथे बाजीराव रघुनाथ पेशवे प्रधान याचे लष्करांत स्वाऱ्या दाखल जाहाल्या. नंतर बाजीराव रघुनाथ पेशवे प्रधान हे प्रतापसिव्ह माहाराज छत्रपती याचे दर्शणास आले. मग सरकार स्वाऱ्याचे दर्शन घेऊन सर्व गोष्टीविसी बंदोवस्त ठेवून आपल्याबरोबर साहा महिने घेऊन फिरत होते. रात्रंदिवस चैन नाही, असे मातोश्री माईसाहेब माहाराज व प्रतापसिव्ह माहाराज छत्रपती व भाऊसाहेब माहाराज व आपासाहेब माहाराज याणी असे मोठे दुःख भोगिले. त्याचा विस्तार कोठवर ल्याहावा. मग गोपालाचे आष्टीवर बाजीराव रघुनाथ पेशवे प्रधान व इंग्रज बहादुर याची लढाई आष्टी मुकामी जाहाली. ते समई बाजीराव पेशवे प्रधान हे धनी मालक छत्रपती यास त्या लढाईतून सोडून पंढरपुरास पळून गेले. नंतर पाठीमागे आष्टी मुकामी तेथेच माहाराज छत्रपती राहिले. मग प्रतापसिव्ह माहाराज छत्रपती याणी आपले मनात विच्यार केला की पूर्वी नरसू काकडे याजबरोबर आलफीष्टण साहेब बहादुर याचे सुचने प्रमाणे केले. बाजीराव रघुनाथ पेशवे प्रधान याजबरोबर गेले नाहीत. तेथेच आष्टी मुकामीं लष्कराचे तळावर त्रीवर्ग बंधु व मातोश्री माईसाहेब व बळवंतरावराजे भोसले असे पाच जणे खासे राहिले. नंतर पाठीमागे याजवर इंग्रज बहादुर याचा तुरपाचा वेढा पडला. तेव्हा मोठी गर्दी जाहाली. धुरोळा जमीन आसमान येक जाहाले. कोणाची वोळख कोणास राहिली

नाही. तेंव्हा प्रतापसिंव्ह महाराज छत्रपती याणी मोठी हुशारी करोन त्या वेळेस खंडोजी सिंदे हुजरे यास महाराज छत्रपती याणी हुकूम सांगितला कीं सातारकर महाराज आहेत असे सांगितल्याप्रमाणे खंडोजी सिंदे हुजरे याणी मोठ्यानी पुकारा करून मोठा शब्द करून सातारकर महाराज हे आसा हाका मारित होता. तो महाराज छत्रपती यांचे डोईवर तुरपाचे तरवारीची छाया जसी टोळाची छाया पडती तसी पडली. नंतर तुरपाचे कामगार याणी आलपीष्टण बहादुर साहेब याचे हुकमाप्रमाणे बंदी केली. महाराज छत्रपती राज्याचे आधीकारी मालक सापडले अशी वर्दी सर्व लोकास जाहिर जाहाली. तेंव्हा जरनेल ईसमीठसाहेब बाहादुर व बापु गोखले याची सन्मुख गाठ पडली. उभयताची मोठी झटपट जाहाली. त्याचा तरवारीचा हात याजवर व त्याचा तरवारीचा हात याजवर पडोन त्याणे ईसमीठ जनरेलसाहेब बहादुर हे फार जखमेने घाहाल जाहाला व बापु गोखले याचे डोचकीत तरवारीचा वार लागोन ठार जाहाला. प्रतापसिंव्ह महाराज छत्रपती याचे समक्षे बापु गोखले पडले. त्याप्रसंगी खंडोजी सिंदे हुजरे त्या लढाईचे प्रसंगी फार उपयोगी पडला व राघोजी भोसला व सदोबा खलतकर व खंडु भोसला व बागाजी मुसळे व बापु जाधव वगैरे मंडळी लाहान थोर याणी मोठी कस्त मेहनत येकनिष्टपणे शेवा केली. तेंव्हा आलपिष्टणसाहेब बाहादुर व श्री मन्माहाराज प्रतापसिंव्ह छत्रपती याच्या भेटी जाहाल्या. त्याणी तेथेच मुकाम करोन राहीले. नंतर दुसरे दिवशी कुच करोन माहाराज छत्रपती व आलपिष्टण साहेब बाहादुर समागमे व आणखी साहेब लोक व सर्व मंडळी फौज सुधा निघोन सातारीयास दाखल जाहाले. नंतर आलपीष्टण साहेब बाहादुर एक महिना मुकाम करून येथे राहिले होते. नंतर त्याणी सर्व गोष्टीची व खर्चा वेर्चाचा बंदोबस्त करून पाच लक्ष रुपयाची मालमता माहाराज छत्रपती यास हाती घोडे व कापड व भांडी व उंट फरासखाना वगैरे सामान राजध्यानी प्रमाणे देऊन जुन्या वाड्यांत ठेविले आणि ग्राठ साहेब बाहादुर यास चौदा पेठ्याचा कारभार सांगोन व प्रतापसिंव्ह माहाराज छत्रपती यास सर्व राज्याची तजवीज सांगोन मग त्यांचा निरोप घेऊन आलपीष्टण साहेब बहादुर निघोन पुण्यास गेले. शके मजकुरी बाजीराव रघुनाथ पेशवे प्रधान हे ब्रह्मवर्त नजीक बिठोर येथे निघोन गेले. नंतर बाजीराव रघुनाथ यास पेशवाईचे पद जाहाल्या दिवसापासून त्याणी मोठा पराक्रम चालविला. आपले पूर्वज कुळाची चाल सोडून एक वर्षानी धाकटे शाहु माहाराज छत्रपती यास दावा लाऊन त्यासी बैमान होऊन ज्याचे ताबेदार ह्मणविले त्यास आपला इमान बुडवून माहाराज छत्रपती यास द्वेष करून परशराम भाउ पटवर्धन तासगावकर व माधवराव रास्ते वाईकर व विठ्ठल सिवदे इचुरकर हे तीन सरदार यास आपण सांगोन त्याजबरोबर फौज देऊन रवाना करून दिल्हे. ते फौजसुधा सातान्यास दाखल जाहाले. त्याणी शेहेर सातारा येथे लढाई करोन शेहेर लुटोन बरबाद केले व बाजीराव रघुनाथ पेशवे प्रधान याणी मोठी आमर्यादा केली. त्याणी पायेरीस पाय लाविला. हे कर्म आनुचित केले. फार

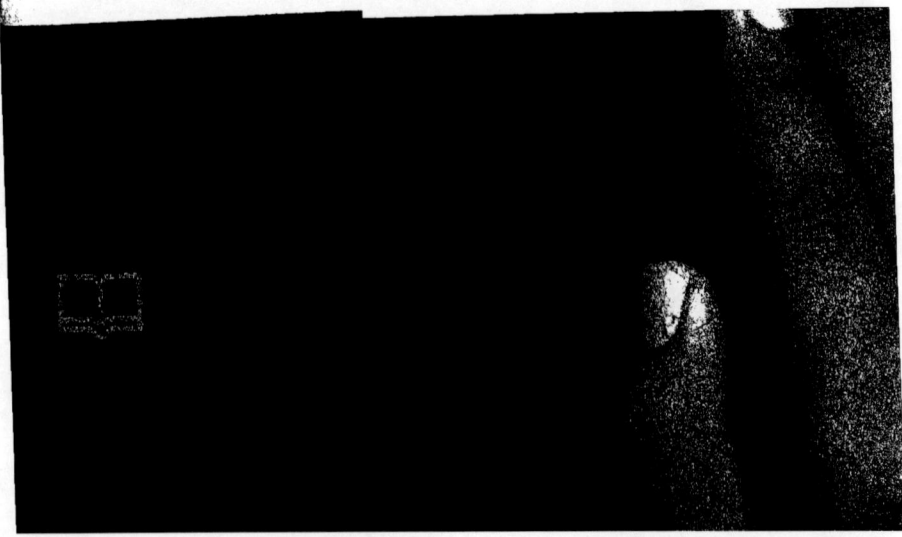

वाईट गोष्ट केली. ज्या धन्यापासून येवडे पद प्राप्त जाहाले. असे मनात न आणिता हाली प्रतापसिव्ह माहाराज छत्रपती यास कैद दाखल सातारे किल्यावर ठेऊन त्याजवर आपला शक चालविला. आपण स्वतंत्रपणे राज्याचा आधीकार करू लागले. पूर्वी कैलासवासी थोरले शाहु माहाराज छत्रपती याणी आतं:काळ समई बाळाजी बाजीराव पेशवे प्रधान यास आज्ञा सांगितली की आह्मी धर्मादाये देव ब्राम्हणास आग्रहार व खैर खैरात व आमची न्यात व भाउबंद गोत्रज व आणखी कुणबी या नावाचे म्हराठे मानकरी राजमंडळचे वगैरे नाना जातीचे लोकास सरजाम चाकरीबद्दल व जाहागिरा चाकरीबद्दल गाव व जमिनी व नेमणुकी व वर्षासने ब्राम्हणास रुपये व गला वगैरे सर्वास इनाम आह्मी देहेणगी दिल्ही आहे त्याप्रमाणे राजेपत्रे करून दिली आहेत. तर तुह्मी आमचे देणे सर्वास दिल्ह्याप्रमाणे तुह्मी चालवावे. दर्म्यान तुह्मी कोणास आटकाव करू नये व आमचे देणेगीस वगैरे व आमचे ज्यातगंगा आहे व आमचे पदरची मंडळी यांचा छळ केल्यास आमचे देण्यास बाद आणिल्यास तुह्माकडे पेशवाई प्रधान पद कायम राहाणार नाही, असे शाहु माहाराज छत्रपती याणी बाळाजी बाजीराव पेशवे प्रधान यास आज्ञा सांगितली. नंतर कैलासवासी जाहाले. या प्रमाणे राजपत्रे शाहु माहाराज छत्रपती यांची असता बाजीराव रघुनाथ पेशवे प्रधान याणी राजेपत्रे मानीली नाहीत. त्याणी जुलूम करून जेर जबरीने एक साला इनाम पट्टी घेऊन दुसरे वर्षी शाहु माहाराज छत्रपती याचे देण्यास बंद आणून जाहागीरा व सरजाम इनाम गाव व जमिनी वगैरे दिल्या होत्या त्यांच्या जप्ती करून बहुताचा फडशा केला व कंपणी इंग्रज बाहादुर यांचा मोठा फायदा करून दिल्हा. जसे मुंगळ्यास पर फुटोन या रितीने त्याची आवस्ता जाहाली. नंतर शके १७३९ आखेर बाजीराव रघुनाथ पेशवे प्रधान याणी जप्त्या केल्या. तीच इंग्रज बाहादुर याणी तसीच वहिवाट कायेम करून त्याप्रमाणे त्याणी तसेच हली चालविले आहे. बाजीराव रघुनाथ पेशवे प्रधान ह्या माघे कोणी पेसवे प्रधान जाहाले नाहीत व पुढेही कोणी पेशवे प्रधान होणार नाहीत. हे बाजीराव रघुनाथ पेशवे प्रधान हे मोठे पुण्य प्रतापी पराक्रमी पुरुष. याणी प्रतापसिव्ह माहाराज छत्रपती यांची आज्ञा मोडून त्याचा नाना प्रकारे छळ करून व त्या आमर्यादा करून, त्याचे पदरची राजमंडळची आवस्ता कळतच आहे. त्या मालकासी बैमान होऊन त्याजवर आपला शक चालविला व बाजीराव रघुनाथ पेशवे प्रधान याणी बहुताचा कुटुंबघात केला व बहुताच्या वृत्या उछेद केल्या. असा जुलूम केला.

बडे लोक गरीबकु मत सताय, बुरी गरिबकी हाय ॥
मरे चामके फूकसे, लोहा भसम हो जाय ॥
हाय करे तो हाय बीजले, परबत बीजले जाय ॥
ऐसा पापी जीवडा, इसमो हाय समान ॥ १ ॥

त्या लोकानी फार खेद करून हाये हाये ह्मणून मुखातून स्वास काढून त्या स्वासाने जसा भाता निरजीव आहे परंतु त्या स्वासाने लोखंडाचे भस्म होते. तेव्हा हा तर मनुष्याचा भाता, इश्वराचा साक्षांत आहे. त्याणी सर्वांचा तळतळाट घेऊन आपला निरवौष आपले हाताने करून दुष्टकर्मे केली. आणि आपण पदाचुत होऊन ब्रह्मवर्तनजीक विठोर येथे इंग्रज बहादुर याणी नेऊन ठेविले. नंतर शके १७४० बहुधान नाम संवछरे फसली सन १२२८ राजेशक १४५ यासाली चतरसिंग राजे याची स्त्री बबईसाहेब ही कैलासवासी जाहाली. त्याचे उत्तरकार्य त्याचे चरंजीव बळवंतराव राजे भोसले याणी केले. शके १७४० बहुधान नाम संवछरे फसली सन १२२८ राजेशक १४५ या साली बापु काणु फडणीस व आना डबीर व रघुनाथ-राव गुजर व लाडेखान नगारची व कृष्णाजी जाधव निजामकर यास बाजीराव रघुंनाथ पेशवे प्रधान याणी मरेतोपर्यंत ठेपी करोन कैदेत ठेविले होते. तेव्हा इश्वराचे कवतुक असे जाहाले कीं, बाजीराव रघुनाथ पेशवे प्रधान यासच ईश्वराची ठेप जाहाली कीं, मरेतोपर्यंत ब्रह्मवर्तनजीक वीठोर येथे राहावे असे जाहाले. मग च्यार आसामी सुटोन प्रतापसिंव्ह माहाराज छत्रपती याजपासी येऊन दाखल जाहाले. त्याणी च्यार आसामीचा बंदोबस्त करून शेवा चाकरीवर ठेविले. नंतर शके १७४१ प्रमाथी नाम संवछरे फसली सन १२२९ राजेशक १४६ या साली प्रथम जमाबंदीस प्रतापसिंव्ह महाराज छत्रपती यांची स्वारी समागमे ग्राटसाहेब बहादुर होते. ते समई रामचंद्र राजे ऊर्फ भाऊसाहेब महाराज यांचे शेरीरास काही आजार होऊन जत मुकामी कैलासवासी जाहाले. मिती पौष व॥ ३ रोजी शके १७४२ विक्रमनाम संवछरे फसली सन १२३० राजे शक १४७ यासाली मातोश्री आनंदीबाई ऊर्फ माईसाहेब माहाराज जमाबंदी समई समागमे होती; तो त्यांचे काही शेरीरास आजार होऊन तुळजापुराहून येते समई मौजे धुळखेड प्रगणे विज्यापुर येथे भिमातीरी मिती पौष श्रुध्य १० या रोजी कैलासवासी जाहाले. समागमे ग्राटसाहेब बहादुर होते. मि॥ शके १७४३ वृशानाम संवछरे फसली सन १२३१ राजे शक १४८ यासाली प्रतापसिंव्ह महाराज छत्रपती यास ग्राटसाहेब बाहादुर याणी राज्यावर कायेम करून चौदा पेटे स्वाधीन केले आणि पुर्वतप्रमाणे तुह्मी तुमचे राजे करावे असे सांगोन राज्य हावाली केले आणि आपण विलायतेस निघोन गेले. आसा साहेब बाहादुर आकलवान या माघे कोणी साहेब लोक जाहाला नाही. व पुढे ही कोणी होणार नाही. व ग्राट साहेब बहादुर याणी विठल बल्लाळ माहाजणी फड-णीस यास याप्रमाणे सांगोन व बळवंतराव राजे भोसले यास सांगोन गेले. नंतर शके १७४४ चित्रभानुनाम संवछरे फसली सन १२३२ राजे शक १४९ यासाली वाड्याचे काम पुरे होऊन स्वारी श्रावणमासी वाड्यांत येवून राहीली. मिती श्रुध्य ९ रोजी आली. शके १७४५ सुभानुनाम संवछरे फसली सन १२३३ राजे सक १५० यासाली बळवंतराव राजे भोसले यास सर लष्करचे काम आश्वीन श्रु॥ १० या रोजी प्रतापसिंव्ह

माहाराज छत्रपती याणी सांगून वस्त्रे दिल्ही. नंतर शके १७४६ तारणनाम संवछरे फसली सन १२३४ राजे शक १५१ यासाली प्रतापसिंव्ह माहाराज छत्रपती याची स्वारी आश्वीन वद्य पक्षी नाशीक त्रीबकास गंगास्नानास निघाली. ते समई शाहु ऊर्फ शाहाजी राजे माहाराज व बळवंतराव राजे भोसले समागमे होते. गंगास्नान करून स्वारी परत सातारियास आली. नंतर शके १७४७ पार्थीवनाम संवछरे फसली सन १२३५ राजे शेक १५२ या साली प्रतापसिंव्ह माहाराज छत्रपती याणी बळवंतराव राजे भोसले याजकडून सर लष्करचे काम दूर करोन सैनापतीचे पदाची वस्त्रे देऊन ते दरोबस्त फौजेचे काम करू लागले. नंतर खंडेराव मामा सिर्के यास सर लष्करचे काम सांगितले. शके १७४८ व्ययनाम संवछरे फसली सन १२३६ राजे शक १५३ या साली प्रतापसिंव्ह माहाराज छत्रपती याणी बळवंतराव राजे भोसले सेनापती यास आज्ञा सांगितली की चिमणाजी राजे भोसले सेडगावकर याचे पुत्र आबोजी राजे भोसले याचे लग्न करावे. त्याप्रमाणे सेनापती याणी सरकारातुन केले. मिती जेष्ट वद्य १० रोजी जाहाले. शके १७४९ सर्वजीतनाम संवछरे फसली सन १२३७ राजे शक १५४ या साली येवतेश्वरचे नळाचे काम प्रतापसिंव्ह माहाराज छत्रपती याणी शेहेरांत जागा जागा पाणी आणिले. नंतर रामचंद्र राजे माहाराज यांची स्त्री बाईसाहेब ही कैलासवासी मिती वैशाख शुध्य ७ रोजी जाहाली. शके १७५० सर्वधारीनाम संवछरे फसली सन १२३८ राजे शेक १५५ या साली प्रतापसिंव्ह माहाराज छत्रपती याणी माहारदरे येथे तळ्याचे काम पूर्ण करून शेहेरांत पाणी आणिले. नंतर शके १७५१ विरोधीनाम संवतसरे फसली सन १२३९ राजे शक १५६ या साली प्रतापसिंव्ह माहाराज छत्रपती याणी जळ मंदिर बांधला. नंतर शके १७५२ विकृतीनाम संवछरे फसली सन १२४० राजे शक १५७ या साली प्रतापसिंव्ह माहाराज छत्रपती यांची व आकलकोटकर शाहाजी भोसले याचा काही बीघाड होऊन लढाई आकलकोटवर जाहाली. पेशजी आकलकोटकर भोसले हे लहान ह्मणोन त्याची दौलत आस्ता वेस्त होईल याजकरिता माहाराज छत्रपती याणी आपल्या तर्फेने कामगार जानराव राजे सिर्के व दिनकरराव घाग व गोंदजी भोसले राज शेवक हे त्रीवर्ग याणी माहाराज सरकारा कडून आज्ञे प्रमाणे त्याचे दौलतीचा बंदोबस्त चांगला ठेविला होता व साहेब बाहादुर याची फार खुशी होती. मग आकलकोटकर भोसले व त्याची मातोश्री व त्याचे पदरचे कामगार याणी मनांत वाकडे आणून लढाईची तयारी करून सिध जाहाले. माहाराज सरकार याचा आमच्या दौलतीवर त्याचा हुकुम नाही, ह्मणोन माहाराज सरकारानी तोफा व फौज रवाना करून दिल्हे. तेव्हा तेथे जाऊन, ईग्रंज सरकारची फौज व माहाराज छत्रपती याची फौज, हे दोघे येकत्र होऊन त्याची व याची लढाई जाहाली. त्या लढाईमध्ये तुरपाचा साहेब कमानीनं पडला व माहाराज छत्रपती यांचे फौजे पैकी काही

जखमी जाहाले काही मृत्यु पावले. अशी लढाई होऊन आकलकोट भुईकिला सर केला. मग काही दिवसानी पुढे भोसले यांचा मुलूख स्वाधीन केला. नंतर शके १७५३ खर नाम संवछरे फसली सन १२४१ राजे शक १५८ या साली प्रतापसिंव्ह माहाराज छत्रपती याणी बळवंतराव भोसले वावीकर सैनापती यास आज्ञा सांगितली कीं माधवराव राजे भोसले सेडगावकर याचे पुत्र बळवंतराव राजे भोसले याचे दुसरे लग्न गणपतराव मोहिते हंबीरराव याची कन्या वधु नेमस्त करून मिती मार्गसीर्ष शुध्य पक्षी सरकारातुन करून दिल्हे. शके १७५४ नंदन नाम संवछरे फसली सन १२४२ राजे शक या १५९ साली प्रतापसिंव्ह माहाराज छत्रपती व शाहाजी राजे माहाराज हे उभयता व बळवंतराव राजे भोसले सेनापती व आष्ट प्रधान व जहागीरदार सुधा तुळजापुरास जाऊन, श्री देविंची यात्रा करून, परत स्वारी माघारी इंदापुर येथे पूर्वीची वृती देशमुखीचीं आहे, त्याची देखरेख पाहून, तेथून कुच करोन फौज सुधा निघोन, मौजे देऊळगाव भिमातीरी तेथील पाटीलकीची वृतीची देखरेख पाहून, तेथून कूच करोन, निघोन, कसबे पांडे पेडगाव नजीक मौजे सेडगाव येथे जाऊन, तीन रोज मुकाम करून, तेथे सेडगावकर राजे भोसले याच्या मेजवान्या घेऊन मग तेथून निघोन फौज सुधा मजल दर मजल आमदानगर येथे मुकाम घ्यार रोज होता. तेथे इंग्रज बहादुर याणी सरबरास ठेऊन माहाराज यास मेजवानी केली व कवाईत पलटणची व तोफाची दाखविली व माहाराज सरकार याणी त्या साहेब लोकास मेजवानी केली. मग तेथून कुच करोन फौज सुधा मजल दर मजल जेजुरी वरून स्वारी सातारियास दाखल जाहाली. नंतर शके १७५५ विजय नाम संवछरे फसली सन १२४३ राजे शक १६० या साली प्रतापसिंव्ह माहाराज छत्रपती याणी चिमणाजी राजे भोसले याचे कावडीस जरी निशाण व कावड्यास तोरड व पत्र करून दिल्हे. नंतर शके १७५६ जयनाम संवछरे फसली सन १२४४ राजे शक १६१ यासाली वेंकाजी राजे ऊर्फ भाउसाहेब यांचा जन्म श्रावण शुध्य २ द्वितीया रोज गुरुवार नक्षत्र पुर्वा या रोजी सातार मुकामी पेठ राजसपुरा येथे जाहला. नंतर शके १७५६ जयनाम संवछरे फसली सन १२४४ राजे शक १६१ या साली प्रतापसिंव्ह माहाराज छत्रपती यांची कन्या चिरंजीव गोजरासाहेब यांचे लग्न मार्गसिर्ष शुध्य १० या रोजी रघुनाथराव गुजर याणी दत्तक यशवंतराव गुजर यास घेतले होते त्यास दिल्ही. लग्न समारंभ मोठा केला व लग्न समई आष्टप्रधान व जहागीरदार या खेरीज जे मोठे मोठे उमराव व सरदार व मानकरी योगेतेचे व पर राज्यातील मोठे मोठे ईतमामवाले समारंभास आले होते. माहाराज याणी द्रव्य उदंड खर्च केले व सर्वत्रास वस्त्रे भूषणे ज्याचे योग्यतेप्रमाणे त्यास देऊन सर्वांचा संतोष करून रवाना करून दिल्हे. व शेहेर सातारा येथील सर्वत्रास देखस्लि देणगी देऊन संतोष केले व पदरची मंडळी व आठरा कारखाने व शागीर्द पेशा वगैरे मंडळीस वस्त्रे भूषणे दिल्ही. सर्वांचा संतोष केला. कोणाची आशा ठेविली नाही: आसा राजा

पुनेवान ईश्वरी आवतार याणे किर्ती मोठी केली. नंतर शके १७५७ मन्मथनाम संवछरे फसली सस १२४५ राजे शक १६२ यासाली प्रतापासिंव्ह माहाराज छत्रपती याणी शेहेर सातारियांत मोठी मोठी इमारतीची कामे केली. आणि शेहेरची वसाहात केली. त्याणी जिरणउधार केला. त्याणी मोठी किर्ती केली. नंतर शके १७५८ दुर्मुख नाम संवछरे फसली सन १२४६ राजे शक १६३ यासाली गोविंदराव विठल दिवाण यास बाळाजीपंत किबे निसबत ईग्रज बहादुर हे येवून त्यास घेऊन गेले आणि साहेब बहादुर याणी तेथे कैद करून ठेविले. मिती भाद्रपद वद्य १२ पासून तह बिघडून वाकडे येत येत गेले. शके १७६० विलंबी नाम संवतसरे फसली सन १२४८ राजेशके १६५ या साली संगम माहुली येथे शाहु महाराज यांची साळोख तीन दिवस वाकडी जाहाली होती. नंतर तीन रोजानी पुर्वतप्रमाणे जाहाली. त्याचे शेजारी विरुबाईची मुहुर्त पाशानाची होती ती गुप्त जाहाली. नंतर शके १७६१ विकारी नाम संवछरे फसली सन १२४९ राजेशक १६६ या साली चैत्र शुद्ध ९ रोजीं शाहाजी राजे महाराज हे बाळाजी नारायण नातू वगैरे सर्वत्र मंडळीचे समताने वाड्यातून निघोन पलटणचे छावणीनजीक जाऊन तेथे मुकाम करून राहिले. नंतर शके १७६१ विकारी नाम संवछरे फसली सन १२४९ राजेशक १६६ या साली पावेतो कालकोर्द प्रतापसिंव्ह माहाराज छत्रपती यांची शके १७४० बहुधान नाम संवतसरे फसली सन १२२८ राजेशक १४५ या सालापासुन प्रतापसिंव्ह माहाराज छत्रपती यांस आलपीष्टण साहेब बहादुर याणी कंपणी ईंग्रज बहादुर यांचे हुकुमाप्रमाणे प्रतापसिंव्ह माहाराज छत्रपती यांस त्यांचे राज्य पूर्वीच होते, त्या राज्यावर कायम करून त्यांचे शानशोकर्ता करता वसुली १२००००० बरा लक्ष रुपये आकाराचा मुलुख नेमून देवून, सातारा संस्थान त्यांचे राज्य त्यांस राज्य आधीकारावर कायम केले. आणि त्या खेरीज त्यांचे ताब्यांत मुलुख देऊन मोठेमोठे जाहागीरदार सरंजामे नेमणुककेस दिल्हे. त्याचा तपसील.

१ परशराम श्रीनिवास प्रतिनीधी याजकडे मुलुख कमाल दोन लक्ष रुपयाचा.

१ फत्तेसिंग भोसले आकलकोटकर याजकडे मुलूख कमाल तिन लक्ष रुपयाचा.

१ पंतसचीव याजकडे मुलूख कमाल तीन लक्ष रुपये आकाराचा.

१ जानराव नाईक निंबाळकर फलटणकर याजकडे मुलूख कमाल लाख रुपयेचा.

१ दाजीबा डफळे जत कर्जगिकर याजकडे मुलूख कमाल लाख रुपये आकाराचा.

१ मंत्री इसलामपुरकर याजकडे कमाल सोळा हाजार रुपये आकाराचा

१ सेखमिरा वाईकर याजकडे कमाल रुपये २०००० विस हाजार आकाराचा.

१ याखेरीज फुट सरजामी नेमणुकेस दिल्ही. घाटगे मलवडीकर व थोरात वाळवेकर व बहादुरवाडीकर घोरपडे व बोधेवुगीकर व आणखी किरकोळ इनामदार वगैरे दरोबस्त यांचे ताब्यांत दिल्हे.

१ प्रतापसिंव्ह माहाराज छत्रपती हे राज्यावर कारभार करू लागले त्याणी प्रतिनिधी व आष्ठप्रधान व दरखदार यास पदे नेमून दिली कलमे बि॥

१ परशराम श्रीनिवास प्रतिनीधी हे पाहिलेच होतें तेंच पद कायम केले.

१ बाजीराव रघुनाथ पेशवे प्रधान हे पदाचुत होऊन ब्रह्मवर्त येथे होते. सबब ते पद कोणास न देता, त्याचे ऐवजी दिवाण असे पद जोडून विठल बलाल माहाजनी हे पुरातन पदरचे नौकर आणि फार उपयोगी पडले, त्यास दिवाणगीरीची वस्त्रे दिल्ही. पुढे काही दिवसानी मृत्ये पावले. नंतर त्याचे वडील पुत्र गोविंद विठल यास दिवाणगीरीची वस्त्रे दिल्ही. त्याजवर पुर्ण कृपा होती.

१ सर्वोत्तम बाबुरावपंत आमात्य हे मृत्ये पावल्यानंतर तेच पद बापु कान्हो फडणीस हे आपले उपयोगी पडले ते पुरातन पदरचे नोकर व भरंवशाचे त्याणी चतरसिंग राजे भोसले याजबरोबर राज्यासाठी कस्त केली होती, सबब त्यास पंत आमात्ये पदाची वस्त्रे दिल्ही. पुढे काही दिवसानी शके १७५८ दुर्मुखनाम संवछरे या साली बापु कान्हो फडणीस पंत आमात्ये हे मिती आश्वीन शुध्य १० विजया दशमी रोजी मृत्ये पावल्यानंतर, त्याचे दत्तक पुत्र सखाराम बापुजी यास खाजगी व दौलतीकडे दरख फडणीसीची वस्त्रे दिल्ही.

१ त्रिंबकराव दाभाडे तळेगावकर हे पूर्वी सेनापती होते ते पद बळवंतराव राजे भोसले यास सैनापती पद देऊन वस्त्रे दिल्ही. त्याजवर आतीपुर्ण कृपा होती. त्याजकडे सर्व फौजेचे काम कुळ आकत्यारी सागिंतली होती. त्याजकडील खर्चोआर्चाचा वगैरे कोणते कामात दुसरी कोणाची दखलगीरी नवती.

१ जैवंतराव मंत्री इसलामपुरकर हे मृत्ये पावल्यानंतर, त्यांचे दत्तक पुत्र रघुनाथराव जैवंत यास मंत्री पद देऊन वस्त्रे दिल्ही.

१ पंतसचीव भोहेरकर हे पहिलेच पद त्याजकडे कायेम केले.

१ बळवंतराव मल्हार चिटणीस यास सुमंत पद देऊन वस्त्रे दिल्ही.

१ चिंतामण चिटको भाटे हे आदालतीत मुनीम होते त्यास न्यायाधीषी पद देऊन वस्त्रे दिल्ही.

१ रघुनाथराव पंडीतराव होते ते मृत्ये पावल्यानंतर, त्याचे दत्पुत्र रामचंद्र रघुनाथ यास पंडितराई पद देऊन वस्त्रे दिल्ही.

१ खंडेराव राजे शिर्के यास सरलष्करचे काम सांगितले.

१ दिनकरराव मोहिते हंबीरराव यास सेनाकर्ते पदाची वस्त्रे दिल्ही.

१ बळवंतराव बक्षी हे पुरातन पदरचे नौकर याणी कस्ते केली तेच पद त्याचे त्याजकडे कायेम ठेविले आणि वस्त्रे दिल्ही. पुढे काही दिवसानी ते मृत्ये पावल्यानंतर, त्याचे पुत्र सखाराम बळवंत यास बक्षीगीरी देऊन वस्त्रे दिल्ही.

१ केसो येशवंत आगटे खासगीकाडिल कारभारी यास राजआज्ञा पद देऊन वस्त्रे दिल्ही.

१ वासुदेवपंत आभ्यंकर यास दप्तरदारी सांगितली. ते पुढे काही दिवसानी त्याजवर काही टपका येऊन घरी बसविले. नंतर येशवंतराव सरसुभेदार यास

दप्तरदारी सांगीतली. ते पुढे कासीस गेले. सबब रामचंद्र गंगाधर जोसी यास दप्तरदारी सांगोन वस्त्रे दिल्ही.

१ भीवराव पोतनीस हे पुरातन पदरचे नोकर भरवशाचे काम त्याचे त्याजकडे येऊन वस्त्रे दिल्ही.

१ आमृतराव उपाधे उर्फ दाजीबा हे पुरातन पदरचे उपयोगी पडले सबब त्याजकडे सिकेनिसी दरख दिल्ही . ते मृत्ये पावल्या नंतर सखाराम बळवंत कान्हेरे हे पुरातन नोकरी यास सिकेनिसीची दरख वस्त्रे दिल्ही.

१ जैरामनाईक भदे यास पुण्याहून आणून त्यास खजिन्याचे कामावर कायेम करून वस्त्रे दिल्ही.

१ चिमणाजी राजे भोसले सेडगावकर हे आपले वौशापैकी यास आदालतीचे वाड्यांत देखरेखीचे कामावर नेमिले. त्याजकडे दरोबस्त वाड्यांतील मुखत्यारी सांगितली आणि त्यास मोठी योग्यता देऊन तेथे ठेविले. त्याजवर अतीपूर्ण कृपा होती.

१ प्रतापसिव्ह माहाराज छत्रपती याचा संभावगुण व वर्तणूक कसी होती? त्याची बुधी फार विशाल आसोन, ते बोलके उत्तम प्रकारचा होता. आणि धुरतता चांगली होती व घोड्यावर बसने व शिपाईगीरीत शूर व सर्व गुण जाणते ते सर्व विद्या प्रवीण होते. व त्याचे आंतःकरण निर्मळ आसोन, पदरचे लोकाचा आभीमान फार होता. कामाची युक्ती लक्षांत ठेवून इनसाफाचे काम वगैरे वखतानशिर करोन जातीचे आकलेने राज्यकारभार सुरक्षीत चालविला. कोणी आपराध केला तो शरण आल्यावर क्षमेविसी औधार्य फार होते. रयत सुखी राखोन व स्वार सीबंदी कामगार वगैरे याचा पगार दरमाहाचे दरमहा ज्याचा त्यास देवून सर्व लोक हुशार ठेविले होते. श्नान संध्यादिकपूजा नित्यनेम आशी सुकर्मे करण्याचा आभ्यास चांगला व आपले कुळस्वामी जवळ भक्ती फार होती. इत्यादि सर्व कारणावरून त्यांची इंग्रजी सरकारात सर्फीरासी जाहाली होती. व त्यांचे काळकीर्दीत जे पुरातन नौकरलोक बहुत गीरीबदारीत आले होते. त्याचा थोडक्या दिवसात त्यास सुख प्राप्त जाहाले. सर्वांचे उरजीत केले. शके १७४५ सुभानु नाम संवछरे फसली सन १२३३ राजे शेक १५० या सालापासून प्रतापसिव्ह माहाराज छत्रपती याची कलमे; बी तपशील

१ प्रतापसिव्ह माहाराज छत्रपती याणी जातीची दोन लग्ने केली.

१ प्रतापसिव्ह माहाराज छत्रपती हे नासीके त्रिंबकेश्वरास जाऊन तेथे गंगा श्नान करून यात्रा दान धर्म वगैरे करून परत सातारियास स्वारी आली. त्या स्वारीचा खर्च येकंदर १००००० आकार जाहाले.

१ शाहाजी राजे माहाराज याचे दुसरे लग्न केले व त्याचे रद कर्ज १३५००० रुपये ते दिल्हे.

१ बळवंतराव राजे भोसले सेनापती याचे दुसरे लग्न केले.

१ दिनकरराव मोहिते हंबीरराव सेनाकर्ते याचे दुसरे लग्न केले.

१ परशराम राजे भोसले वावीकर याची कन्या बुधाबाई ही सिवाजी नाईक फलटणकर यास देऊन लग्न केले.

१ अमृतराव माहिते सेडगावकर हे चतरसिंग राजे याजबरोबर कस्त केली सबब त्याचे चरंजीव निंबाजी माहिते याचे लग्न केले.

१ येकंदर पाच लग्न केली त्याचा खर्चाचा आकार एकंदर रुपये २००००.

१ प्रतापसिंव्ह माहाराज छत्रपती याणी देवयात्रा व दानधर्म व देवालये व इतर लोकाची लग्ने व मोठ्या मोठ्या इमारती व तलाव व पुरातन पदरचे मंडळीस बक्षीस वगैरे देणगी एकंदर दिल्ही. कलमे बि॥

१ श्री मंगळाई सातारीया किल्यावरील तिचे देवालय व सोपा वगैरे मिळोन पाच हाजार रुपये ५००० खर्च जाहाले.

१ श्री देवी प्रतापगड येथील तिचे देवालय व दरवाज्या नजीक भिंत वगैरे मिळोन चाळीस हाजार ४००००.

१ श्री रामदास स्वामी यांचे देवालय वगैरे मिळोन विस हाजार २०००० रुपये खर्च.

१ श्री येवतेश्वरचे देवालये चुने गची व तलाव नजीक वगैरे काम केले. त्याजकडे दाहा हाजार रुपये १०००० खर्च.

१ येवतेश्वरचा नळ बांधून शेहेरांत पाणी केले. त्यास खर्च रुपये १०००००.

१ माहारदरे येथील तलाव बांधिला त्यास खर्च रुपये १००००० जाहाले. पाणी खासगी वाड्यांत आणिले.

१ जळमंदीर व बाग व तलाव मिळोन रुपये खर्च १०००००.

१ रंगमाहालचे वाड्यास डागडुजी केली. त्यास रुपये खर्च ८०००.

१ सातारिया किल्यावरील वाड्याचे डागडुजीस व बाग वगैरे मिळोन खर्च रुपये ७०००.

१ आदालतीचे वाड्यातील इमारती व फरासखाना व बायकास घरे व चौक्या वगैरे रुपये २५०००.

१ आदालतीचे वाड्यानजीक चपरासी माहाल यमाजी नाईक यास बांधून दिल्हा. त्यास खर्च रुपये १०००.

१ खाजगी वाडा नवा बांधिला त्यास खर्च लागला रुपये ४०००००.

१ नगारखाना व छापखाना मिळोन खर्च रुपये १२०००.

१ खासगी पागा व बायकास घरे वगैरे खर्च रुपये २०००० व दप्तर खासगी.

१ फरासखाना इमारती यास खर्च रुपये ४००००.

१ विद्या शाळाकडील इमारती वगैरे रुपये ७००० सात हजार.

१ गोजरासाहेब यास प्रथक वाडा बांधून दिल्हा खर्च रुपये १६०००.

१ गोजरासाहेब याचे लग्न मोठ्या समारंभाने केले. जाहीगीरदार व पर्ईलाख्यातील मोठे मोठे लोक व मानकरी यास वस्त्रेभुषणे देऊन रवाना करून दिल्हे. त्यास खर्च एकंदर रुपये १००००० जाहाले.

१ नजर बंगले डोंगरावरील दोन बांधिले खर्च रुपये १००००.

१ तोफखाना व तलाव ईमारती व विहीर एक व तोफा व गरनळा वोतीवल्या वगैरे खर्च रुपये १३५०००.

१ तुरुप पागा व विहीर व तलाव मारुतीचे देऊळ वगैरे खर्च रुपये ६००००.

१ मोगलाई बंगले सुमारी सात आमलदार यास राहाण्यास त्याजकडे खर्च रुपये ५०००.

१ हुजूर पागेची इमारती बांधून त्यास खर्च रुपये ७०००.

१ रथखाना इमारत बांधली त्यास खर्च रुपये १५०००.

१ हातीमाहाल आंबाऱ्या वगैरे ठेवावयास खर्च रुपये ७०००.

१ उष्टरखाना नवा बांधिला; इमारत सलग सोपा त्यास खर्च रुपये २०००.

१ बारा घोड्याची पागा व दुमजली बंगला बांधिला सबब त्यास खर्च रुपये ८०००

१ भोईमाहाल बांधला त्यास खर्च १५००.

१ आठरा कारखाने यास इमारती वगैरे बांधुन दिल्या त्यास खर्च रुपये ५०००

१ कर्ज्याची बागेत इमारत वगैरे खर्च रुपये ७०००.

१ निंबाची बाग येथे ईमारत वगैरे खर्च रुपये ५०००.

१ खेडचे बागेत इमारत विहिर वगैरे मिळोन ५०००.

१ कोंढवडी येथील बाग व ईमारती वगैरे मिळोन खर्च रुपये ४०००.

१ धनीची बाग वगैरे मिळोन तीन हाजार रुपये खर्च ३०००.

१ आमीनाबाई मर्जी खर्च यास मेहेजत बांधून दिल्ही खर्च रुपये ४००००.

१ मुशाफरजंग यास वाडा बाधून दिला त्यास खर्च १५०००.

१ महताब नाईकीन इजला जडजवाहीर खर्च रुपये १०००००.

१ महताब नाईकीन इजला वाडा बाधुन दिला त्याचा आकार व महजत मिळून बाग व विहीर वगैरे बाधुन दिली त्यास खर्च रुपये १००००.

१ मना नाईकीन इजला घर बांधवयाकारेता तीन हजार रुपये दिल्हे ३०००.

१ आनेखान जमादार यास घर व रद कर्ज वारावयास रुपये ३०००.

१ पहिला परज सचीवाचे वाड्यानजीक बांधला. त्यास खर्च १५००.

१ थोरला परज बांधला. त्यास खर्च रुपये ३००००.

१ मीर्जा मोगल मुनसी यास इमारत बांधोन दिल्ही. त्यास खर्च रुपये २०००

१ रानोजी नाईक मशालची यास घर बांधून दिल्हे. त्यांस खर्च रुपये ९००.
१ बाबा टिळक यास घर बांधून दिल्हे. त्यास खर्च रुपये २०००.
१ शेहेर सातारा येथील तलाव व विहीरी वगैरे मिळोन खर्च रुपये २००००.
१ प्रतापसिंव्ह माहाराज छत्रपती याणी पदरचे पुरातन वगैरे मंडळी मिळोन यास बक्षीस देहेणगी व घरे बांधावयास व लग्नकार्य वगैरे मिळोन कलमे बि॥
१ विठल बलाल माहाजनी दिवान यास ४००००.
१ बळवंतराव मल्हार चिटणीस सुमंत यास ६५०००.
१ बापु कान्हो फडणीस पंत आमात्ये यास २५००० पंचवीस हाजार.
१ केसो येशवंत आगटे राज आज्ञा यास १७००० सत्रा हाजार.
१ चिंतामण चिटको भाटे न्यायाधीष यास १०००० दाहा हाजार.
१ बाबाजी मल्हार चिटणीस यास १८०००.
१ वासुदेवपंत ऊर्फ तात्या आभ्यंकर यास ३००० तीन हाजार.
१ आमृतराव ऊर्फ दाजीबा उपाध्ये यास ५०००.
१ रघुनाथराव पंडितराव यास ३०००.
१ काका दीक्षित यास २०००.
१ येशवंतराव सर सुभेदार होता तो दप्तरदार केला. स॥ यास २०००.
१ रामचंद्र गंगाधर जोशी यास ३०००.
१ तात्या उपाध्ये यास १०००.
१ बाबाजी पराडकर यास ३०००.
१ विसाजीपंत शेवडे यास ३०००.
१ निळोपंत भडकमकर यास ३०००.
१ नाना आगटे याणे कासीस हास्ती नेल्याबदल ५०००.
१ भास्करपंत मराठे याणी वासोटा लढविला स॥ ३०००.
१ जैराम नाईक भदे खज्यानची यास २००० रुपये या खे॥ दरसाल पांचिशे व येक शाल याप्रमाणे पावत होतें.
१ गणपतराव व नारोपंत सबनिस उभयता बंधूंस १०००.
१ गंगाधरपंत वाकणीस यास देवालये बांधावयाकरितां ५००.
१ आबा पारसनिस यास ५०००.
१ माधवराव मुनसी यास ३०००.
१ कासीपंत वेंद्रे यास ३०००.
१ आप्पाबा चितले यास २०००.
१ कुशाबा मोडक यास १०००.
१ येशवंतराव विवेकर यास ३०००.

१ प्रतापसिंव्ह माहाराज छत्रपती याणी संस्थानाकडे दिले ते रुपये. त्याचा तपशील.

१ स्वामी चाफळकर यास मठ बांधण्याकरता ५०००.

१ जैराम स्वामी वडगावकर यास मठ बांधावयाकरता २०००.

१ आणाबावा निगडीकर यास मठ बांधावयाकरीता १०००.

१ ठाकुरदास बावा तारगावकर यास घर बांधावयाकरीता १५००.

१ शेहेर सातारियातील प्रस्त वगैरे मंडळी श्रीं कासी माहायात्रे गेले त्याणी विंनंती केल्यावरून दिल्हे. ते २०००० रुपये दिले.

१ शाहुमाहाराज याचे पुणेतीथीकडे दरसाल एकंदर दोन २०००.

१ प्रतापसिंव्ह माहाराज छत्रपती याणी क्षेत्री म्हराठे वगैरे लोकास देहेणगी व घरे व लग्ने व रदकर्ज वारण्याकरीता दिले. ते बि॥ तपसील.

१ बळवंतराव राजे भोसले सैनापती यास ६००००.

१ खंडेराव राजे सिर्के मामा सर लष्कर यास ६००००.

१ दिनकरराव मोहीते हंबीरराव सेनाकर्ते यास गाव व जमीनी ख॥ घेऊन दिल्या. त्यास ४००००.

१ रघुनाथराव गुजर मलकतमदार समसेर बहादर यास रदकर्ज वारण्याकरीता ४०००० च्याळीस हाजार रुपये.

१ कुसाजी राजे माहाडीक यास ५०००.

१ मानसिंग राजे माहाडीक तारले यास ७०००.

१ स्वरुपजि राजे माहाडीक तारलेकर ३०००.

१ भान्जी राजे माहाडीक तारलेकर यास ३०००.

१ चिमणाजी राजे माहाडीक तारलेकर यास १०००.

१ मुरारजी राजे माहाडीक तारलेकर यास २०००.

१ मुधोजी राजे माहाडीक तारलेकर यास २०००.

१ हरजी मोहिते हंबीरराव यास २००००.

१ रामराव मोहिते किंजलेकर यास २००००.

१ आपाजीराव मोहिते कींजलेकर यास १०००.

१ रतनराव मोहीते कींजलेकर यास १०००.

१ राघोजीराव मोहीते किंजलेकर यास १०००.

१ आबासाहेब मोहीते टणुकर यास ९०००.

१ आपासाहेब मोहीते टणूकर यास ८०००.

१ सख्याबाई माहाडकीण ठणुकर मोहीते याची बहीण ईजला घर बांधुन दिल्हे. स॥ रुपये १०००.

१ यलोजी मोहीते गोवेकर यास ३०००.

१ बालाबाई मोहीती गोविकरीण इजला घर बांधून दिल्हे. स॥ १०००.

१ बरानजी मोहीते हंबीरराव याचा बाप सोनोजी मोहीते हे सातारियाचे लढाईत पडले. सबब पंधरासे १५०० रुपये.

१ काळोजी मोहीते हंबीरराव आरफळकर यास ५००.

१ देवजी राजे सिर्के मलेकर यास २०००.

१ गणोजी राजे सिर्के मलेकर यास १०००.

१ आपाजी राजे सिर्के टरेवणकर यास २०००.

१ तानाजी राजे सिर्के कुटरेकर यास २०००.

१ जानराव राजे सिर्के कीवतकर यास ३०००.

१ सखाराम राजे सिर्के आलदेकर यास १०००.

१ कासीराव राजे सिर्के १०००.

१ चिमणाजी राजे सिर्के कुटरेकर यास १०००.

१ चिमणाजी राजे पलसंकर यास १०००.

१ आपाजी गुजर यास १०००.

१ चिमणाजी राजे सिर्के मुरुडकर यास ५००.

१ कान्होजी राजे भोसले हिंगणीकर यास १०००.

१ नाना मेाहिते जांबखेडकर यास ५००.

१ रंगोजी मोहीते हंबीरराव रायगावकर यास १०००.

१ विठलराव गुजर यास ३००.

१ राणोजीराव खानवेलकर यास ५००.

१ आनंदराव केसरकर आज्याहात देशमुख यास २०००.

१ कृष्णाजी नाईक निंबाळकर दहिगावकर यास १०००.

१ खळोजी नाईक कासकर यास २०००.

१ चिमणाजी भोसले सिराळकर यास एक हाजार १०००.

१ दौलतखान रिसालदार नि॥ तुरुप पाग यास १००००.

१ प्रतापसिंव्ह माहाराज छत्रपती याणी चतरसिंग राजे भोसले वावीकर याजबरोबर कस्त मेहणत केली सबब त्यास देहेणगी बक्षीस दिल्हे. येकंदर शो

१ नरसिंगराव बापु गुजर याचे पुत्र आबा गुजर परळीकर यास ३०००.

१ संताजी राजे भोसले हिंगणीकर यास पुत्र बराणजी राजे भोसले यास दोन हजार २०००.

१ माधवराव राजे सिर्के तलसरकर यास १७०००.

१ जगदेवराव जाधव यास १५०००.

१ आनंदराव देशमुख कडेगावकर यास १०००.

१ बाजीबा आउंदकर देशमुख यास १०००

१ बापुसिंग हिमत बहादुर राहाणार बालेघाट यास १०००.

१ बच्याबा पडवल यास ५००.

१ राघोजी राजे माहाडीक भोहोडेकर यास ५००.

१ कृष्णाजी जाधव निजामकर यास ५००.

१ बापु बीचु यास ५००.

१ लाडेखान नगारची यास २०००.

१ मदेखान पठाण यास १०००.

१ इस्मालशा काजी वाईकर याचे बायकोस ५००.

१ बाळु ढाल्या यास ३००.

१ प्रतापसिंव्ह माहाराज छत्रपती याणी हुजेरे व शागीर्द पेश वगैरे पदरचे मंडळीस बक्षीस देहेणगी मीळोन,

१ नरसु काकडे जामदार.	१ भवानजी मोहीते जामदार.
१ लिंगोजी नाईक कासकर	१ सदोजी खलतकर.
१ खंडोजी सिंदे	१ भिकाजी गुलगे
१ राघोजी भोसला	१ निंबाजी भोसला
१ खंडु भोसला	१ बागाजी मुसळे
१ हणगु भोसला	१ बापु जाधव
१ मलु भोसला	१ द्वारकु भोसला
१ येसु भोसला	१ सुभाजी भोसला
१ चिमणा भोसला साळूचा	१ धोंडी भोसला
१ माहादु भोसला	१ लक्षुमण भोसला
१ कोंडी भोसला	१ नारु जाधव
१ गोविंदा भोसला	१ बापू भोसला
१ बाळु राउत	१ आबाजी बुढे
१ संताजी जिराईत खाने	१ दाजी येकले फरास
१ नाना फरास	१ सभाजी पवार मुदबखी
१ सटवाजी मोरे मुदबखी	१ धोंडी मुदबखी
१ गोडाजी आबदार	१ मानाजी आबदार
१ संताजी नाईक भोई	१ राणोजी नाईक मशालची
१ बापु मीर्दा	१ बुढण भालदार मीर्दे
१ पिलखाने हवालदार	१ . पागनीस
१ बळवंतराव भोसले राजपागे	१ सदु चाबुक स्वार
१ सुलतान भाई चाबुक स्वार	१ खडबा दाजी भोसला

१ रिकीबदार १ टमाजी नाईक चपरासी
१ केदारजी नाईक जासुदाचा १ हरजी उगले

येणे प्रमाणे आठरा कारखाने मीळोन पंचविस हाजार रुपये देहेणगी सर्वांस दिल्ही.

१ प्रतापसिन्ह माहाराज छत्रपती याचे लोभात वागत होते त्यास बक्षीस देहेणगी दिल्या.

१ नारोजी नाईक कासकर यास १०००.

१ दाजी कदम लकडवाले यास २०००.

१ रघु पवार यास १०००.

१ बहीरु धावडे यास १०००.

१ भवाजी खडसरे देवपुजे यास २०००.

१ यादवराव देवकाते यास २०००.

१ हरीसिंग ढालवाले यास २०००.

१ रंगोजी मोहीते हंबीरराव यास १०००.

१ भाऊसाहेब टणूकर यास १०००.

१ विठु भोसला ढालीबीचा यास १०००.

१ सिवाजी नाईक निंबाळकर फलटणकर यास येक हाजार रुपये १०००.

१ जोत्याजीराव पाटणकर यास १०००.

१ मिर्जा मोंगल मुनसी यास १०००.

१ सखाराम बळवंत बक्षी यास २०००.

१ गुणीजने मंडळीस बक्षीस.

१ दावलखान यास ३०००.

१ देविदास गवई यास २०००.

१ या खेरीज ब्राह्मण गवई व गुणीजन व नाईकीणी वगैरे मिळोन ७०००.

१ गंगापुत्र ख़ुसमस्कन्या यास २०००.

१ प्रतापसिन्ह माहाराज छत्रपती खासगी वाड्याची वास्तु शांती केली. त्यास पंचवीस हाजार २५०००.

१ सेनापती यास जुना वाडा तयार चौफेर इमारती करुन दिल्या त्यास खर्च १३२०००.

१ तुळजापुराची श्री देविचे यात्रेस जाऊन ईदापुर व नगर श्री जेजुरी करुन परत आले. त्यास येकंदर १०३०००.

१ आकलकोट लढाई येथील समई खर्च १०००००.

१ दसऱ्याचे कापड दरसाल येकंदर मिळोन खर्च ११८०००.

१ साहेब लोक यास मेजवान्या वगैरे खर्च १०००००,

१ नवरात्र खर्च सालबाद येकंदर मिळोन १३५०००.

१ प्रजेन्याबदल आनुष्टाने दरसाल साहा हाजारप्रमाणे १०००००.

१ फरास खान्याकडे एकंदर खर्च ११५००० जाहाला.

१ पर राज्यातील सीवानंद शास्त्री व रघुनाथसींग व चंदी चंदावर व करविर वगैरे मिळोन १०००००.

१ बिलोरी सामान खरेदी केले त्यास ३००००.

१ आठरा कारखान्याकडे खरेदी सामान १२०००.

१ हात्ती खरेदी घेतले त्यास ६००००.

१ घोडी खरेदी खासगी पागा व दुरुप पागेकडे एकंदर खर्च रुपये ४५०००.

१ तोफखान्याकडे सामान दारु व गोळे वगैरे मिळोन यास १६५०००.

१ उंठ खरेदी घेतले त्यास ४१०००.

१ बैल खरेदी तोफखान्याकडे व रथखान्याकडे खरेदी खर्च रुपये ४१०००.

१ रब्या तुरुप व मोगलाई व आली गोल सिकंदर फलटण यास बक्षिस दिले १६०००.

१ राणोजी नाईक गवंडी याचे कारखान्याकडे सर्वास बक्षीस १००००.

१ डाकेकडील नाईक व डाकवाले मिळून यास २०००.

१ इष्टुल कारखाना नि॥ गोविंदराव दिवाण याजकडे ६००००.

येणेप्रमाणे च्याळीस लक्ष पंचावन हाजार पांचशे रुपये प्रतापसिंव्ह महाराज छत्रपती याणी खर्च केले व शेहेर सातारा मोडकळीस आला होता त्याची वसाहात केली. मोठी मोठी इमारतीची कामे केली व तळी व येवतेश्वरचा नळ व जल मंदीर व सडका व पेठा व देवालये व वर्षासने व नेमणुकी व दानधर्म व लोकाची लग्ने व काही लोकास घरे बांधून दिल्ही व लोकास रिणमुक्त केले. त्याणी सर्वाचा जीरण उधार केला व शेहेर सातारा येथील राहाणार क्षेत्री मराठे व आणखी ईतर वगैरे लोक हे पूर्वी फार गरीब दारीत आनान गत घरोघर दरिद्राचा वास होऊन काळाने यांचे घरी बीराड घेऊन राहिला होता. चुलीस व जात्यास द्वाई असी अवस्ता जाहाली होती. ते समई मुद्राधारी प्रतापसिंव्ह माहाराज छत्रपती याणी सर्वाचे दारीद्र दूर करोन ऊर्जीत केले आणि त्यास मोठ्या योग्यता व दौलती देऊन वाढविले. ते आपले घरोघर संस्थ राहिंले. नंतर शके १७६१ विकारी नाम संवछरे फसली सन १२४९ राजे शक १६६ यासाली श्रावण वद्य पक्षी इंग्रजी सरकारचा व प्रतापसिंव्ह माहाराज छत्रपती या सरकारचा बिघाड होऊन तेंव्हा पुण्याहून इंग्रजाची पलटणे चालून आली. ते समई रात्रीस प्रतापसिंव्ह माहाराज छत्रपती याजपासी बळवंतराव राजे भोसले सेनापती हे फौजेचे मुखत्यार संनीध होते त्याणी मनात विच्यार आणीला की एक पलटणाबरोबर लढाई करून आपली सिपाईगिरीची शर्थ करून दाखवावी. ते समई माहाराज छत्रपती याणी सेनापतीचे हातास धरून बसविले, ते दिवस उगवेतोपर्यंत त्यास बाहेर जाऊ दिले नाही. ही मोठी माहाराज

छत्रपती याणी बुध्यं पोक्त केली की दोघाचे लढाईत शेहेर लुटले जाईल. त्याणी आपण जातीने पुरानात हरीचंद्र राज्यासारखे दुःख श्रीकासीस भोगले, परंतु त्याणी शेहेरास ईजा होऊ दिली नाही. या मागे पेशजी एक वेळा शेहेर सातारा रास्ते व तासगावकर पटवर्धन व सीवदय ईंचुरकर याणी लुटला होता. त्याणे फार नाश जाहाला. यामुळे वस्ती कायेम राखली. कोणाचे वाईट होऊ दिल्हे नाही. आसा राजा पुनेप्रतापी यासच प्रतापसिन्ह माहाराज छत्रपती नाव साजे. त्याणी नावासारखी कीर्ती केली. त्याणी राजे कारभार सतंत्रपणे बावीस वर्षे करून श्री क्षेत्र कासीस निघाले. ते समई क्षेत्री मराठे कुळीचे भरवशाचे पुरातन खंडेराव राजे सिर्के डेरवणकर सखे मामाजी वाल्याचे असता व त्याचे पुत्र आबोजी राजे सीर्के व आनंदराव राजे सीर्के या त्रीवर्गातुन कोणी एक समागमे गेले नाहीत. हे आपले घरी स्वस्त राहिले. ज्यापासुन दौलत व द्रव्य वगैरे त्यास मोठी योग्यता प्राप्त जाहाली, हे काहीच मनात न आणिता उगेच नीबपर्येंत त्रीवर्गापैकी एक दर्शणास गेले नाहीत. त्याणी फार आनाची क्रिया जतन केली. सर्व चलतीच्या बद्या. जीकडे चलती तीकडे भलती. जींकडे फते तीकडे राहिले. सर्व सुखाचे सोबती कोणी कोणाचे नव्हेत. तेव्हा शके १७६१ विकारी नाम संवतसरे फसली सन १२४९ राजेशक १६६ या साली प्रतापसिन्ह माहाराज छत्रपती श्री कासीस जाते समई, समागमे बळवंतराव, राजे भोसले वावीकर सेनापती बरोबर होते. त्याची दुसरी स्त्री तिचे नाव गुणवंताबाई ही चिमणाजी राजे सिर्के फलसंबकर यांची कन्या यांचे पोटी प्रथम पुत्र मी॥ पौष शुध्य ८ आष्टमी रोज रविवार नक्षत्र आश्वीनी सीधयोग या दिवशीं मौजे सागविप्रांत खांनदेश येथे त्याचा जन्म जाहाला. त्याचे नाव त्रिंबकजी राजे असे ठेविले. शेक मजकुरी प्रतापसिन्ह माहाराज छत्रपती याचे समागमे बळवंतराव राजे भोसले सेनापती होते. त्यास आकस्मात शेरिरास आजार होऊन मी॥ पौष वद्य ८ आष्टमी या रोजी गावचे नाव (तिलोर)? तीकेर नजीक छावणी मोहोची येथे सेनापती कैलासवासी जाहाले. त्याणी एकीनिष्ठपणे माहाराज छत्रपती यांची मारुतीसारखी शेवा केली व त्याचे बाप चंत्रसिंग राजे भोसले वावीकर याणी राज्यासाठी कस्त मेहेणत करून लढाया फार केल्या. नंतर तेही प्राणानीसी खर्च जाहाले. असे उभयता बापलेकानी चाकरी करून निमक आदा केले. त्याणी आपले इनाम कायेम ठेविले. ज्याचे आना पासून वाढले त्याणी आपली क्रीया जतन केली असे उभयता सारखे कोणी कामास आले नाहीं. शके मजकुरी प्रतापसिन्ह माहाराज छत्रपती हे फालगुण मासी कासीस जाते समई श्रीक्षेत्र कासी पुढे दाहा मजली राहिली होती; तेथे धरणी कंफ जाहाला. श्री भागीर्थी तीरी दगडी घाट बांधीले होते ते फाटले, असा धरणी कंप मोठा जाहाला: असा कोणी पाहिला नाही व ऐकीला नाही. शके १७६७ विश्वावसुनाम संवछरे फसली सन १२५५ राजे शक १७२ यासाली प्रतापसिन्ह माहाराज छत्रपती यांची दुसरी स्त्री रामराव मोहिते कीजलेकर याची बहीण ही

श्री क्षेत्रे कासी येथे आषाढ शुध्य ६ शष्टी रोज गुरुवार या रोजी कैलासवासी जाह्याली. शके १७६८ प्रभाव नाम संवछरे फसली सन १२५६ राजे शेक १७३ या साली प्रतापसिंव्ह माहाराज छत्रपती याणी बळवंतराव राजे भोसले सेनापती याचा वडील पुत्र त्रींबकजी राजे यास दत्तक घेऊन नाव शाहु माहाराज असे ठेविले. मी॥ माघ शुध्य ९ नवमी तेच रोजी बळवंतराव राजे भोसले वावीकर यास पुत्र नाही सबब संताजी राजे भोसले सेडगावकर याचा कनिष्ट पुत्र तात्याबा राजे भोसले यास बळवंतराव राजे भोसले सेनापती याची दुसरी स्त्री गुणवंताबाई याणी कासी मुकामी दत्तक घेतले. त्याचे नाव सेनापती पद दिल्हे व परशराम राजे भोसले वावीकर यास आवरस पुत्र नाही, सबब जानराव राजे भोसले सेडगावकर याचा कनिष्ट पुत्र जीज्याबा राजे भोसले यास दत्तक मुकाम कासी येथे घेतले. नंतर शके १७६९ प्लवंग नाम संवछरे फसली सन १२५७ राजे शेक १७४यासाली प्रतापासिंव्ह माहाराज छत्रपती हे श्री क्षेत्र कासी येथे छावणी नजीक सीवपुर येथे कैलासवासी सिवाजी माहाराज छत्रपती याणी वसांत पुर्वी केले होते तेथे काही शेरीरास आजार होऊन मी॥ आश्वीन शुध्य ५ पंचमी रोज गुरुवारी दिवसा बारावर दोन वाजता कैलासवासी शांत जाहाले. प्रतापसि-सिंव्ह माहाराज छत्रपती याजवर इंग्रजी सरकारात रुपयाच्या सोळा साक्षी देऊन व बाळाजी नारायेण नातु याणी राज्यातून श्री कासी दाखविली. तेंव्हा माहाराज याचा आंत:काळ समई हेतु राहीला की मजला ज्याणी कासी दाखविली म्हणोन हेतु राहिला होता यासाठी जसा माशास गळ टाकुन सातशे कोस वोढुन नेला, याप्रमाणे बालाजी पंत नातु कुटूंबासुधा तेथे घेऊन गेले. ज्या ठीकाणी माहाराज छत्रपती याचे राणीचे दहन त्या ठीकाणी बाळाजीपंत नातु याचे स्त्रीचे दहन त्या जाग्या-वर व ज्या ठीकाणी प्रतापसिंव्ह माहाराज छत्रपती त्या जाग्यावर बाळाजीपंत नातु याचे दहण. याप्रमाणे त्याणी आपला हेतु पुर्ण केला. ज्याणी माहाराज यासी वैर करोन स्वामीधेव (द्रोह) केला त्याची पारपत्ये आपल्या आपण जाहाली. ज्याची कर्णी त्यास कामास आली. जसी मुंग्यास पर फुटोन असी आवस्ता जाहाली. प्रतापसिंव्ह माहाराज छत्रपती हे मोठे पुणे प्राणी. याणी राज्य करून श्री कासी वास करून पुर्वे जन्मी तप आनुष्टान बद्रकाश्रमी केले होते त्या स्थळी पुन्हा गेले. प्रतापसिंव्ह माहाराज छत्रपती यांचे समागमे गेले होते त्या मनुष्यास थोराचे संगतीने कासी प्रयाग तीरस्थळी यात्रा घडल्या. प्राथकाळी प्राणीयाचे मुखास कासी येत नाही. परंतु त्यास यात्रेचे फळ प्राप्त जाहाले. शाहाजी राजे महाराज याची कालकीर्द शके १७६१ विकारी नाम संवछरे फसली सन १२४९ राजे शेक १६६ यासाली माहे कार्तीक शुध्य १२ रोज सोमवार या रोजी येशवंत माळाहुन शेहर सातारा येथे शाहाजी राजे माहाराज दाखल जाहाले. ते समई पाठीमागे राज्याचे वारस ईंग्रज सरकार कंपणी बहादुर याणी शाहाजी राजे माहाराज यास हुकूम दिल्हा. तेंव्हा तेच रोजी कचेरी होऊन गौरनल साहेब बाहादुर व आणखी साहेब लोक याणी शाहाजी राजे माहाराज याजला राज्यावर कायेम

करोन त्याजला तहनामा दिल्हा. तेव्हा त्याणी शेहर सातारा येथे हुकूम दिल्हा की कोतवाल व शेटे माहाजन याणी सरकार हुकूम प्रमाणे घरोघर शेहेरात गुढ्या उभाराव्या; त्याप्राणे सेटे माहाजन याणी केले. नंतर शके १७६१ विकारी नाम संवछरे फसली सन १२४९ राजे शेक १६६ माहे कार्तीक वद्य पक्षी शाहाजी राजे माहाराज हे दरोबस्त त्या दिवसापासून राज्यकारभार करू लागले व आदालतीतील न्याय मनसुभी व फौजेचे काम पाहु लागले व बाळाजी नारायण नातु हे इंग्रज कंपणी बहादर याचे तर्फेने होते. कलमे बि तपसील

१ कैलासवासी शाहु माहाराज छत्रपती याचे दर्शनास संगममाहुली येथे शाहाजी राजे माहाराज याची स्वारी तेथे जाऊन चौघडा सुरू करोन व येक हाती त्याचे नेमणुकेस देऊन व ब्राह्मण भोजन घालुन स्वारी परत सातारियास आली. नंतर काळे व भुइटे मानकरी करोन त्यास पंगतीस जेवावयाचा बंदोबस्त करून दोनशे लोकास दरमहा देऊन हुजूर ठेविले.

१ शाहाजी राजे माहाराज याणी बज्याबा नाना पराडकर यास दिवाणगीरीची वस्त्रे दिल्ही.

१ येशवंतराव भाऊ फौजदार याचे चिरंजीव धोंडो येशवंत यास सातार पेठयाची सुभेदारी दिल्ही. त्याचे हाताखाली माहीतगार गोविंदराव खांडेकर यास नेमिले.

१ आबा शेळगावकर हा आदालतीकडे थोडके दिवस मुनीम होता. तो काही गुन्ह्यामुळे त्यास बरतर्फी करोन घालऊन दिल्हा.

चिंतोपंत भाटे यास कैद करोन आदालतीचे वाड्यांत ठेविले. शके १७६२ शारवरी नाम संवछरे फसली सन १२५० राजे सेक १६७ यासाली शाहाजी राजे महाराज याची पहिली स्वारी करविरची तयारी ते समई देहेणगी वगैरे कलमे. बि॥

१ भागाबाई मर्जी खर्च इजला जडजव्हाहीराचे दागीने व कापड वगैरे हरजीनस १०००० लाख रुपयाची जीनगी बक्षीस दिली.

१ खंडेराव राजे सीर्के मामा यास पुर्वी सरलष्करचे काम होते ते दूर करोन त्यास सेनापती पदाची वस्त्रे देऊन त्यास एक मोरचल व एक भालदार नेमणुकेस दिल्हा.

१ चिमणाजी राजे भोसले सेडगावकर याचे पुत्र आबोजी राजे भोसले याचे दुसरे लग्न यास वधु आबोजी मोहिते हंबीरराव आरफळकर याची कन्या नेमस्त करून मीती मार्गसिर्ष वद्य ११ येकादशीस सरकारातुन करून दिले.

१ शाहाजी राजे माहाराज याची स्वारी करविरास जाउन तेथे त्यांच्या व याच्या भेटी होऊन एकमेकास मेजवान्या व वस्त्रे भुषणे व आळंकार व हाती व घोडे एकमेकास देऊन परत स्वारी नरसोबाचे वाडीस जाऊन तेथे दर्शन करून तेथून कुच करोन निघोन पौष वद्य पक्षी येशवंतमाळावर मुकाम करून राहीले. त्या स्वारीस खर्च येकंदर रुपये ६५०००.

१ शाहाजी राजे यांची वडिल स्त्री ही मनाजी राजे महाडी तारळेकर याची

कन्या जीजीसाहेब माहाराज ही फाल्गुण शुध्य १० दशमी रोजी रंगमाहालचे वाड्यांत कैलासवासी जाहाली. त्यांचे उत्तर कार्य येशवंतमाळावर केले त्याचा खर्चाचा आकार २०००.

१ शाहाजी राजे माहाराज याणी बज्याबा नाना पराडकर याजवर काही टपका येऊन त्यास माहुली मुकामी घालवून दिल्हे.

१ शाहाजी राजे माहाराज याणी पदरचे मंडळीस गाव इनाम व जमिनी मिळोन एकंदर ६५००० पासष्ट हाजार रुपये आकाराची देहेणगी दिल्ही. त्याचा तपशील आलाहिदा आहे.

१ नजर पागा बांधली त्याचा आकार एकंदर १६००० सोळा हाजार रुपये जाहाले.

१ शाहाजी राजे माहाराज याणी श्री कृष्णा व वेणा नदीस पुल बांधले. त्याचा आकार एकंदर रुपये २५००००.

१ जलमंदीरास व बागेत बंगला व तलाव धांधिला व सभोवते कुसू व इमारती यास एकंदर आकार ५७०००.

१ नवा वाडा सागवानी मोठी इमारत व श्री देविचा सभामंडप बाधीला त्याचा आकार एकंदर ९००००० रुपये.

१ येशवंत माळावर बंगले १८ आठरा बांधिले त्याचा आकार एकंदर रुपये ३५००.

१ मोती तलाव व पुल शेहेरातील व दुसरा पुल बाळाजीपंत नातु यांचे घरा-लगत वगैरे मोठी मोठी ईमारतीची कामे व पदरचे मंडळीस घरे बांधून दिल्ही. त्याचा आकार एकंदर ४५००० रुपये खर्च.

१ पौष वद्य ११ या रोजी दोन प्रहरा दिवसा आकसमात मोठा शद्ब जाहाला. तो रथ वाटेने जातो आसा घडगडांत नाद सर्वत्रानी ऐकीला. शके १७६३ प्लवंगनाम संवछरे फसली सन १२५१ राजे शेक १६८ यासाली कलमे बि॥

१ शाहाजी राजे माहाराज याणी बाळाजी नारायेण नातु याचे संमतीने सचीव पंत याचा दत्तक कायेम करोन त्याचे नावे जाहागीरीचा हुकूम दिल्हा.

१ शाहाजी राजे माहाराज याणी निंबाळकर नाईक फलटणकर याचा दत्तक कायेम करोन त्याचे नावे जाहागीर चालवावयाचा हुकूम दिल्हा.

१ शाहाजी राजे माहाराज याणी डफळे जतकर याचा दत्तक कायेम करोन त्याचे नावे जाहागीर चालवावयाचा हुकुम दिल्हा वं त्याचा खर्च एकंदर मेजवानक्या व कापड पोशाख वगैरे रुपये २००० दोन हाजार खर्च जाहाले.

१ शाहाजी राजे माहाराज याणी कासीहून मंडळी जे परत आली त्यास चाक-रीस ठेविले. शके १७६४ शुभकृत नाम संवछरे फसली सन १२५२ राजे शेक १६९ यासाली कलमे बि॥ तपशील.

१ शाहाजी राजे माहाराज याणी चाफळकर स्वामी यास आजारामुळे नवस केला होता. सबब स्वामीस गाव ईनाम ५००० पाच हाजार रुपयाचे करून दिल्हे व नगारखाना व एक हाती व पालखी चैत्रमासी नवमीस दिल्ही.

१ शाहाजी राजे माहाराज याणी नहर मुकामी एक कोकण्या कुलवाडी याचा मुलगा त्याणे लष्करात बुरडी पाळण्यात घालून आणिला तो पाच रुपयास खरेदी घेतला. त्यास समागमे स्वारीबरोबर घेऊन सातारीयास आले. नंतर त्याचे बापास पंगतीस जेवावयास घालून त्यास पाच रुपये पेनसळ करून दिल्ही. त्या मुलाचे पालणपोशन करून आपल्या जवळ ठेविले.

१ शाहाजी राजे माहाराज याणी बाळाजी नारायेण नातु यास येशवंतराव भाऊ फौजदार याणी काही मजकुर समजविल्यावरून बाळाजीपंत नातु यास कारभारातून दूर करून घरी बसविले.

१ शाहाजी राजे माहाराज याणी येवतेश्वरचा नळ गणपतीपासून बाधुन आणीला शेहरांत पाणी आणिले व सखाराम बापुजी फडणीस व सखाराम बलाळ माहाजनी व खंडेराव राजे सिर्के व गुरुवार पेठेत हाउद बांधुन व घरोघर हाउद बांधुन नळाचे पाणी सोडीले. त्याचा आकार एकंदर रुपये ३००००० जाहाले.

१ शाहाजी राजे माहाराज याणी सरस्वतीबाई जमखींडीकरीण ईजला येशवंतराव भाउ फौजदार व खंडेराव राजे सिर्के मामा व जिवनदास गवई याचे समताने लाख १००००० रुपय खच करून जमखोंडोहुन सरस्वतीस बाईस आणिले.

फालगुण शुद्ध १ प्रतिपदा ते दिवशी पछम दिशेस सुर्ये अस्ताजवळ धुर्मकेतु नक्षेत्र उत्पन्न जाहाले. तो लांबी दाहा पंधरा हात दिसत होता. एक महिना भेरे तो पर्यंत उगवत होता. पुढे निसतोष जाहला.

शके १७६५ शोभकृत नाम संवछरे फसली सन १२५३ राजेशेक १७० या साली शहाजीराजे माहाराज याणी देहेणगी व पदे वगैरे दिल्ही कलमे बी तपशील.

१ वेंकोजी राजे उर्फ भाऊ साहेब याचा वृतबंध आबोजी भोसले सेडगावकर याणी चैत्र शुध्ध ११ एकादशि रोजीं केला.

१ यशवंतराव भाऊ फौजदार यास दिवाणगिरीची वस्त्रे दिल्ही व नेमणुकेस पालखी व भालदार दिल्हा.

१ आबोजी राजे सिर्के यास सर लष्करचे काम सागुन वस्त्रे दिल्ही.

१ जानराव भोईटे यास सेनाकर्ते पद देऊन वस्त्रे दिल्ही व भालदार एक नेमणुकेस दिल्हा.

१ तानाजी राजे सिर्के यास सेनासरखेल पद देऊन वस्त्रे दिल्ही व त्याचे नेमणुकेस एक भालदार दिल्हा

१ मुधोजी राजे माहाडीक यास बक्षीगीरी देऊन वस्त्रे दिल्ही व भालदार एक नेमणुकेस दिल्हा.

१ सखाराम बापुजी फडणीस यास पंत आमात्ये पद देऊन वस्त्रे दिल्ही व नेमणुकेस एक भालदार दिल्हा.

१ रामचंद्र रघुनाथ यास पंडित राईपद देऊन वस्त्रे दिल्ही व एक पालखी दिल्ही.

१ सखाराम बलाळ कानेरे यास सिकेनिसी पद देऊन वस्त्रे दिल्ही.

१ सखाराम बलाळ माहाजनी यास माहाला कडील कारभारी करून वस्त्रे दिल्ही.

१ बळवंतराव भोसले यास पंत राजाज्ञा पद देऊन वस्त्रे दिल्ही व येक भालदार नेमणुकेस दिल्हा.

१ जोती त्रिंबक फौजदार यास न्यायाधीशी पद देऊन वस्त्रे दिल्ही.

१ रामचंद्र गंगाधर जोशी यास दप्तरदारी देऊन वस्त्रे दिल्ही.

१ केसो येशवंत फौजदार फलटणकर यास चिटणीसी देऊन वस्त्रे दिल्ही.

येकूण पदे दिल्ही. सबब एकंदर पोशाख कापड वगैरे ३००० रुपये खर्च जाहाले.

१ शाहाजी राजे माहाराज याणी आपली जातीची दोन लग्ने करावयाचा नेम केला. वधु लक्षमण राजे सिर्के कुटरेकर याची कन्या नेमस्त करून लग्न केले. व दुसरी वधु कर्तसींग राजे सिर्के अलदेकर याची कन्या नेमस्त करून अशी दोन लग्ने केली. माहे वैशाख मासी खंडेराव मामा सिर्के यांच्या वाड्यांत जाहाली. त्यास एकंदर रुपये ५५००० खर्च जाहाले. याखेरीज दोन सासेर यास दरमाहा मोठे मोठे करून व त्यांचे रदकर्जे वारण्याकरीता रुपये रोख व कापड असी देहेणगी दिल्ही.

१ दुसरी स्वारी करविरास जाऊन व श्री जोतीबास व नरसोबाचे वाडीस व श्री जेजुरी व तुळजापुरचे देविस व प्रतापगडचे देविस जाऊन व नेहेर मुकामी साहेब लोक यांच्या भेटी घेऊन स्वारी सातारियास आली. त्यास एकंदर खर्च रुपये ४५०००.

१ शाहाजी राजे माहाराज याजपासी पांडोबा आबा मोहिते हंबीरराव खटावकर हे फार लोभांत वागत होते. ते फार खुषमस्करे याणी दरबारांत मराठे ज्यात गंगा गरीब, दुबले, नाचारी आले ह्मणजे व आणखी इतर लोकांची थटा करून त्याचा फार आपमान करित. त्यास हा दुरगुण मोठा लाभला होता. या चावटपणाने नवे दौलतदार त्यास मोठा गर्व जाहाला कीं मी फार आती शाहाणा. यामुळे तरण्या माहाताऱ्यांची मर्यादा काहीच ठेविली नाही. आसा हालकट मनुष्य तो मोठा बातेखानी होता.

१ शाहाजी राजे माहाराज याणी साहेबजी बाई नीबालकरिण फलटणकर व त्याचे पुत्राचे एक पंगत जाहाली. ते समई ज्यातीचे खटल्याबदल माहाराज यांची फार मर्जी त्याजवर रुष्ट होऊन व आणखी काही आपराधामुळे पांडोबा मोहिते व हरीबा नाना मोहिते याचा पुत्र रंगोजी मोहिते या उभयेताचा मोठा आपमान करुन ठमाजी नाईक याजकडून वाड्याबाहेर आपले राज्यातून घालऊन दिल्हे. व त्याजकडिल गाव व जमिनी इनाम त्या जप्त करुन त्याजकडे १७००० रुपये येणे व व्याजाबदल पाच हाजार रुपये येकूण रुपये २२००० सरकारचे रदकर्ज येणे होते, त्याचे फेडीस

गाव व जमिनी एकंदर लाऊन घेतल्या. व उभयता बंधु माहाराजे याणी रंगोजी मोहिते यास चिरंजीवासमान मानिले होते. त्याजवर अती लोभ करित होते असे असोन त्याणी काही मर्यदा ठेविली नाही. या दोषामुळे पांडोबा मोहिते व रगोजी मोहिते हे उभयता आनानगल होऊन शेहेर सातारा येथून निघोन देशांतरास गेले. त्याची करणी त्यास कामास आली.

शके १७६६ क्रोधीनाम संवछ्रे फसली सन १२५४ राजेशक १७१ या साली शाहाजी राजे माहाराज याणी पदे व बक्षीस देहेणगी दिल्ही. मि॥ आश्वीन शुध्य १० विजया दशमी रोजी कलमे बि॥ तपसील.

१ वेणुबाई सुमंतीण याचे पुत्रास सुमंत पद देऊन वस्त्रे दिल्ही.

१ येसरीसिंग रिसालदार मोगलाईचा यास खुद जातीचे लग्नास रुपये ६००० साहा हाजार बक्षिस व एक वर्षाचा पगार व रजा व पाच स्वार व पाच सिपाई व एक माशालची व एक मेणा बक्षिस याप्रमाणे देहेणगी दिल्ही. यामागे कोणी परदेशी लोक दक्षीणेत आले ते हींदुस्थानात परत मेण्यात बसून गेले नाहीत असा राजा दयावंत कृपेचा सागर होता.

१ वाईकर फुलार बावा यास रुपये १०००० हाजार देऊन त्याचा गाव सावकाराकडे गाहाण होता तो सोडऊन दिल्हा. आसा राजा उदार परोपकारी कर्णाचा आवतार देण्याविसी समर्थ व तसेच दानशूर.

१ शाहाजी राजे माहाराज यास सुलतान भाई चाबुक स्वार व मुधोजी राजे महाडीक बक्षी व भाऊसाहेब मोहिते टणूकर या त्रीवर्गानी आपल्यास फायदा होण्याकरिता येक खंदारी कारवान यास सरकारात आणून भेटविला. नंतर त्यास पंगतीस जेवावयास घालून व त्याचे जातीचे तैनातीबद्दल दिडशे रुपये दरमहा करून चाकरीस ठेविला. त्याजकडून भ्राजातून खदारी घोडे लाख रुपयाचे खेरदी त्याजपासून घेउन खासगी पागेत व तुरुप पागेत व मोगलाई रिसाल्यात दिल्हे. त्याच्या किमतीबदल रुपये सरकारात जमेस केले.

शके १७६७ विश्वावसु नाम संवछ्रे फसली सन १२५५ राजेशेक १७२ या साली शाहाजी राजे माहाराज याची कलमे बि तपशील.

१ हजरी बंगला व तलाव दौलत भाई रिसालदार याजकडून बांधविला. त्याचा आकार १५००० पंधरा हाजार खर्च जाह्याले.

१ पहिलवान गणु रणशा हवालदार यास सोन्याचा तोडा व कंठी व मंदिल व आपले आंगावरचा शेला दिल्हा व पांडोबा भोसला वेचलेकर वस्ताद यास मंदिल व शेला असा पोशाख दिल्हा. व विठोबा काळ्या गंवडी वस्ताद यास पोशाख दिल्हा व याखेरीज पहिलवान लोकास तीन हाजार रुपयाची देहेणगी दिल्ही.

१ वोविन साहेब बहादुर रसीदंड हे पनाळ्या किल्यावर करविरकर माहाराज याचे लोकानी धरून ठेविले होते सबब कौलापुरास लढाई जाहाली. त्याचे कुमकेस गेंड्या माळच पलटणचे लोक व स्वार व पायेदळचे सीपाई लोक व मानकरी रवाना करून दिल्हे.

१ शाहाजी राजे माहाराज याणी नव्या वाड्याची वास्तुशांती केली. सबब राणोजी नाईक गवंडी वगैरे कारखानदार यास देहेणगी बक्षीस एकंदर वगैरे मिळोन खर्च आकार २०००० विस हाजार जाहाले.

१ भागाबाई तारकसीण मर्जी मृत्ये पावली. तीचे उत्तरकार्याकडे खर्च जाहाले ते २००० दोन हाजार.

१ शाहाजी राजे माहाराज याची येशवंतराव भाऊ फौजदार याजवर गैर मर्जी होऊन घरी बसविले. नंतर त्याचे चिरंजीव केसो येशवंत याजकडे चिटणीसी पद होते ते दूर करोन वासुदेवपंत माहाजनी यास पद देऊन वस्त्रे दिल्ही.

शके १७६८ पराभवनाम संवछरे फसली सन १२५६ राजेशेक १७३ या साली शाहाजी राजे माहाराज याची कलमे बी॥ तपसील.

१ गुरुवार पेठेचे हावदापासुन हाजीरी बंगल्यापर्यंत नळ बांधून नेला. त्याचा आकार येकंदर रुपये २५०० पंचविसशे खर्च जाहाले.

१ बळवंतराव भोसला पंत राजआज्ञा याची लग्ने दोन नेमस्त केली. पहीली वधु नदिकर याची कन्या व दुसरी वधु पाटणकर याची कन्या असी दोन लग्ने फालगुण मासी केली. त्यास ऐकंदर खर्च १००००० लाख रुपये जाहाले. मोठा समारंभ करून तक्ताराव व दिली दरवाजा व पायेघड्या व दो बाजुने चीराख दान व दारुची झाडे वगैरे लाविली होती. हाजेरी बंगल्यालगत लग्न जाहाले.

१ पैलवानास खुराख दर माहास तिनशे रुपये आकार होत होता.

१ राज आज्ञेचे लग्न समई पांडोबा भोसला वचलेकर याचे बायकोस डाग डागीने आठराशे रुपयाचे बक्षिस दिल्हे.

१ राजआज्ञा यास आरधी दौलत वाटून दिल्ही. जडजवाहिराचे दागिने व चांदिचा पलंग व कापड पोशाखी व हाती व रथ व घोडे व बाग व सोमवार पेठ व भालदार व फरासखाना व बोथाट्या जरीलगी व नगारखाना व आंबाबाई सवती व त्याचे नावे पंचविस स्वार व पायेदल हशम लोक व आठरा कारखान्याचे लोक व मुखे दिवाण बाबाजी धुलप व आपासाहेब माहाडीक तारलेकर बक्षी या उभयेतास वस्त्रे दिली व त्याची नेमणुक दरमाहा ७००० रुपये सात हाजार करून देऊन प्रथक इसम करून दिल्हे.

१ बाबाजी व रामचंद्रराव तारकस या उभयेता बंधूस घाटगे जुनारराव असी किताब दिल्ही व भाऊसाहेब मोहिते टणूकर यास हंबीरराई कीताब देऊन या त्रीव-

गीस वत्रे भूषणे दिल्ही. शके १७६९ प्लवंगनाम संवछरे फसली सन १२५७ राजेशेक १७४ यासाली शाहाजी राजे माहाराज याची कलमे बी तपशील.

१ परशराम श्रीनिवास प्रतीनिधी याणे दत्तक घेतला, त्याचे नाव श्रीनिवासराव ठेविले. मिती चैत्र शुध्य २ रोज बुधवार या रोजी सरकार हुकमाने प्रतिनीधी पद कायेम केले.

१ वेंकोजी राजे उर्फ भाऊसाहेब यास वधु शिवाजी राजे माहाडिक तारलेकर याची कन्या नेमस्त केली. आणि लग्न वैशाख व॥ ११ येकादशीस चिमणाजी राजे भोसले सेडगावकर याणी लग्न केले. नाव लक्ष्मी असे ठेविले. माहाराज याची स्वारी लग्न समई आली होती.

१ शाहाजी राजे माहाराज याणी पदरचे मंडळीस शालजोड्या ३०० वाटल्या व कापड वगैरे देहेणगी दिल्ही त्याचा आकार रुपये १००००० एक लाख खर्च.

१ शाहाजी राजे माहाराज याणी संगम माहुली येथे ब्राह्मणास भाद्रपद वद्य ३० रोजी गाई सुमार २०० दोनशे गोप्रदाने कृष्णातीरी दिल्या व दानधर्म वगैरे येकुण त्याचा आकार रुपये १५००० पंधरा हाजार खर्च जाहाले. मोठा पुन्यमार्ग केला.

१ माहारुद्र बावा चाफलकर स्वामि हे माघ वद्य ७ रोज मंदवर दाहा वाजता दिवसाचे चाफल येथे समाधीस्त जाहाले.

१ शाहाजी राजे माहाराज याची स्वारी पेठे करून माघमासी ती फालगुण मासी येशवंत माळावर आली. त्याणी ह्मैसी खरेदी ६० व गाई व घोडी ४० च्याळीस पंढरपुर मुकामी घेतली. ते समागमे घेऊन आले.

१ प्रतापसिव्ह माहाराज छत्रपती हे राज्यावर कायेम असता त्याणी द्रव्य संचये करून ठेविले होते. ते शाहाजी राजे माहाराज याणी सारे द्रव्य खर्च करून मोठ्या मोठ्या इमारती व पुल व वाडे व जळमंदिर व नळ हाउद व पदरचे मंडळीस देहेणगी बक्षिस लग्न कार्ये व खेा हात्ती व घोडे व कापड व सकलादी ताजे व बिलोरी वगैरे सदरहु लिहिल्याप्रमाणे खर्च केले.

शके १७७० किलक नाम संवछरे फसली सन १२५८ राजेशेक १७५ या साली कलमे बी॥ तपशील.

१ शाहाजी राजे माहाराज यास आवरस पुत्र नाही सबब आपले वौशातील चिमणाजी राजे भोसले सेडगावकर याचे नातू व आबोजी राजे भोसले सेडगांवकर याचे पुत्र भाउसाहेब यास शाहाजी राजे माहाराज याणी दाजी बापुजी जुवेकर कारकुन यास पाठऊन परभारे शाळेतून आणिले. ते समई फेर साहेब बहादुर रसीडंट नेहर मुकामी बडे साहेब गौरनल याजपासी होते. तेवेळेस रसीडंट साहेब बहादुर याचे दुटीवर कामावर मरी साहेब बहादुर डाकतर याणे शाहाजी राजे माहाराज यास दत्तक घेण्याविसी हुकूम देउन नंतर फेर साहेब बहादुर रसीडंट व

कलंग गौरनल साहेब बहादुर या उभयतास खबर दिली कीं, आह्मी येथे शाहाजी राजे माहाराज यास दत्तक पुत्र घेण्याविसी आह्मी हुकूम दिला. या प्रमाणे चकती तयार करून पराचे डाकेंत रवाना करून दिल्ही. नंतर शाहाजी राजे माहाराज याणी सर्व तयारी करून मरी साहेब बहादुर याचे समक्षे शास्त्रयुक्त विधीपूर्वक दतविधान करून त्याचे नाव आपले स्वमुखे वेंकोजी राजे माहाराज असे ठेविले. नंतर त्यास आपले मांडीवर घेऊन सखाराम बापुजी फडणीस पंतआमात्य यास साखरा वाटावयास हुकूम सांगितला. त्याप्रमाणे त्याणी साखरा वाटिल्या व आपली सर्व राजचिन्हे मिरीसाहेब बहादुर डाकतर याचे विध्यमाने याप्रमाणे करून नंतर वेंकोजी राजे माहाराज यास राजचिन्हे देऊन बरोबर मुधोजी राजे महाराज माहाडीक बक्षी व वासुदेवपंत माहाजनी चिटणीस यास सांगितले की, देवीचे दर्शण करून गादी मांडून कचेरीचा संभारंभ होऊन सर्वांचे मुजरे जाहाले. चौघडा सुरू करून तोफाचे आवाज केले. नंतर एक प्रहरानी बारावर एक वाजता शाहाजी राजे माहाराज याणी आपली जातीची तुळा १७००० सतरा हाजार रुपयावर आपले स्वहस्ते उदक सोडिले, वाटावयास आवकाश घडला नाही. नंतर वैद सर्व जमा करून आणिले आणि एक आयना आणून त्यात आपले स्वरूप पाहोन वैद्यास विच्यारले कीं, आवकाश किती आहे. मग सर्व वैद्यानी बोलिले कीं काही चिंता नाही मग वैद्यास बोलिले की तुह्मी सांगता हे प्रमाण नाही. आता आवकाशे थोडका आहे. तेव्हा भागीर्थींचे उदक आणून सर्व आंगास लाऊन ग्रहण करून भस्म सर्व आंगास लाऊन रुद्राक्षे माळा गल्यात घालुन आपले कुलस्वामी जगदंभा इजला नमस्कार करून व श्री राम राम आक्षेराचा जप तेरा वेळ करून व श्रीशंभूचे आकरा वेळेस सीव हर हर मुखी शद्ब उच्यार करून दर्भ आसन घालून वर पांढरी घोंगडी टाकून नंतर बारावर येक वाजतांना माहान साधु या सारखी त्याजला मोठी स्मरती होती. नंतर प्राण आकरमण करून कैलासवासी चैत्र शुध्य २ रोज बुधवार तारिख ५ माहे आप्रले सन १८४८ इसवी या रोजी शांत नव्या वाड्यांत जाहाले. ते समई मरी साहेब डाकतर याणी आखेरीचे डाकेत लेहून गौरनल साहेव बहादुर व फेर साहेब बहादुर यास नहर मुकामी पाठविले कीं, शाहाजी राजे माहाराज येथे कैलासवासी जाहाले. ही खबर उभयेता बाहादुर यास जाहिर केली. त्याजवरून गौरनल साहेब याचा निरोप घेउन फेर साहेव बहादुर मोठ्या जलदीने साता (र) चे पसारात सरकारवाड्यांत दाखल जाहाले. त्याणी माहाराज कैलासवासी जाहाले, याजला पाहून फार हैराण जाहाले. मग ते माहालाकडे जाऊन तीन राणीसाहेब माहाराज याचे समाधान केले कीं माहाराज आहेत असे समजावे. आपण काही हैराण होऊ नये. व राज्या विसी फिकर करू नये. नंतर सखाराम बापुजी फडणीस पंतआमात्ये यास हुकूम सांगितला कीं आपण माहाराजाची नेहेण्याचा तयारी करावी. तो पूर्वीच तयारी होती. मग माहाराजास पोशाख सिरपेज तुरा लाऊन पालखीत बसऊन माहाराजाचे स्वारी समागमे श्री कृष्णेस जाऊन दहन होईतोपर्यंत फेर साहेब बहादुर तेथे होते. मग तेथून निघोन आपले बंगल्यास गेले. नंतर

दुसरे दिवसापासून शाहाजी राजे माहाराज यांची क्रिया उत्तर कार्य वेंकोजी राजे माहाराज याणी क्रिया चालती करून मोठा संकल्प करून बाकीचा विधी चिमणाजी राजे भोसले सेडगावकर यांचे हातून करविला व वेंकोजी राजे माहाराज याणी सर्व दानधर्म उत्तरकार्य करून येकंदर क्रियास रुपये ४५००० पंचेचाळीस हाजार खर्च जाहाले. व या खेरीज हात्ती व पालखी व घोडा व रथ व जमिन दान वगैरे असी दाने देऊन येथाविधी केला. ते समई फेर साहेब बहादुर रसीडंट व सखाराम बापुजी फडणीस पंतआमात्ये व ते समई आसाम्या हजर होते ते बाळाजीपंत दादा नातू व खंडेराव मामा सिर्के व तानाजी राजे सिर्के व मुधोजी राजे माहाडीक बक्षी व लक्षुमण राजे सिर्के व आबासाहेब मोहिते टणूकर व सखाराम बलाळ माहाजनी व वासुदेवपंत माहाजनी चिटणीस व भवानजी राजे माहाडीक वगैरे मंडळी दरोबस्त पदरची होती.

१ शाहाजो राजे माहाराज याणी पेशजी संगम माहुली येथे कृष्णातीरी दोनशे गाईची गोप्रदाने ब्राम्हणास दिल्ही. त्याणी मोठा पुनेवान मार्ग केला. यामुळे आतः काळ समई शाहाजी राजे माहाराज याजला मोठी सुमुरती माहान साधुसारखी राहीली होती. जो राजे करणारा राजा त्यापासून काही आनंत तरेचे दोष घडतात ह्मणोन त्याणी आपले देह्याचे सार्थक कर्ण्याकरिता जसे भोजन समई पान वाढले ह्मणजे त्याजवर येक पैसाभार तुपाची आन्नसुधी, त्याणे तीतके आन्न पवित्र होते. त्याचे नाव आन्न सुधी असे ह्मणतात. या प्रमाणे शाहाजी राजे माहाराज याणी आपले सार्थक करून मोठी किर्ती केली. आणि सर्ग मार्ग चढोन आपण कैलास भवनास गेले.

१ शाहाजी राजे माहाराज यांचा स्वभाव गुण व वर्तणूक कसी होती. त्यांचे आंगी ज्ञान, चातुर्य, त्यांचे आतःकर्ण दयाभूत असोन मोठे आवदार्य होते. त्यांची निष्ठा कुळस्वामीजवळ फार आसोन तसेच दानशुर व जडजवाहिर, सोने, चांदी व हाती व घोडे व कापड वगैरे ईमारतीचा मोठा शोक होता. पदरचे मनुष्याकडून आपराध कारणंपरत्वे जाहाला तर त्याचे नुकसान कर्ण्याचे उतावळी न्हवती. आसा भिडस्तपणा व धुरतता फार होती. मुलखातील न्याय इनसाफ त्याणी आदालतीचे काम फार दिक्स केले. व इंग्रजी सरकार पसंत होण्याजोगे करून सर्व राजे कारभार आपले जातीचे आकलेने चालऊन इंग्रज सरकाराची दोस्ती चांगली ठेविली होती. व रयतेस इजा न देता त्यास आबाद राखली होती व फौजेचे कामगाराचा व लोकांचा वगैरे पगार दरमाहाचे दर्माहास ज्याचा त्यास देऊन सर्व लोक हुशार ठेऊन त्याची आवेवस्ता होऊ दिल्ही नाही व प्रती वर्षी दसऱ्यास पोशाख देहेणगी लोकास देत होते त्याणी राज्यकारभार नऊ वर्षेपर्यंत केला. त्यांची कीर्ती गुणी जेनास न वर्णवे.

१ शके १७७० किलकनाम संवछरे फसली सन १२५८ राजे शेक १७५ या साली परशराम श्रीनिवास प्रतिनीधी यास देवआज्ञा जाहाली. वैशाख शुध्य ८ रोज बुधवार मुकाम शेहेर सातारा त्यांच्या छावणीत.

१ शके १७७० किलकनाम संवछरे फसली सन १२५८ राजे शेक १७५ या साली खंडेराव मामा सिर्के सेनापती हे आशाढ शुध्य २ रोज गुरुवार दोनप्रहर दिवसास देवआज्ञा जाहाली.

१ शके १७७० किलकनाम संवतसरे फसली सन १२५८ राजे शेक १७५ या साली प्रतापसिंव्ह माहाराज यांची कन्या सो. गोजराबाई ही कासीहून निघोन पौष वद्य ५ रोजी शेहेर सातारा येथे दाखल जाहाले.

१ दिल्ली हस्तनापुर व कुरुक्षेत्र जेथे कौरव पांडव भांडले तेच सोनपत पानपत असे ह्मणतात.

१ पूर्वी दिलीमध्ये येवन पादशाहा आणखी पादशाहा जाहाले त्यास नावे तीन ३ जलम नाव एक १ व कमानीचे नाव १ एक व तख्तारुढ हे नाव एक १ असी एक एक पादशास तीन नावे असतात.

१ खाज्याचे आजमेरीस चिटया नावे टाकून कमानीचा चिक उतरुन ज्याचे नावे आपले आपुण कमानीस चिक चढतो तो पादशाहा तक्तावर कायेम करावा ही कदिम चाल दिलीस आहे.

१ दिलीत पादशाहा हक जाहाल्यास दरबार मना व चौघडा मना व शेहेरात हरताल दुकाने उदीमव्यापारी यांची बंद दाहा रोज ही कदीम चाल पादशाहाची आहे.

१ पादशाहा याचा वजीर मेल्यास तीन रोज चौघडा त्यास बंद.

१ पादशाहा याचा मुख्य दिवाण मेल्यास त्यास चौघडा एक दिवस बंद अशी चाल पुर्वीपासून आहे.

१ हिंदु राणे रजपुत उदापुरास तख्तारूढ जाहाले व कैलासवासी जाहाले, ह्मणजे दरबार व चौघडा व शहरांत हरताल दुकाने दाहा दिवस बंद. ही चाल पूर्वीपासून आहे.

१ माहाराज छत्रपती तख्तारूढ जाहाले व कैलासवासी जाहाल्यास दरबार व चौघडा व शेहेरांत हरताल दाहारोज बंद.

१ माहाराज छत्रपती यांचे प्रतिनिधी मृत्ये पावल्यास त्यास तीन रोज चौघडा बंद.

१ माहाराज छत्रपती यांचे पदरचे मुख्य पेशवे प्रधान हे मृत्ये पावल्यास त्यास एकरोज चौघडा बंद अशी चाल पूर्वीपासुन चालत आहे.

शके १७७१ सौम्यनाम संवछरे फसली सन १२५९ राजे शेक १७६ या साली वेंकोजी राजे माहाराज हे तीघी मातोश्रीयासुधा समागमे घेऊन प्रतापगडचे श्रीदेवीस जाऊन तेथे देवीस आळंकार वस्त्रेभूषणे देऊन यात्रा करून नेहेर मुकामी गौरनल साहेब बहादुर यांची भेट घेऊन परत स्वारी सातारियास आली.

शके १७७२ साधारणनाम संवछरे फसली सन १२६० राजे शेक १७७ या साली वेंकोजी राजे माहाराज यांची स्त्री बबई साहेब माहाराज ही शिवाजी राजे माहाडीक तारळेकर यांची कन्या यांचे गर्भादान जेष्ट मासी जाहाले.

शके १७७३ विरोधकृत नाम संवछरे फसली सन १२६१ राजे शेक १७८ या साली तांबस वागलवी (थॉमस वुईलोबी) साहेब बहादुर कमीशेनर व सखाराम बापुजी फडणीस पंतआमात्ये या उभयतानी चिमणाजी राजे भोसले सेडगावकर याची आदालतीचे वाड्यांतून कामावरून खासी वाड्यांत नेमणुक करून ठेविले. मीति मार्गसीर्ष वद्य १२ दुवादशी रोज गुरुवार.

शके १७७३ विरोधकृतनाम संवछरे फसली सन १२६७ राजे शके १७८ या साली बाजीराव रघुनाथ पेशवे प्रधान हे ब्रम्हवृत येथे मीती माघ शुध्य ८ रोजी यांस देवआज्ञा जाहाली.

शके १७७३ विरोधकृतनाम संवछरे फसली सन १२६१ राजे शेक १७८ या साली वेंकोजी राजे माहाराज व सगुणाबाई आईसाहेब माहाराज याणी तानाजी राजे सिर्के कुटरेकर याचे पुत्रास आबोजी राजे भोसले सेडगावकर याची कन्या चिरंजीव सौभाग्यवती आजींराबाई नेमस्त करून उभयताचे लग्न सरकारातून मिती फालगुण वद्य ९ नवमी रोजी करून दिल्हे.

शके १७७४ परिधावीनाम संवछरे फसली सन १२६२ राजे शेक १७९ या साली वेंकोजी राजे माहाराज व मातोश्री सगुणाबाई साहेब माहाराज यांची स्वारी श्री जेजुरीस जाऊन प्रतापगडचे देवीस जाऊन यात्रा करून नहर मुकामी गौरनल साहेब यांची भेट घेऊन परत स्वारी सातारियास आली वैशाख मासी.

शके १७७४ परीधावीनाम संवछरे फसली सन १२६२ राजेशके १७९ या साली राधाबाई बयासाहेब माहाराज ही मीती वैशाख वद्य १४ चर्थोशी रोजी कैलासवार्सा शांत जाहाली. त्याचे उत्तरकार्य वेंकोजी राजे माहाराज याणी केले. त्यांचे हाताखाली चिमणाजी राजे भोसले सेडगावकर याचे हातून नित्ये विधी करविला. दानधर्म तीन हाजार रुपये खर्च जाहाले व याखेरीज एक हात्ती व पालखी व घोडा वगैरे दाने दिल्ही.

शके १७७४ परीधाविनाम संवछरे फसली सन १२६२ राजे शेक १७९ या साली शाहु माहाराज याची साळुखा लिंग प्रतिमा संगम माहूली येथे होती ती आश्वीन शुध्य १ यारोजी गुप्त जाहाली.

शके १७७४ परिधावी नाम संवछरे फसली सन १२६२ राजे शेक १७९ या साली वेंकोजी राजे माहाराज याणी चिमणाजीराजे भोसले सेडगावकर याची रवानगी

श्री गोखरण माहाबळेश्वर मुद्रतटी देव यात्रेस सरकारातून सर्व सरंजाम देऊन मीती मार्गसीर्ष शुध्य ५ पंचमी रोजी रवानगी करून दिल्ही. ते समुद्रस्नान करून यात्रा होऊन व श्री शंभूमादेव याचे दर्शण घेऊन परत सातारियास आले. हे वेंकोजी राजे माहाराज याणी यात्रेचे श्रेहे घेऊन मोठा पुनेमार्ग केला शके १७७५ प्रमाथि नाम संवछरे फसली सन १२६३ राजे शेक १८० यासाली आषढ शुध्य ३ त्रितीया रोजी संगम माहुली येथील पेट व काही घरे वाहुन गेली. क्षेत्र वसल्यादिवसापासुन असे कधी जाहाले नाही.

शके १७७५ प्रमाथी नाम संवछरे फसली सन १२६३ राजेशके १८० यासाली वेंकोजी राजे माहाराज यास एक मुलगी झाली. मीती श्रावण शुध्य ६ रोजी जन्म जाहाला त्याचे नाव साहेबजी उर्फ तानीबाई असे ठेविले. शके १७७६ प्रमाथी नाम संवछरे फसली सन १२६३ राजेशके १८० यासाली प्रतापसिव्ह माहाराज याची कन्या गोजरा साहेब ही शेहेर सातारा येथे श्रावण वद्य ११ येकादशी रोजी कैलासवासी जाहाली शके १७७५ प्रमाथी नाम संवछरे फसली सन १२६३ राजेशके १८० यासाली वेंकोजीराजे माहाराज याणी शाहुमाहाराज यांची साळुंखा संगम माहुली येथे होती ती गुप्त जाहाली होती. तिचे पुन्हा लिंग प्रतिमा घडून त्याचे प्राण प्रतीष्टा करून स्थापना केली. शके १७७६ आनंदनाम संवछरे फसली सन १२६४ राजेशके १८१ यासाली कैलासवासी प्रतापसिव्ह माहाराज याची दुसरी स्त्री माईसाहेब माहाराज ही आपाजीराजे सिर्के डेरवाणकर याची कन्या व याचे पुत्र शाहुराजे हे श्री शेत्र कासीहून निघोन मौजे आरले कृष्णातीरी येऊन उतरते तेव्हा कैलासवासी शाहाजीराजे माहाराज याचे पुत्र वेंकोजीराजे माहाराज व मातुश्री सगुणाबाई आईसाहेब माहाराज हे सातारियाहून निघोन लोक समवेत बरोबर घेऊन जाऊन त्याच्या व याच्या भेटी कृष्णातीरी जाहाल्या. मिती आशाढ शुध ८ आष्टमी राजे सोमवार या रोजी त्याजला बरोबर घेऊन मोठ्या समारंभाने आणिले आणि ते जुन्या वाड्यांत येऊन राहिले. त्यांची मोठी बरदस्त ठेविली.

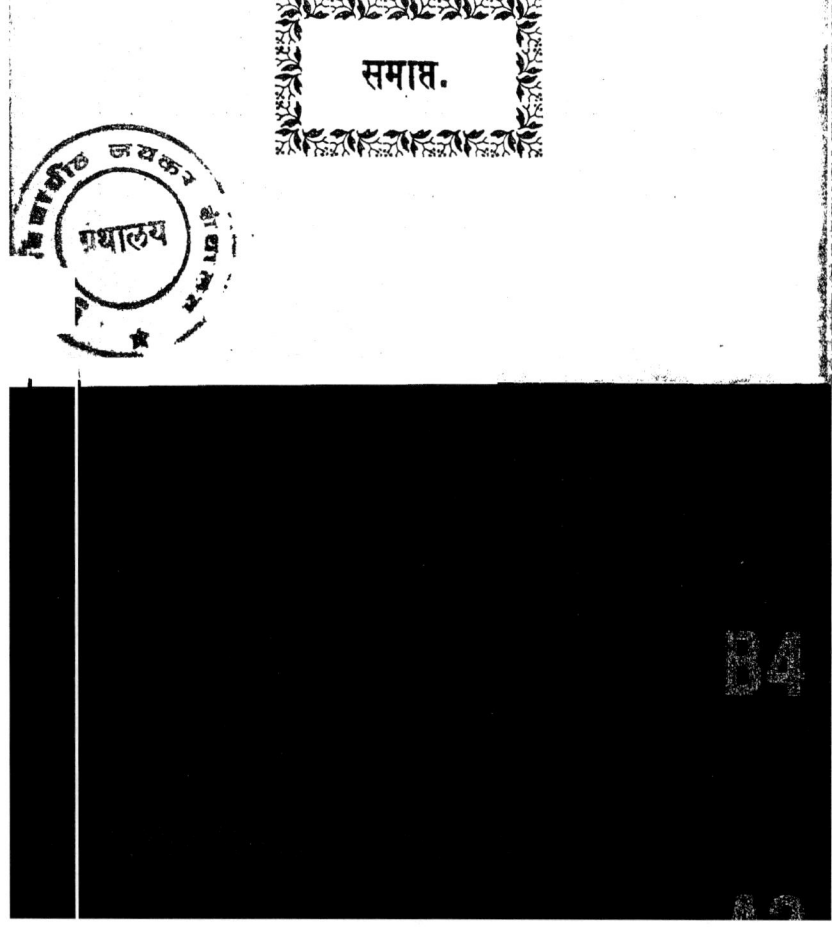

समाप्त.

शुद्धाऽशुद्ध पत्रक.

पृष्ठ.	ओळ.	अशुद्ध.	शुद्ध.
२	६	दॅलत	दौलत
,,	१३	मैजे	मौजे
५	१	बांधूस	बंधूस
,,	३१	बंधूनी घोन	बंधू निघोन
७	१९	मातोश्रा	मातोश्री
१२	१	रुधि रोदगारीनाम	रुधिरोदगारीनाम
१३	३	राज घाट	राजघाट
१४	२३	येशाजी	पेशजी
,,	२५	करबेजींती	कसबे जिंती
१५	३	शाहानी राजे	शाहाजी राजे
१६	९	माळुसराव	माळुसरा
,,	३०	मजद	मजल
२१	२४	पुंडवाळेगार	पुंड पाळेगार
,,	२६	केते	केले
२९	६	फावजी	कावजी
३१	११	सरबसी	सरबत्ती
३८	४	लोगल	लागले
,,	२५	आसा मीस	आसामीस
,,	२६	विहेकरी	विटेकरी
३९	२६	घ्यावा	यावा
४१	११	पास	यास
४७	१५	जोरा वारा	जोरावार
४८	२१	भरोन	करोन
४९	२	हेडं बराक्षस	हेडंब राक्षस
,,	२९	अद्य	अशा
५२	९	पापशाहा	पादशाहा
५६	१	भरते	भवते

पृष्ठ.	ओळ.	अशुद्ध.	शुद्ध.
५८	१२	कॅडणा	कोंडाणा
६२	४	रहएक	हरएक
६३	२०	त्याजेवरनि	त्याजवरोन
,,	२३	पालकलेला	पालकलेक
६४	१८	घालो	घालोन
,,	२३	मारुन	करुन
६९	१०	बेदगिरी	होदगिरी
७४	२१	घेर	घरें
७५	३	फितापियांत	फितावियांत
,,	,,	घेतली	घेतील
७६	३३	सुरेरान	सुरेराव
८४	२७	घ्याची	याची
८६	२५	बोदगिरी	होदेगिरी
८७	२२	अेरे	जोर
८८	२९	हेपाडे	हे पाडे
९१	१३	बदलासा	बंद कसा
,,	३०	फुल	कुल
९२	१९	जगरखाना	नगरखाना
,,	२३	जाणेवर	नाणेबार
,,	२८।२९	कहारिया	लहारिया
१०४	२४	भाणा	मागा
११२	२४	म्रकवितो	म्रणवितो
,,	३२	मार्चे कचे	मोर्चेलाचे
१२५	१८	आज	आन
१५७	१२	मिळोग	मिळोन
१६५	९	मामाजी बाल्याचे	मामा जिवाळ्याचे

Made in United States
North Haven, CT
22 August 2025

72014600R10107